ಛಂದ
ಪುಸ್ತಕ

ಧೂಪದ ಮಕ್ಕಳು

ಕೇಂದ್ರ ಸಾಹಿತ್ಯ ಅಕಾಡೆಮಿ ಯುವ ಪುರಸ್ಕಾರ,
ಛಂದ ಪುಸ್ತಕ ಬಹುಮಾನ
ಹಾಗೂ
ಪಾಪು ಕಥಾ ಪುರಸ್ಕಾರ ಪಡೆದ ಕೃತಿ

ಸ್ವಾಮಿ ಪೊನ್ನಾಚಿ

DHUPADA MAKKALU
-Collection of Short Stories in Kannada
by Swamy Ponnachi
Published by Chanda Pustaka,
I-004, Mantri Paradise,
Bannerughatta Road, Bangalore-560 076
ISBN: 978-81-963238-7-5

ಹಕ್ಕುಗಳು: ಲೇಖಕರವು

ಮೊದಲ ಮುದ್ರಣ: 2018

ಮುಖಪುಟ, ಒಳಚಿತ್ರಗಳು: ಸೌಮ್ಯ ಕಲ್ಯಾಣಕರ್
ಕರಡು ತಿದ್ದುವಿಕೆ: ಪುನರ್ವಸು
ಪುಟಗಳು: 114 ಬೆಲೆ: ₹ 130
ಕಾಗದ: ಎನ್‌ಎಸ್ ಮ್ಯಾಪ್ಲಿತೊ 70 ಜಿಎಸ್‌ಎಂ, 1/8 ಡೆಮಿ

ಪ್ರತಿಗಳಿಗಾಗಿ ಸಂಪರ್ಕಿಸಿ:

ಛಂದ ಪುಸ್ತಕ
ಐ-004, ಮಂತ್ರಿ ಪ್ಯಾರಡೈಸ್
ಬನ್ನೇರುಘಟ್ಟ ರಸ್ತೆ
ಬೆಂಗಳೂರು-560 076
ಸೆಲ್: 98444 22782
me@vasudhendra.com

ಮುದ್ರಣ:

ಟ್ರಿನಿಟಿ ಅಕಾಡೆಮಿ, ಕುಡ್ಲು ಗೇಟ್, ಹೊಸೂರು ರಸ್ತೆ, ಬೆಂಗಳೂರು

ಸ್ವಾಮಿ ಪೊನ್ನಾಚಿ

1986ರಲ್ಲಿ ಜನಿಸಿದ ಇವರು ಕೊಳ್ಳೇಗಾಲ ತಾಲೂಕಿನ ಪೊನ್ನಾಚಿಯವರು. ಸದ್ಯಕ್ಕೆ ಯಳಂದೂರಿನಲ್ಲಿ ಶಿಕ್ಷಕ ವೃತ್ತಿಯನ್ನು ಮಾಡುತ್ತಿದ್ದಾರೆ. 'ಸಾವೊಂದನು ಬಿಟ್ಟು' ಇವರ ಮೊದಲ ಕವನ ಸಂಕಲನ. ಈ ಕೃತಿ 2015ರಲ್ಲಿ ಕನ್ನಡ ಪುಸ್ತಕ ಪ್ರಾಧಿಕಾರದಿಂದ ಪುರಸ್ಕೃತಗೊಂಡಿದೆ. ಜೊತೆಗೆ ಬೇಂದ್ರೆ ಗ್ರಂಥ ಬಹುಮಾನವೂ ದೊರಕಿದೆ.

ಇವರ ಹಲವಾರು ಕತೆ–ಕವನಗಳು ನಿಯತಕಾಲಿಕದಲ್ಲಿ ಪ್ರಕಟಗೊಂಡಿವೆ. ಮಹದೇಶ್ವರ ಮತ್ತು ಮಂಟೇಸ್ವಾಮಿ ಕಾವ್ಯದ ಕುರಿತು ಇವರಿಗೆ ವಿಶೇಷ ಆಸಕ್ತಿಯಿದೆ.

swamyponnachi123@gmail.com | 99808 71863

ಮಮತಾಮಯಿ ಶಿವಶಕ್ತಿಮಹಾದೇವಸ್ವಾಮಿ ಪೊನ್ನಾಚಿ,
ನಿಸರ್ಗ ಕಾಲೇಜಿನ ಪ್ರಾಂಶುಪಾಲರಾಗಿದ್ದ ಪ್ರಭುಸ್ವಾಮಿ ದಾಸನದೊಡ್ಡಿ ಸರ್,
ಪ್ರಕಾಶ್ ಮೆಮೋರಿಯಲ್ ಟ್ರಸ್ಟ್ ಅಧ್ಯಕ್ಷರಾದ ಬಸವರಾಜು ದೊಡ್ಡಿಂದುವಾಡಿ ಸರ್,
ಹಾಗೂ ನನ್ನೊಟ್ಟಿಗೆ ರನ್ನಿಂಗ್ ರೇಸ್ ಮಾಡಿದ ಶಿವರಾಮು ಚಿಕ್ಕಪ್ಪನಿಗೆ

ಕಥೆ-ಕಲ್ಪನೆ-ಕಾಯಕ-ಕಲಿಕೆ-ಘಟನೆ-ನಂಬಿಕೆಗಳ ಸರಹದ್ದನ್ನು ಮೀರುವ ವಿಚಾರಗಳ ಪೊನ್ನಾಚಿ ಕಥೆಗಳು

ಈ ಬಾರಿಯ ಛಂದ ಪುಸ್ತಕ ಬಹುಮಾನಕ್ಕೆ ಪಾತ್ರವಾದ ಸ್ವಾಮಿ ಪೊನ್ನಾಚಿಯವರ ಕಥೆಗಳು ನಮಗೆ ಒಂದು ವಿಭಿನ್ನ ಮತ್ತು ಅದ್ಭುತ ಜಗತ್ತನ್ನು ತೆರೆದುಕೊಡುತ್ತದೆ. ಒಂದು ಮ್ಯೂಸಿಯಂನಲ್ಲಿ ಇರಬಹುದಾದ ಅನೇಕ ಕೋಣೆಗಳಲ್ಲಿ ಕಾಪಿಟ್ಟಿರುವ ಕಲಾವಸ್ತುವಿನಂತೆ ಅವರ ಕಥೆಗಳಲ್ಲಿ ಹೊಸತನವೂ, ಭಿನ್ನತೆಯೂ ಇದೆ. ಒಂದು ಕಥೆಯನ್ನು ಸಮರ್ಥವಾಗಿ ಹೆಣೆಯುವ ಕೌಶಲ, ಭಾಷೆಯ ಸಮರ್ಪಕತೆ, ಭಾಷೆಯ ಮತ್ತು ಕಥನ ತಂತ್ರದ ಮೇಲಿನ ಹಿಡಿತ ಮತ್ತು ವಿಚಾರಗಳ ಪ್ರಬುದ್ಧತೆ, ಈ ಎಲ್ಲವನ್ನು ಸ್ವಾಮಿ ತಮ್ಮ ಮೊದಲ ಕಥಾಸಂಕಲನದಲ್ಲೇ ತೋರುತ್ತಾರೆ. ಕನ್ನಡದ ಕಥಾಲೋಕಕ್ಕೆ ಹೊಸತನವನ್ನು ತರುತ್ತಿರುವ ಸ್ವಾಮಿಯವರನ್ನು ನಾವು ತೆರೆದ ಹೃದಯದಿಂದ ಸ್ವಾಗತಿಸೋಣ.

ಸ್ವಾಮಿಯವರು ತಮ್ಮ ಕಥೆಗಳಲ್ಲಿ ಜಟಿಲ ವಿಷಯಗಳನ್ನು ಸಮರ್ಥವಾಗಿ ನಿರ್ವಹಿಸುತ್ತಾರೆ. ಅವರ ಕಥೆಗಳಲ್ಲಿ ಆಧುನಿಕತೆ, ಸಹಜ ಬದುಕು, ನೈತಿಕತೆ, ಪರೋಪಕಾರ, ಸ್ವಾರ್ಥ – ಈ ಎಲ್ಲವೂ ವಿಚಿತ್ರ ರೀತಿಯಲ್ಲಿ ಮುಖಾಮುಖಿಯಾಗಿ ನಮ್ಮ ಮುಂದೆ ನಿಲ್ಲುತ್ತವೆ. ಸಾಮಾನ್ಯವಾಗಿ ಈ ರೀತಿ ವಸ್ತುಗಳನ್ನು ಕಥೆಗಾರ ಆಯ್ದು ಕಥೆ ಹೆಣೆಯುವಾಗ ಅದರಲ್ಲಿ ಕಥೆಗಾರನ ನಿಲುವು ಸೂಕ್ಷ್ಮವಾಗಿ ನಮಗೆ ಗೋಚರಿಸುತ್ತದೆ. ಪತ್ರಿಕೆಗಳಿಗೆ ರಾಜಕಾರಣಿಗಳನ್ನು ಸಂದರ್ಶನ ಮಾಡುವ ಪತ್ರಕರ್ತರು ಎಷ್ಟೇ ತಟಸ್ಥರೆಂದು ಕಂಡರೂ, ಅವರು ಸಂದರ್ಶನಕ್ಕೆ ಕರೆಯುವ ಅತಿಥಿಗಳು, ಅವರನ್ನು ಕೇಳುವ ಪ್ರಶ್ನೆಗಳು, ಪ್ರಶ್ನೆಗಳನ್ನು ಕೇಳುವ ಪರಿಯಲ್ಲಿಯೇ ನಮಗೆ ಸೂಕ್ಷ್ಮವಾಗಿ ಪತ್ರಕರ್ತರ ನಿಲುವು ಮತ್ತು ಒಲವು ಯಾವಕಡೆಗಿದೆಯೆಂದು

ತಿಳಿಯುತ್ತದೆ. ಹಾಗೆ ನೋಡಿದರೆ ಯಾರೂ ತಟಸ್ಥರಲ್ಲ. ಆದರೆ ಕಥೆಗಾರನ ಸವಾಲು ಇರುವುದೇ ಇದರಲ್ಲಿ. ತನ್ನ ನಿಲುವು ಒಲವಿನ ಬಗ್ಗೆ ಸೂಚನೆ ನೀಡದೆಯೇ, ಆದರೂ ಆಸಕ್ತಿಕರವಾಗಿ ಕಥೆಯನ್ನು ಹೆಣೆದು, ಓದುಗರು ತಮ್ಮ ನಿಲುವನ್ನು ತಮ್ಮಲ್ಲೇ ತೆಗೆದುಕೊಳ್ಳುವಂತೆ ಮಾಡುವುದು ಸುಲಭದ ಮಾತಲ್ಲ. ಸ್ವಾಮಿಯವರ ಕಥೆಗಳು ಈ ಕೆಲಸವನ್ನು ಮಾಡುತ್ತವೆ.

ಕಥೆಗಾರರಾಗಿ ನಿಲುವು ತೆಗೆದು, ಓದುಗರೊಂದಿಗೆ ಕಾಲ್ಪನಿಕ ವಾದಕ್ಕಿಳಿಯುವುದಕ್ಕಿಂತ, ವಿಷಯವನ್ನು ಸಮರ್ಥವಾಗಿ ಮಂಡಿಸಿ ಓದುಗರ ಮನದಲ್ಲಿಯೇ ಪ್ರಶ್ನೆಗಳನ್ನು ಹುಟ್ಟುಹಾಕುವಂತಹ ತಂತ್ರಗಾರಿಕೆಯನ್ನು ಸ್ವಾಮಿ ತೋರುತ್ತಾರೆ. ಆ ತಂತ್ರಗಾರಿಕೆಗೆ ಪೂರಕವಾದ ಭಾಷೆಯೂ ಅವರಲ್ಲಿದೆ. ಘಟನೆಗಳನ್ನು ಜೋಡಿಸುವ ಕ್ರಮವೂ ಇದೆ. ಓದುಗನ ಮನಸ್ಸಿನಲ್ಲಿ ಒಂದು ಚಿತ್ರಣವುಂಟಾಗುವಂತೆ ಮಾಡುವ ಕಲೆಗಾರಿಕೆಯೂ ಇದೆ. ಹೀಗಾಗಿ ಸ್ವಾಮಿಯವರು ಕುತೂಹಲದ ಮತ್ತು ಸಮರ್ಥವಾದ ಕಥೆಗಾರರಾಗಿ ನಮ್ಮ ಮುಂದೆ ನಿಲ್ಲುತ್ತಾರೆ.

ಅವರ ಕಥೆಗಳಲ್ಲಿ ವಸ್ತು ವೈವಿಧ್ಯವೂ ಇದೆ. "ಧೂಪದ ಮಕ್ಕಳು" ಎನ್ನುವ ಕಥೆಯನ್ನೇ ತೆಗೆದುಕೊಳ್ಳೋಣ. ಈ ಕಥೆಯು ಒಂದೇ ಕಾಲಕ್ಕೆ ಅನೇಕ ಪದರಗಳನ್ನು ತೆರೆಯುತ್ತಾ ಹೋಗುತ್ತದೆ. ಒಂದೆಡೆ ಗಿರಿಜನರ ಮಕ್ಕಳ ಮುಖಾಮುಖಿ ಆಧುನಿಕ ಜಗತ್ತಿನೊಂದಿಗೆ ಆಗುತ್ತದೆ. ಶಾಲೆ-ವಿದ್ಯೆ ಮತ್ತು ಬದುಕಿಗೆ ಬೇಕಾದ ಆದಾಯ-ಆರ್ಜನೆಯ ತಾಕಲಾಟವೂ ಇದೆ. ಕಳ್ಳತನವೆಂದು ಶಿಷ್ಟಜಗತ್ತು ಕರೆಯುವುದನ್ನು ಬೇರೊಂದು ರೀತಿಯಲ್ಲಿ ಅರ್ಥೈಸಬಹುದೆಂಬ ಸಾಧ್ಯತೆಯೂ ಇದೆ. ಈ ಎಲ್ಲಕ್ಕಿಂತ ಮಿಗಿಲಾಗಿ ಕಳುವಾದ ಮೊಬೈಲು (ಬಹುಶಃ ವೈಬ್ರೇಷನ್ ಮೋಡಿನಲ್ಲಿರುವುದರಿಂದ) ಅಲುಗಾಡುವುದು ದೆವ್ವಭೂತಗಳ ನೆನಪನ್ನು ಒಂದೆಡೆ ತಂದರೆ, ಮತ್ತೊಂದೆಡೆ 'ಸಾರೇ ಜಹಾಂ ಸೆ ಅಚ್ಛಾ' ಅನ್ನುವ ರಿಂಗ್ ಟೋನಿನ ವಿಡಂಬನೆಯೂ ನಮ್ಮನ್ನು ತಟ್ಟುತ್ತದೆ. ಹೀಗೆ ವಿದ್ಯೆ, ಧೂಪದ ಮಾರಾಟ, ಶಾಲೆ-ಆಟ, ಕಾಯಕ-ಕಲಿಕೆಗಳ ಮಧ್ಯೆ ಯಾವುದೇ ನಿಲುವನ್ನು ತೆಗೆದುಕೊಳ್ಳದೇ ಆದರೆ ಎಲ್ಲ ಆಯಾಮಗಳನ್ನೂ ಪ್ರಶ್ನಿಸುವ ಅವರ ಕಥನದ ಶೈಲಿ ನಿಜಕ್ಕೂ ಹೊಸತನದಿಂದ ಕೂಡಿದ್ದು.

ಇದೇ ಜಾಡಿನಲ್ಲಿ ಕಾಯಕಕ್ಕೆ ತಯಾರದ ವಯಸ್ಸಿಗೆ ಹುಟ್ಟುವ ಕಲಿಕೆಗೂ-ಕಾಯಕಕ್ಕೂ ಇರುವ ಘರ್ಷಣೆಯನ್ನು ಮಾಯಿ ಎನ್ನುವ ಕಥೆಯೂ ಸಮರ್ಥವಾಗಿ ಗ್ರಹಿಸುತ್ತದೆ. ಸ್ವಾಮಿಯವರ ಅನೇಕ ಕಾಳಜಿಗಳಲ್ಲಿ ಬಹುಶಃ ನಮ್ಮ ಒಟ್ಟಾರೆ ಬದುಕಿನಲ್ಲಿ ಶಾಲೆ-ಕಲಿಕೆಯ ಪಾತ್ರದ ಮಹತ್ವವೇನು ಎನ್ನುವುದರ ಅನ್ವೇಷಣೆಯೇ ಮಿಕ್ಕ ವಿಚಾರಗಳಿಗಿಂತ ಹೆಚ್ಚಿನ ಮಹತ್ವವನ್ನು ಪಡೆಯುತ್ತದೇನೋ. ಅವರ "ಶಿವನಜ್ಜಿ" ಕಥೆಯೂ ಶಾಲೆಯೊಂದರ ಆಸುಪಾಸಿನಲ್ಲೇ ಹೆಣೆಯಲಾಗಿದೆ.

"ಶಿವನಜ್ಜಿ" ಕಥೆ, ಒಂದು ರೀತಿಯಿಂದ ಅಭಿವೃದ್ಧಿ, ಖಾಸಗೀ ಸ್ವಾತಂತ್ರ, ಸಾಮಾಜಿಕ ಹೊಣೆ, ಚಿಲ್ಲರೆ ರಾಜಕೀಯ, ಮೋಸ ಎಲ್ಲವನ್ನೂ ನಮ್ಮ ಮುಂದೆ ಬಿಚ್ಚಿಡುವ ಕಥೆ. ಇದರ ವಿರೋಧಾಭಾಸ ನೋಡಿ – ಒಂದೆಡೆ ಊರಿಗೆ ಒಂದು ಶಾಲೆ ಬಂದಿದೆ. ಮಕ್ಕಳು ಶಾಲೆಗೆ ಹೋಗುತ್ತಿದ್ದಾರೆ. ಇದು ಅಭಿವೃದ್ಧಿಯ – ಸರಕಾರದ ಲೆಕ್ಕಪತ್ರಗಳಿಗೆ ಸೇರುವ ಒಂದು ಮಾಹಿತಿ. ಸರಕಾರವು ಈ ಶಾಲೆಯನ್ನು ನಿರ್ಮಿಸಿ ಒಂದು ಅದ್ಭುತ ಕೆಲಸವನ್ನು ಮಾಡಿದೆ ಎಂದು ನಾವು ಸರಕಾರದ ಬೆನ್ನು ತಟ್ಟಬಹುದು. ಆದರೆ ಶಾಲೆಯ ನಿರ್ಮಾಣದಲ್ಲಿ ಯಾರು ಎಷ್ಟು ಬೆಲೆ ತೆತ್ತಬೇಕಾಯಿತು – ಬೆಲೆ ತೆತ್ತುವುದರಲ್ಲಿ ಆಗಿರುವ ರಾಜಕೀಯ ಹಾಗೂ ಆ ಶಾಲೆಯಿಂದ ತನ್ನ ಜೀವನದ ಸಂಧ್ಯಾಕಾಲದಲ್ಲಿ ಏನನ್ನೂ ಪಡೆದುಕೊಳ್ಳದ ಶಿವನಜ್ಜಿಯ ದುರಂತ ಕಥೆಯೂ ಅಡಗಿದೆ. ಅರ್ಥಶಾಸ್ತ್ರಜ್ಞ ಎಡ್ಮಂಡ್ ಫೆಲ್ಪ್ಸ್ ಇದನ್ನೇ ಹೇಳುತ್ತಾನೆ. ನಮಗೆ ಅಭಿವೃದ್ಧಿ ಕಾಣುವುದು ಮಾಹಿತಿಯ ಮೂಲಕ – ಇಷ್ಟು ಸೇತುವೆ ನಿರ್ಮಾಣವಾಯಿತು, ರಸ್ತೆ ಬಂತು, ಶಾಲೆಗಳನ್ನು ಕಟ್ಟಿದೆವು, ಆಸ್ಪತ್ರೆಯನ್ನು ನಿರ್ಮಿಸಿದೆವು, ಅಣೆಕಟ್ಟುಗಳನ್ನು ನಿರ್ಮಿಸಿ ವಿದ್ಯುತ್ ಉತ್ಪಾದನೆ ಮಾಡಿದೆವು, ನೀರಾವರಿ ನೀಡಿದೆವು – ಹೀಗೆ; ಮಾಹಿತಿ ಅಭಿವೃದ್ಧಿಯನ್ನು ರೂಪಿಸುತ್ತದೆ. ಆದರೆ ಈ ಅಭಿವೃದ್ಧಿಯ ಹಿಂದಿರುವ ಖಾಸಗೀ ದುರಂತ ಕಥೆಗಳನ್ನು ಗ್ರಹಿಸುವುದು ಸಾಹಿತ್ಯ ಮಾತ್ರ. ಔದ್ಯೋಗಿಕ ಕ್ರಾಂತಿಯು ತಂದ ಅಭಿವೃದ್ಧಿಯನ್ನು ಕೊಂಡಾಡುತ್ತಲೇ ಫೆಲ್ಪ್ಸ್ ಡಿಕನ್ಸ್, ಜೋಯಾ, ಬ್ಲೇಕ್‌ರನ್ನು ನೆನಪು ಮಾಡಿಕೊಂಡು ಅದಕ್ಕಾಗಿ ಖಾಸಗೀ ಬೆಲೆಯನ್ನು ತೆತ್ತವರನ್ನು ಸ್ಮರಿಸುತ್ತಾನೆ. "ಶಿವನಜ್ಜಿ" ಕಥೆ ಈ ಪಂಥಕ್ಕೆ ಸೇರುತ್ತದೆ. ಹೀಗಾಗಿಯೇ ಕಥೆಯನ್ನು ಸುಖಾಂತ, ದುಃಖಾಂತ ಎಂದು ವರ್ಗೀಕರಿಸುವುದಕ್ಕೆ ಕಷ್ಟವಾಗುತ್ತದೆ. ಅದು ಕೇವಲ ದುರಂತವಷ್ಟೇ.

"ಸ್ವಾಮೀಜಿಯ ಪಾದವೂ ಹೆಣದ ತಲೆಯೂ" ಕಥೆಯು ಮನುಷ್ಯ, ಮತ್ತು ಮನುಷ್ಯ ಬದುಕಿನಲ್ಲಿ ನಿರ್ವಹಿಸುತ್ತಿರುವ ಪಾತ್ರ – ಅದು ಕಾಯಕದ್ದೇ ಆಗಿರಬಹುದು ಅಥವಾ ಜೀವನಶೈಲಿಯ ಪಾತ್ರವೇ ಆಗಿರಬಹುದು – ಈ ಎರಡರ ನಡುವಿನ ವಿರೋಧಾಭಾಸವನ್ನು ನಮ್ಮ ಮುಂದಿಡುತ್ತದೆ. ನಮ್ಮಲ್ಲಿನ ಎಷ್ಟು ಮಂದಿ ಸ್ವಾಮಿಗಳು–ದೇವ ಪುರುಷರು ದೇವರನ್ನು ಅರ್ಥೈಸಲೆಂದೇ, ತಮ್ಮಾಯ್ಕೆಯಂತೆ ಆ ಸ್ಥಾನದಲ್ಲಿದ್ದಾರೆ? ಎಷ್ಟು ಮಂದಿಗೆ ಅದು ನಂಬುಗೆಯ ವಿಚಾರ? ಯಾರಿಗದು ಕೇವಲ ಒಂದು ಕಾಯಕ? ಯಾರು ಸಾಂಸಾರಿಕ–ಸಾಮಾಜಿಕ ಒತ್ತಡಗಳಿಂದಾಗಿ ಆ ಸ್ಥಾನದಲ್ಲಿದ್ದಾರೆ? ಆ ಸ್ಥಾನದ ರೀತಿರಿವಾಜುಗಳು ನಮ್ಮ ಖಾಸಗೀ ಭಾವನೆಗಳಾದ ಸುಖ–ದುಃಖ–ಮದ–ಮತ್ಸರ–ಕಾಮಗಳನ್ನು ಹೇಗೆ ನಿರ್ದೇಶಿಸುತ್ತವೆ? ಈ ಎಲ್ಲ ಪ್ರಶ್ನೆಗಳನ್ನು ಕೇಳಿಕೊಳ್ಳುವಂತೆ ಈ ಕಥೆ ನಮ್ಮನ್ನು ಪ್ರೇರೇಪಿಸುತ್ತದೆ. ಶವದ ಮೇಲೆ

ಸ್ವಾಮಿಗಳ ಪಾದಗಳನ್ನು ತಗುಲಿಸಿ ಆಶೀರ್ವಚನ ಮಾಡಿಸುವ ಪ್ರಕ್ರಿಯೆಯಲ್ಲಿ ಪಾತ್ರ ಕಳಚಿ ಅಸಲೀ ಭಾವನೆಗಳು ಉಕ್ಕಿಬರುವ ವಿಷಾದವನ್ನು ಸ್ವಾಮಿ ಸಮರ್ಥವಾಗಿ ನಿರ್ವಹಿಸುತ್ತಾರೆ.

ಹೀಗೆ ದೊಡ್ಡ ಹಂದರದಲ್ಲಿ ತತ್ವ, ಭೂತ, ವರ್ತಮಾನದ ಸಾಮಾಜಿಕ ಲೇನ್– ದೇನ್‌ಗಳ ಜಗತ್ತನ್ನು ಚಿತ್ರಿಸುತ್ತಿರುವ ಸ್ವಾಮಿ ಇದೇ ವಿಚಾರಗಳನ್ನು ಖಾಸಗಿಯಾಗಿಯೂ ನಿರ್ವಹಿಸುತ್ತಾರೆ. ಹೊರಜಗತ್ತಿನ ದೊಡ್ಡವಿಚಾರಗಳನ್ನು ಸಂಕೀರ್ಣ ಸಂಬಂಧಗಳನ್ನು ತೆರೆತೆರೆದು ನೋಡುವ ಈತ ಒಂದು ರೀತಿಯಿಂದ ತೀರಾ ಖಾಸಗಿಯಾದ ಸಂಬಂಧಗಳನ್ನು ಹೇಗೆ ಪರಿಶೀಲಿಸಬಹುದು ಎನ್ನುವುದಕ್ಕೆ "ಸ್ವಗತ" ಒಂದು ಉತ್ತಮ ನಿದರ್ಶನವಾಗಿದೆ. ಇಲ್ಲಿ ನಮ್ಮ ವರ್ತನೆಗೂ ಮನೋವ್ಯಾಪಾರಕ್ಕೂ – ಖಾಸಗಿ ರಾಗದ್ವೇಷಗಳಿಗೂ – ಬಹಿರಂಗವಾಗಿ ಸಂಬಂಧಗಳನ್ನು ನಿಭಾಯಿಸುವ ರೀತಿಗೂ ಇರುವ ವಿರೋಧಾಭಾಸವನ್ನು ಸ್ವಾಮಿ ಪ್ರಬುದ್ಧವಾಗಿ ನಿಭಾಯಿಸುತ್ತಾರೆ.

"ಅಕ್ಕ ಅವನು ಸಿಕ್ಕಿದನೇ?" ಎನ್ನುವ ಕಥೆ ಒಂದು ವಿಲಕ್ಷಣ ಕಥೆಯೆಂದೇ ಹೇಳಬೇಕು. ಆಧುನಿಕ ಪ್ರತಿಮೆಗಳು – ನಗರ ಮತ್ತು ಯಂತ್ರಚಾಲಿತ ಸಾರಿಗೆಯಲ್ಲಿ ಸಾಗುತ್ತಲೇ ಚೆನ್ನಮಲ್ಲಿಕಾರ್ಜುನನ ಶೋಧಕ್ಕೆ ಹೊರಟಿರುವ ಮಹಿಳೆಯ ಶೋಧ, ಕೇಳುವ ಪ್ರಶ್ನೆಗಳು, ನಡೆಯುವ ಘಟನಾವಳಿಗಳಿಂದ ನಾವೂ ಕೂಡ ಕೆಲವು ಪ್ರಶ್ನೆ ಗಳನ್ನೆದುರಿಸಬೇಕಾಗುತ್ತದೆ. ಆಕೆಯ ಪ್ರಶ್ನೆಗಳೇ ಬೇರೆ, ಆದರೆ ಆಕೆಯ ಪ್ರಶ್ನೆಗಳಿಂದ ಉದ್ಭವವಾಗುವ ಪ್ರಶ್ನೆಗಳೇ ಬೇರೆ. ಶತಶತಮಾನಗಳಿಂದಲೂ ನಾವು ಮೂಲಭೂತ ಮನುಷ್ಯ ಸಂಬಂಧಗಳನ್ನು ಪ್ರಶ್ನಿಸುತ್ತಾ, ಅರ್ಥೈಸುತ್ತಾ – ಸಮಾಜದಲ್ಲಿನ ಸ್ಥರಗಳನ್ನು – ಬಲಶಾಲಿ-ಬಲಹೀನರ ನಡುವಿನ ಸಂಬಂಧಗಳನ್ನು ಪರೀಕ್ಷಿಸುತ್ತಲೇ ಬರುತ್ತಿದ್ದೇವೆ. ಆದರೂ ಪ್ರಶ್ನೆಗಳು ನಿರಂತರವಾಗಿ ನಮ್ಮೆದುರು ನಿಂತಿವೆ, ಹಾಗೂ ಈ ಪ್ರಶ್ನೆಗಳು ಮುಂದೆಯೂ ಇರುತ್ತವೆ. ಆದರೂ ಅವುಗಳನ್ನು ಆಗಿಂದಾಗ್ಗೆ ಕೇಳಿಕೊಳ್ಳುವುದು ಮುಖ್ಯವಾಗುತ್ತದೆ. ಒಂದು ರೀತಿಯಿಂದ ಸ್ವಾಮಿಯವರು ಸಾಂದರ್ಭಿಕವಾಗಿ ಕಥೆಯನ್ನು ಅಕ್ಕಮಹಾದೇವಿ-ಬಸವಣ್ಣನವರ ರೂಪಕಗಳಿಂದ ನೇಯುವ ಮೂಲಕ ತಾವು ಕೇಳುವ ಪ್ರಶ್ನೆಗಳಿಗೆ, ನಿರೂಪಿಸುವ ಘಟನೆಗಳಿಗೆ ಸಾಂದರ್ಭಿಕವಾಗಿ ಕಾಣದಿದ್ದರೂ, ಅದನ್ನು ಒಂದು ಚರಿತ್ರೆಯಲ್ಲಿ ಅಡಕ ಮಾಡಿ ಅದಕ್ಕೊಂದು ಘನತೆಯನ್ನು ತರುವ ಪ್ರಯತ್ನವನ್ನು ಮಾಡುತ್ತಾರೆ. ಇದು ಪ್ರಜ್ಞಾಪೂರ್ವಕವಾಗಿ ಅವರು ಮಾಡದಿದ್ದರೂ, ಅದಕ್ಕೆ ಆ ಚರ್ಚೆಯ ಅನುರಣನದ ಘನತೆ ದಕ್ಕುತ್ತದೆ.

ಸ್ವಾಮಿಯವರ ಕಥೆಗಳಲ್ಲಿ ಒಂದು ಸಿದ್ಧ ಮಾದರಿ ನಮಗೆ ಕಾಣುತ್ತದೆ. ಅದು ಕಥೆಗಾರರೆಲ್ಲರೂ ಯಾವಾಗಲಾದರೊಮ್ಮೆ ಪ್ರಯೋಗಿಸಿ ಖುಷಿಪಡುವ ತಂತ್ರ. ಕಥೆಯ ಅಂತ್ಯದಲ್ಲಿ ಅನಿರೀಕ್ಷಿತ ತಿರುವೊಂದನ್ನು ಕೊಟ್ಟು ಓದುಗನನ್ನು ಅವಾಕ್ಕು

ಮಾಡಿಸುವ ಈ ಟ್ವಿಸ್ಟ್ ಇನ್ ದ ಟೇಲ್ ತಂತ್ರವನ್ನು ಸ್ವಾಮಿಯವರೂ ಸೂಕ್ಷ್ಮವಾಗಿ ಎಲ್ಲ ಕಥೆಗಳಲ್ಲೂ ಪ್ರಯೋಗಿಸುತ್ತಾರೆ. ಹಾಗೂ ಈ ಟ್ವಿಸ್ಟು ಸಾಮಾನ್ಯವಾಗಿ ಒಂದು ವಿಷಾದದ ಭಾವವನ್ನು ನಮ್ಮಲ್ಲಿ ಬಿಡುವುದರಿಂದ ಕಥೆಯ ಸಾಂಗತ್ಯ ಕಥೆ ಮುಗಿದ ನಂತರವೂ ಕಾಫಿಯ ಆಫ್ಟರ್ ಟೇಸ್ಟಿನಂತೆ ಉಳಿದುಬಿಡುತ್ತದೆ. ಇದಕ್ಕೆ ಒಂದು ಒಳ್ಳೆಯ ಉದಾಹರಣೆ ಅವರ ಹೀಗೊಂದು ಭೂಮಿಗೀತ ಕಥೆ.

ಭೂತ ಕಥೆಯಲ್ಲೂ ಈ ತಂತ್ರ ಬರುತ್ತದಾದರೂ ಅಲ್ಲೊಂದು ವಿಡಂಬನೆಯಿದೆ. ದೇವರ ದರ್ಶನವಾದಂತೆ ಬಚ್ಚಲು ಮನೆಯಲ್ಲಿ ಭೂತವೂ ಪ್ರತ್ಯಕ್ಷವಾಗಬಹುದಲ್ಲಾ... ಅದನ್ನು ಅವರು ಭೂತವೆಂದು ಭಾವಿಸಬಹುದು, ದೆವ್ವ ಎನ್ನಬಹುದು. ಅದು ಹುಟ್ಟುಹಾಕುವ ಭಾವನೆಯಿಂದ ಅದಕ್ಕೆ ಭೂತವೆಂಬ ಹೆಸರು. ಆ ಘಟನೆ ಮತ್ತದರ ಸುತ್ತಮುತ್ತಲಿನ ವಿವರಣೆಯನ್ನು ಓದಿದಾಗ ನನಗನ್ನಿಸಿದ್ದು – ಪ್ರತ್ಯಕ್ಷವಾದದ್ದನ್ನು ದೇವರೆಂದು ಅರ್ಥೈಸಿ ಪೂಜೆಯನ್ನೂ ಮಾಡಬಹುದಲ್ಲಾ. ಭಯದ ಭಾವನೆಯಿಂದ ಭಕ್ತಿಯ ಭಾವನೆಗೆ ಮಾರ್ಪಾಟಾದರೆ ನಮ್ಮೆದುರು ಪ್ರಕಟವಾದದ್ದು ದೇವರೂ ಆಗಬಹುದು. ಆದರೆ ತಮಾಷೆಯೆಂದರೆ ಇದು ನಡೆಯುವುದು ಕತ್ತಲಲ್ಲಿ. ಭೂತಗಳು ಅವತರಿಸುವುದು ಕತ್ತಲಲ್ಲಿ. ಅವುಗಳ ಮೇಲೆ ಬೆಳಕು ಚೆಲ್ಲಿದಾಕ್ಷಣಕ್ಕೆ ಭೂತವೆನ್ನುವ ವಿಚಾರವೇ ಮಾಯವಾಗಿಬಿಡುತ್ತದೆ...

ಸ್ವಗತ ಕಥೆಯ ಧಾಟಿಯಲ್ಲಿಯೇ ಸಾಗುವ ಮತ್ತೊಂದು ಕಥೆ ವಿದಾಯ. ಈ ಎರಡೂ ಕಥೆಗಳು ಸಂಕಲನದ ಮಿಕ್ಕ ಕಥೆಗಳಿಗಿಂತ ತೀರಾ ಭಿನ್ನವಾಗಿ ಸ್ವಾಮಿ ನಿಭಾಯಿಸಬಹುದಾದ ವೈವಿಧ್ಯವನ್ನು ಸೂಚಿಸುತ್ತವೆ.

"ಈ ಕಥೆಗಳನ್ನು ನಿಜ ಎಂದುಕೊಂಡರೆ ನಿಜ. ಕಲ್ಪನೆ ಎಂದುಕೊಂಡರೆ ಅದೂ ನಿಜ" – ಎಷ್ಟು ಸುಂದರ ಮತ್ತು ಘನವಾದ ಮಾತು. ಈ ಮಾತುಗಳೇ ಸ್ವಾಮಿ ಪೊನ್ನಾಚಿಯವರ ಕಥನ ತತ್ವದ ದಿಕ್ಸೂಚಿಯಾಗಿರುವಂತಿದೆ. ನೈಜವಾದ, ನೈಜವಾಗಿ ಕಾಣಿಸುವ, ನೈಜವಲ್ಲದಿದ್ದರೂ ನಂಬಿಸುವಂತಹ ಕಥೆಗಳನ್ನು ಹೆಣೆಯಬಲ್ಲವನೇ ಸಮರ್ಥ ಕಥೆಗಾರ. ಅಂಥ ಲಕ್ಷಣವನ್ನು ಸ್ವಾಮಿ ಪೊನ್ನಾಚಿ ಈ ಸಂಕಲನದ ಮೂಲಕ ನಮಗೆ ತೋರಿಸಿಕೊಟ್ಟಿದ್ದಾರೆ. ಅವರಿಗೆ ಶುಭವಾಗಲಿ. ಅವರ ಕಥೆಗಳನ್ನು ಓದುವ, ಈ ಎರಡು ಮಾತುಗಳನ್ನು ಬರೆಯುವ ಅವಕಾಶ ಮಾಡಿಕೊಟ್ಟದ್ದಕ್ಕೆ ವಸುಧೇಂದ್ರನಿಗೂ, ಸ್ವಾಮಿಗೂ ಕೃತಜ್ಞತೆಗಳು.

ಎಂ. ಎಸ್. ಶ್ರೀರಾಮ್

ಹೇಳಲೇ ಬೇಕಾದ್ದು...

ಎದೆ ಮೇಲೆ ಮಲಗಿಸಿಕೊಂಡು ಅಪ್ಪ ಹೇಳುತ್ತಿದ್ದ ರಾಮಾಯಣ ಮಹಾಭಾರತದ ಕತೆಗಳಲ್ಲಿನ ಪಾತ್ರವೇ ನಾನಾಗಿ ಪರವಶಗೊಳ್ಳುತ್ತಿದ್ದ, ರತ್ನತ್ತೆ ರಾತ್ರಿ ಹೊತ್ತು ಹೂಂಗುಟ್ಟಿಸಿಕೊಂಡು ಹೇಳುತ್ತಿದ್ದ ದಾಳಿಂಬೆರಾಣಿಯ ಕತೆಯ ರಾಜಕುಮಾರನೇ ಆಗಿ ವಿಹರಿಸುತ್ತಿದ್ದ ಆ ಬಾಲ್ಯದ ದಿನಗಳಲ್ಲಿಯೇ ಕತೆಯೆಂಬ ಕುತೂಹಲ ಎದೆಯೊಳಗೆ ಹೊಕ್ಕಿ ಕೆದಕುತ್ತಲೇ ಇದೆ. ಒಂದು ಕತೆ ಬರೆಯುತ್ತೇನೆಂದು ಹೊರಟರೆ ಅದು ಕತೆಯಾಗುವುದಿಲ್ಲ. ಒಂದು ಅನುಭವ ಹಂಚಿಕೊಳ್ಳುತ್ತೇನೆಂದು ಬರೆದರೆ ಅದು ಒಂದು ಕತೆಯಾಗಬಹುದೇನೋ! ಇಲ್ಲಿರುವ ಬಹುತೇಕ ಕತೆಗಳು ಅನುಭವಕ್ಕೆ ಬಂದಂತಹವುಗಳೇ ಆಗಿ ನಿಮ್ಮ ಮುಂದೆ ಬರಹ ರೂಪದಲ್ಲಿವೆ. ಈ ಕತೆಗಳನ್ನು ನಿಜ ಎಂದುಕೊಂಡರೆ ನಿಜ. ಕಲ್ಪನೆ ಎಂದುಕೊಂಡರೆ ಅದೂ ಕೂಡ ನಿಜ. ಒಟ್ಟಿನಲ್ಲಿ ನಿಮಗೂ ಒಂದು ಎಳೆಯ ಲಿಂಕ್ ಸಿಕ್ಕಿ ನಿಮ್ಮ ಜ್ಞಾಪಕ ಶಾಲೆಯಲ್ಲಿ ಒಂದು ಅಧ್ಯಾಯ ಶುರುವಾದರೆ ನನ್ನ ಕತೆಗಳು ಸಾರ್ಥಕವಾದಂತೆ ಮತ್ತು ಈ ಹೊತ್ತಿನಲ್ಲಿ ಕೆಲವು ಜೀವಗಳನ್ನು ನೆನೆಯಲೇ ಬೇಕಾಗಿದೆ.

- ಚಾಮರಾಜ ನಗರ ಜಿಲ್ಲಾ ವ್ಯಾಪ್ತಿಯ ಕಸಾಪದ ಪದಾಧಿಕಾರಿಗಳು ಹಾಗೂ ಯಳಂದೂರು ಶೈಕ್ಷಣಿಕ ವಲಯಕ್ಕೆ,
- ಪಾಪು ಕಥಾ ಪುರಸ್ಕಾರ ನೀಡಿದ ವಿಜಯ್‌ಕಾಂತ್ ಪಾಟೀಲರಿಗೆ ಹಾಗೂ ತೀರ್ಪುಗಾರರಿಗೆ,
- ತಿದ್ದಿದ, ಪ್ರಕಟಿಸಿದ, ಪ್ರೋತ್ಸಾಹಿಸಿದ, ಗೌರವಿಸಿದ ಗುರುಹಿರಿಯರಿಗೆ,
- ಕಷ್ಟ ಸುಖಗಳಲ್ಲಿ ಭಾಗಿಯಾಗುವ ಕ್ವಾಟ್ರಾಸ್ಸಿನ ಬಂಧುಗಳಿಗೆ,
- ನನ್ನನ್ನು ಸದಾ ಪ್ರೀತಿಸುವ ನನ್ನ ಹಾಗೂ ಮನೆಯಾಕೆಯ ಕುಟುಂಬ ವರ್ಗಕ್ಕೆ ಮತ್ತು ಅವಳಿಗೆ,
- ಈ ಕಥಾ ಸಂಕಲನಕ್ಕೆ ಬಹುಮಾನ ನೀಡಿ ಪ್ರಕಟಿಸುತ್ತಿರುವ ವಸುಧೇಂದ್ರ ಮತ್ತು ತೀರ್ಪುಗಾರರಾದ ಎಂ. ಎಸ್. ಶ್ರೀರಾಮ್‌ರವರಿಗೆ,
- ಉಳಿದಂತೆ ನನ್ನೊಳಗಿನ ಅಂತಃಪ್ರಜ್ಞೆಯನ್ನ ಸದಾ ಜಾಗೃತವಾಗಿಡುವಂತಹ ಆತ್ಮೀಯ ವಲಯ ಹಾಗೂ ಎಲ್ಲಾ ಒಳ್ಳೆಯ ಮನಸ್ಸುಗಳಿಗೆ

– ನನ್ನ ನೆನಕೆಗಳು ಸಲ್ಲುತ್ತವೆ

ಸ್ವಾಮಿ ಪೊನ್ನಾಚಿ

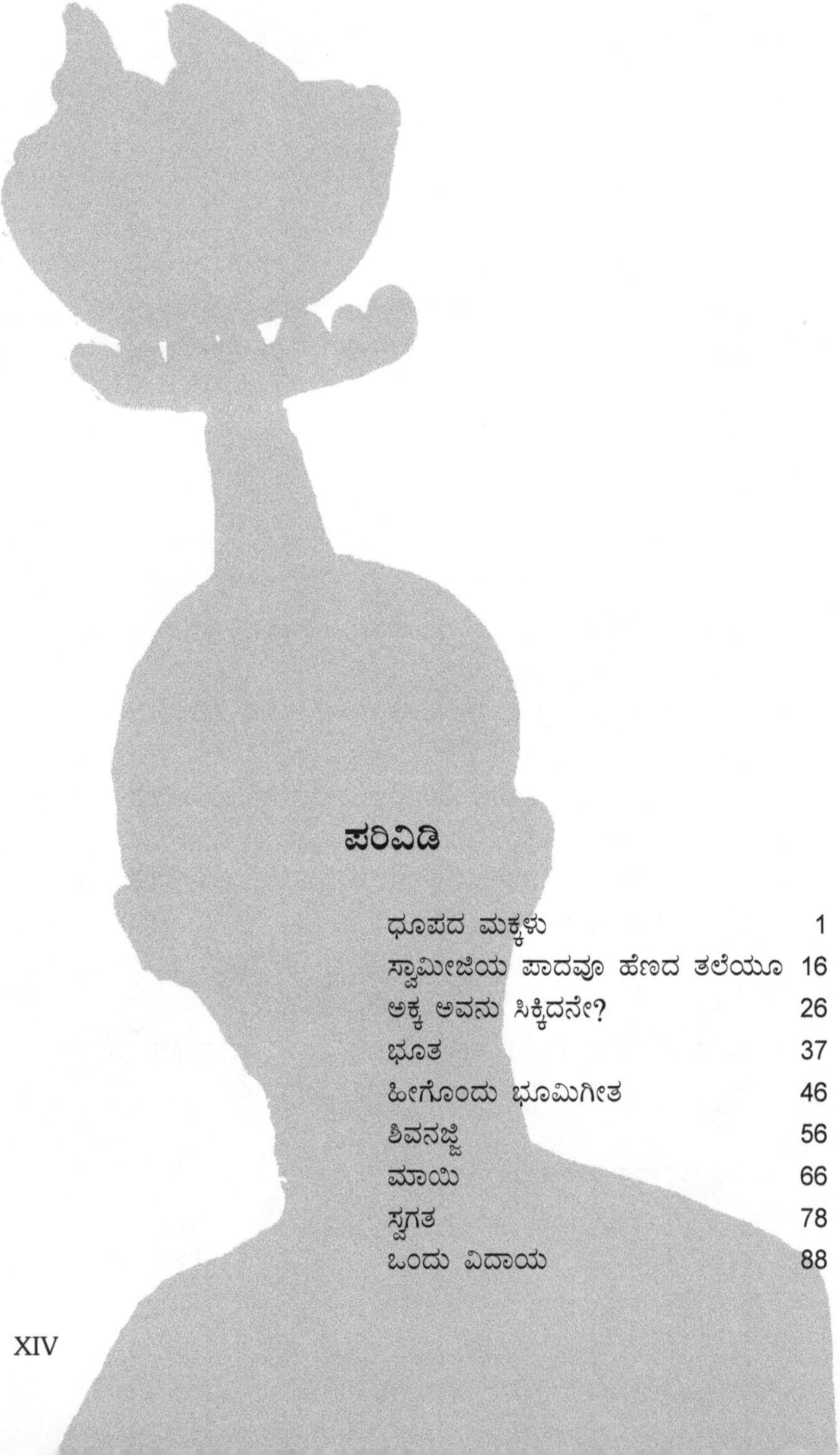

ಪರಿವಿಡಿ

XIV

ಧೂಪದ ಮಕ್ಕಳು

ಕಾಲುಮಲೆ, ಜೇನುಮಲೆ, ಗುಂಜುಮಲೆ, ಗುಲಗಂಜಿಮಲೆ, ಎಪ್ಪತ್ತೇಳು ಮಲೆಯನ್ನು ಸುತ್ತಿ ಸುರುಳಿ ಸಿಂಬಿ ಮಾಡಿಕೊಂಡು ತಲೆ ದಿಂಬು ಮಾಡಿ ಮಲಗಿದಂಥ ನಮ್ಮಪ್ಪಾಜಿ ಮಾಯ್ಕಾರ ಮುದ್ದು ಮಾದೇವನಿಗೊಂದು ಸಾರಿ ಉಘೇ ಅನ್ರಪ್ಪೋ... ಉಘೇ... ಉಘೇ... ಆ ಭತ್ತಿ ಈ ಭತ್ತಿ ಹೂಭತ್ತಿ ಸುರ್ ಸುರ್ ಭತ್ತಿ ಸಾಂಬ್ರಾಣಿಭತ್ತಿ ಬಿದಿರ್ಬುತ್ತಿಯೊಳ್ಗೆ ಗೌಳ್ ಸುತ್ತಿ... ಧೂಪ ದೀಪದೊಡೆಯ ಏಳುಮಲೆ ಮಾಯ್ಕಾರ ಮಾದಯ್ಯನ ಪಾದಕ್ಕೊಂದ್ಸಾರ್ತಿ ಉಘೇ ಅನ್ರಪ್ಪೋ... ಉಘೇ... ಉಘೇ ಮಾದಪ್ಪನ ಪರ್ಸೆಗೊಂದಪ ಉಘೇ ಅನ್ರಪ್ಪೋ... ಉಘೇ... ಉಘೇ... ಜನ ಮರುಳೋ ಜಾತ್ರೆ ಮರುಳೋ ಇಲ್ಲಾ ಇಲ್ಲಿ ಜನಜಾತ್ರೆ ಎರಡೂ ಮರುಳೋ? ಇವರೆಲ್ಲರ ಭಕ್ತಿ ಕಂಡ ಆ ಮಲೆ ಮಾದಪ್ಪ ಮರುಳೋ! ಕಾರಲ್ಲಿ, ಕಾಲಲ್ಲಿ, ಬಸ್ಸಲ್ಲಿ, ಬಯಲಲ್ಲಿ, ಸ್ಕೂಟ್ರಲ್ಲಿ, ಕ್ಯೂನಲ್ಲಿ, ಸೈಡಲ್ಲಿ, ಸೈಕಲಲ್ಲಿ – ಹೀಗೆ ಎಲ್ಲೆಂದರಲ್ಲಿ ಜನವೋ ಜನ. ಉಘೇ ಮಾದಪ್ಪ ಎನ್ನುತ್ತಾ ಹೈಕ್ಳು, ಮಕ್ಳು, ಹೆಂಗಸ್ರು, ಮುದುಕ್ರು, ಮುದುಕೀರು, ಹುಡುಗ್ರು, ಹುಡುಗೀರು, ಹೀಗೆ ಆ ನಮ್ಮಪ್ಪನ್ ಭಕ್ತಿಗೆ ವಯಸ್ಸುಂಟೇ, ವಾರುಂಟೇ, ಜಾತ್ಯುಂಟೇ, ಜನರುಂಟೇ, ಬಡವರುಂಟೇ, ಬಾಗ್ದಾರುಂಟೇ ಎನ್ನುತ್ತಾ ತಲೆಯ ಮೇಲೊಂದು ಬುತ್ತಿಯ ಗಂಟನ್ನು ಹೊತ್ತುಕೊಂಡು ಇರುವೆ ಗುಂಪುಗಳು ಸಾಲಾಗಿ ಹೋಗುವಂತೆ ಜನ ಬರುತ್ತಿದ್ದರು.

ತಾಳು ಬೆಟ್ಟದ ಆ ಎರಡು ಕಮಾನುಗಳ ನಡುವೆ ಇರುವ ಕಪ್ಪನೆಯ ದುಂಡನೆಯ ಕಲ್ಲಿನ ಎದುರುಗಡೆ ನಿಂತು ಬಲಗೈಯಲ್ಲಿ ಆ ತೆಂಗಿನಕಾಯಿಡಿದು ಆ ಕರೀಕಲ್ಲಿನ ಸುತ್ತ ಪ್ರದಕ್ಷಿಣೆ ಹಾಕುತ್ತಾ ಕಾಯಿ ತಿರುಗಿಸಿ "ನಮ್ಮಪ್ಪಾ... ಮಾದಪ್ಪ... ನನಗೆ ಒಳ್ಳೇದು ಮಾಡಪ್ಪ" ಎಂದು ಕೈ ಮೇಲಕ್ಕೆತ್ತಿ ಆಕಾಶದ ಕಡೆ ಮುಖವನ್ನು ಒಮ್ಮೆ ನೋಡಿ ತುಟಿಯಲ್ಲಿ ಏನೇನನ್ನೋ ಗೊಣಗಿಕೊಳ್ಳುತ್ತಾ ಕಪ್ಪು ಟಾರಿನ ರಸ್ತೆಯ ಮೇಲೆ ಆ ತೆಂಗಿನ ಕಾಯಿಯನ್ನು ಕುಕ್ಕಿದರೆ ಪಟಾರ್ ಎಂದು ಕಾಯಿ ಒಡೆದುಕೊಳ್ಳುತ್ತಿತ್ತು. ನಾ ಮುಂದು ತಾ ಮುಂದು ಎಂದು ಹಲವು ಕೈಗಳು ಚೆಲ್ಲಾಪಿಲ್ಲಿಯಾದ ಆ ಕಾಯಿ ಚೂರುಗಳನ್ನು ಎತ್ತಿಕೊಳ್ಳಲು ಮುನ್ನುಗ್ಗುತ್ತಿದ್ದವು. ಕೊನೆಗೆ ಯಾವುದೋ ಒಂದು

ಬಲಿಷ್ಠ ಕೈ ಇತರೆ ಎಲ್ಲಾ ಕೈಗಳನ್ನು ಹಿಂದಕ್ಕೆ ತಳ್ಳಿ ಬಿದ್ದಿದ್ದ ಕಾಯಿಚೂರುಗಳನ್ನು ತೆಗೆದು ತನ್ನ ಬ್ಯಾಗಿಗೆ ಸೇರಿಸಿಕೊಳ್ಳುತ್ತಿತ್ತು. ಬಲಿಷ್ಠ ಕೈಯನ್ನು ಶಪಿಸುತ್ತಾ ಉಳಿದ ಕೈಗಳು ನಿರಾಶೆಗೊಂಡು ಮತ್ತೆ ಧೂಪದ ಬಟ್ಟಲನ್ನು ಹಿಡಿದು ಧೂಪ... ಧೂಪ... ಎಂದು ಅರಚುತ್ತಾ ಹಂಚಿಹೋಗುತ್ತಿದ್ದವು.

ಮಾದಯ್ಯನ ಪಾದವಿರುವುದು ಇಲ್ಲೇ ಎಂದು ಬೆಟ್ಟಕ್ಕೆ ಬರುವ ಯಾರೇ ಆದರೂ ತಾಳು ಬೆಟ್ಟದಲ್ಲಿ ಸ್ವಲ್ಪ ಹೊತ್ತು ಗಾಡಿಗಳನ್ನು ನಿಲ್ಲಿಸಿ ಕಮಾನು ಗೋಪುರದ ಕೆಳಗೆ ಗುಂಡಗೆ ದಪ್ಪಕ್ಕಿರುವ ಕರೀಕಲ್ಲಿಗೆ ಅರಿಶಿನ ಕುಂಕುಮ ಹಚ್ಚಿ; ಯಾವಾಗಲೂ ಬೆಂಕಿ ಮಾತ್ರ ಉರಿಯದೆ ಬರೀ ಹೊಗೆಯಾಡುತ್ತಿದ್ದ ಆ ಧೂಪದ ಹೊಂಡಕ್ಕೆ ಧೂಪ ಹಾಕಿ ಈಡುಗಾಯಿ ಒಡೆದು ಕೈ ಮುಗಿದರೆ ಅವರ ಅರ್ಧ ಹರಕೆ ಅಲ್ಲಿಗೆ ಈಡೇರಿದಂತೆಯೇ!

ಇನ್ನೂ ಅವರ ಪಾದಾರವಿಂದಗಳನ್ನು ಬಸ್ಸಿನಿಂದ ನೆಲಕ್ಕೆ ಊರಿರುವುದೇ ಇಲ್ಲ; ಕೈಯಲ್ಲಿ ಧೂಪದ ಬಟ್ಟಲನ್ನು ಹಿಡಿದು ಸಣ್ಣಗೆ ಧೂಪ ಹಾಕಿ ಹೊಗೆ ಬರಿಸುತ್ತಾ ಪರಿಚಯದ ವ್ಯಕ್ತಿಗಳೋ ಎನ್ನುವಂತೆ ಹೆಗಲಿಗೊಂದು ತಾತನ ಕಾಲದ ಯಾವುದೋ ಬ್ಯಾಗನ್ನು ನೇತುಹಾಕಿಕೊಂಡು "ಅಣ್ಣಾವ್ರೆ... ಧೂಪ... ಅಕ್ಕಾವ್ರೆ ಧೂಪ... ತಕ್ಕಳಿ... ಅಲ್ಲಿ ಧೂಪ ಹಾಕಿ... ನಿಮ್ ಪಾಪ ಕಳ್ಕಳಿ..." ಎಂದು ಇಳಿದವರ ಮುಖಕ್ಕೆ ನೇರವಾಗಿ ಪೈಪೋಟಿಗಿಳಿದವರಂತೆ ನುಗ್ಗಿದಾಗ "ಸರಿ ನಿಮ್ಮ ಹೆಸ್ರೇಳಿ... ಪಾಪ ಕಳ್ಕೋತೀವಿ ಫ್ರೀಯಾಗಿ ಧೂಪ ಕೊಡ್ರಪ್ಪಾ..." ಎಂದು ಯಾರದರೂ ಕೇಳಿದರೆ ಶುದ್ಧ ಹ್ಯಾಪರಂತೆ "...ಯೇ..." ಎನ್ನುತ್ತಾ ಪಿಳಿಪಿಳಿ ಕಣ್ಣು ಬಿಟ್ಟುಕೊಂಡು ನೋಡುತ್ತಿದ್ದರು. ಯಾವತ್ತೂ ಬೆಟ್ಟಕ್ಕೆ ಬರದೆ ಈಗ ತಾನೆ ಮೊದಲಾಗಿ ಅಪರೂಪಕ್ಕೆ ಬಂದವರು ಎಲ್ಲೋ ಸುಮ್ಮನೆ ಧೂಪ ಹಂಚುತ್ತಿರಬಹುದೆಂದು ಕೊಟ್ಟವರ ಹತ್ತಿರವೆಲ್ಲಾ ಇಸಗೊಂಡು ಧೂಪ ಹಾಕಿ ಕೈ ಮುಗಿದು "ದೇವರೆ ಒಳ್ಳೇದು ಮಾಡಪ್ಪಾ..." ಎಂದು ಇತ್ತ ತಿರುಗಿದರೆ ಅವೇ ಧೂಪ ಕೊಟ್ಟ ಹತ್ತಾರು ಕೈಗಳು ಕಾಯುತ್ತಿರುವವರಂತೆ ಅಣ್ಣಾ ಕಾಸು ಕೊಡಿ ಅಕ್ಕಾ ಕಾಸು ಕೊಡಿ ಎಂದು ಕೈಯೊಡ್ಡಿದಾಗ ಕಕ್ಕಾಬಿಕ್ಕಿಯಾಗಿ "ನಿಜಕ್ಕೂ ಮಾದಪ್ಪ ಒಳ್ಳೇದೇ ಮಾಡ್‌ಬುಟ್ಟ? ಪಾಪ ಕಳೀಬೇಕಾಗಿರುವುದು ಅಲ್ಲಲ್ಲ... ಇಲ್ಲಿ" ಅಂತ ಎಲ್ಲರಿಗೂ ಚಿಲ್ಲರೆ ಇಲ್ಲದೆ; ಹಂಚುವುದರೊಳಗಾಗಿ ಹೈರಾಣಾಗಿ ಬಿಡುತ್ತಿದ್ದರು. ಯಾವುದೋ ಟೆನ್ಷನ್‌ನಲ್ಲಿದ್ದವರು ಇವರ ರೇಜಿಗೆ ಕಂಡು ತಲೆಮ್ಯಾಲೆ ನಾಕ್ ನಾಕ್ ಹಾಕಿ "ಥೊ... ಹೋಗ್ರೋ... ಅತ್ತಾಗೆ..." ಅಂದುಬಿಟ್ಟರೆ ಸಣ್ಣಗೆ ಮುನಿಸಿಕೊಂಡು ಪಕ್ಕ ಸರಿದು ಈ ಬೀದಿಯಲ್ಲಿ ಉಗಿದರೆ ಆ ಬೀದಿಯಲ್ಲಿ ಒರೆಸಿಕೊಂಡು ಹೊಸ ಮನುಷ್ಯನಂತೆ ಬಂದ ಹಾಗೆ ಹೊಸ ಗಿರಾಕಿಯೊಂದಿಗೆ ಮುನಿಸನ್ನು ಮರೆಮಾಡಿ ಮತ್ತೆ ಹೊಸ ನಗುವಿನೊಂದಿಗೆ "ಅಣ್ಣಾವ್ರೆ... ಧೂಪ... ಅಕ್ಕಾವ್ರೆ... ಧೂಪ..." ಎನ್ನುತ್ತಿದ್ದರು. ಯಾರಾದರೂ ಕಾಡಂಚಿನ ಜನಗಳು ಧೂಪವನ್ನು ಕೈಯಲ್ಲಿಡಿದು

ಮೂಸಿ ಇದು ಧೂಪ ಅಲ್ಲವಲ್ಲ! ಅದರ ವಾಸನೆ ಇಲ್ಲವಲ್ಲ! ಎಂದರೆ "ಇಲ್ಲ... ಕಣಣ್ಣೋ... ಅದು ಹಸಿ ಮರದ್ದು... ಬೇಕಾದ್ರೆ ಬೆಂಕಿಗೆ ಹಾಕಿ... ಹೆಂಗೆ ವಾಸನೆ ವಡೀತದೆ ನೋಡಿ" ಎನ್ನುತ್ತಿದ್ದರು. "ಹಾಗಾದರೆ ವಾಸನೆ ಹೊಡಿಲಿಲ್ಲಾ ಅಂದ್ರೆ ನೀನು ದುಡ್ಡು ಕೇಳಲ್ವಾ..." ಎಂದರೆ ತಲೆ ಕೆರೆದುಕೊಂಡು ಧೂಪದ ಬಟ್ಟಲನ್ನೇ ದಿಟ್ಟಿಸಿ ನೋಡುತ್ತಾ ನಿಂತುಬಿಡುತ್ತಿದ್ದರು. "ಹೋಗ್ಲಿ, ಆ ಒಳ್ಳೇ ಧೂಪಾನೆ ಕೊಡು" ಎಂದು ಆ ಗಿರಾಕಿ ಕೈಚಾಚಿದರೆ ಎಲ್ಲಾ ಗುಟ್ಟು ಇವರಿಗೆ ತಿಳಿದು ಬಿಟ್ಟದೆ ಎನ್ನುವಂತೆ ಒಳಗಿನಿಂದ ಒಳ್ಳೇ ಧೂಪದ ಗೋಂದನ್ನು ಕೊಡುತ್ತಿದ್ದರು.

ಯಾರಿಂದಲೋ ದಾನ ಪಡೆದ ಹರಿದ ತೇಪೆಗಳ ಬಟ್ಟೆ; ಏನೋ ತುಂಬಿಕೊಂಡು ಡುಬ್ಬಗೆ ಕಾಣುವ ಚಡ್ಡಿಯ ಜೇಬು; ಮಂಡಿ, ತೊಡೆ, ತಿಕ ಕಾಣುವ ಅಲ್ಲಲ್ಲಿ ಹರಿದ ಲಂಗ; ಗುಂಡಿ ಇದ್ದೂ ಇಲ್ಲದಂತಿರುವ ಕುಪ್ಪಸ; ಸದಾ ನೇತಾಡುವ ಬ್ಯಾಗು; ಹಣೆಗೆ ಬೆಳ್ಳಗೆ ಮೂರು ಲೈನು ವಿಭೂತಿ; ಕೈಯಲ್ಲಿ ಧೂಪದ ಬಟ್ಟಲು; ಗೋಪುರದ ಕಟ್ಟೆ ಕೆಳಗೆ ಈಡುಗಾಯಿ ಒಡೆದಾಗ ಆಯ್ದಿದ್ದ ತೆಂಗಿನ ಚೂರುಗಳನ್ನು ತಿನ್ನುತ್ತಾ ವಿಚಿತ್ರ ವಿಚಿತ್ರವಾಗಿ ಅವರವರಲ್ಲೇ ಮಾತಾಡಿಕೊಂಡು ಚಾತಕ ಪಕ್ಷಿ ಮಳೆಗೆ ಕಾಯುವಂತೆ ಇವರು ಬರುವ ಬಸ್ಸುಗಳಿಗೋ ವ್ಯಾನುಗಳಿಗೋ... ಕಾರುಗಳಿಗೋ... ಕಾಲುಗಳಿಗೋ... ಕಾಯುತ್ತಾ ಕೂರುವುದು.

ಮಧ್ಯಾಹ್ನದ ಹೊತ್ತು ಹೊಟ್ಟೆ ಚುರ್ರೆಂದರೆ ಮಾಮೂಲಿ ತಿರುಪೆಯಂತೆ ಸಾಲಾಗಿ ನಿಂತು ತಡಿಕೆ ಹೋಟೆಲುಗಳಲ್ಲಿ ಒಂದು ರೂಪಾಯಿಯೋ ಎರಡು ರೂಪಾಯಿಯೋ ಕೊಟ್ಟರೆ ಹೊಟ್ಟೆ ತುಂಬುವಷ್ಟು ಅನ್ನ. ಜೊತೆಗೆ ಬಂದ ಗಿರಾಕಿಗಳನ್ನು ಆ ಹೋಟೆಲ್‌ಗೆ ಹೋಗಿ ಎಂದು ಕೂಗುವ ಜಾಹೀರಾತು. ಹೊಟೆಲ್‌ನಲ್ಲಿ ಕೆಲಸ ಮಾಡುವ ಹುಡುಗರಿಂದ ಹರಿದ ಕುಪ್ಪಸದ ಮೇಲೆಲ್ಲಾ ಕೈಯಾಡಿಸಿಕೊಂಡರೆ ಹುಡುಗಿಯರಿಗೆ ಸ್ವಲ್ಪ ಜಾಸ್ತಿ ಅನ್ನ. ನಾವು ಹುಡುಗಿಯರಾಗಿರಬಾರದೇ ಎಂದುಕೊಂಡೇ ಅರ್ಧಹೊಟ್ಟೆ ತಿನ್ನುತ್ತಾ ಎದ್ದು ಹೋಗುವ ಹುಡುಗರು ಯಾರೂ ನೋಡದ ಹೊತ್ತಲ್ಲಿ ತಾವೂ ಕೈಯಾಡಿಸಲು ಹೋಗಿ ಬೈಸಿಕೊಳ್ಳುವುದು "ಅದೇನ್ ಅವ್ರ್‌ತವ್ ಮಾತ್ರ ಹಾಕಿಸ್ಕತೀಯ ನಾ ಹಾಕಿದ್ರೆ ಯಾಕೆ ಇಂಗ್ ಬೋಯ್ತಿಯಾ" ಅಂದರೆ "ಅವ್ರು ಹೊಟ್ಟೆ ತುಂಬ ಅನ್ನ ಕೊಡ್ತಾರೆ ನೀ ಏನ್ ಕೊಡ್ತಿಯಾ ಹೋಗು ಮೂದೇವಿ" ಎಂದು ಹುಡುಗರ ಬಾಯಿ ಮುಚ್ಚಿಸುತ್ತಿದ್ದರು. ಸಾಯಂಕಾಲ ಎಷ್ಟೊತ್ತಿಗಾದರೂ ತಂದ ಧೂಪವನ್ನೆಲ್ಲ ಮಾರಿ ಬೆಟ್ಟದ ಮೂಲೆ ತಿರುವಿನಲ್ಲಿರುವ ಊರಿಗೆ ಕೊನೇ ಬಸ್ಸಲ್ಲಿ ಕ್ಲೀನರನ ಹತ್ತಿರ ಹೊಡೆಸಿಕೊಂಡೇ ಹೋಗಿ ಎರಡು ಕಾಸು ಅವಿತಿಟ್ಟುಕೊಂಡು ಇಷ್ಟೇ ಆದದ್ದು ಎಂದು ಅವ್ವನಿಗೋ ಅಪ್ಪನಿಗೋ ಒಪ್ಪಿಸಿಬಿಟ್ಟರೆ ಆವತ್ತಿನ ಸೂರ್ಯ ಮುಳುಗಿದಂತೆ.

ಕಣ್ಣಿಗೆ ಬಟ್ಟೆ ಕಟ್ಟಿ ಕಾಡಿಗೆ ಬಿಟ್ಟಂತಹ ಸ್ಥಿತಿಯಲ್ಲ. ಕಣ್ಣಿಗೆ ಕಟ್ಟಿರುವ ಬಟ್ಟೆ ಬಿಚ್ಚಿ ಊರಿಗೆ ಬಿಟ್ಟಂತಹ ಸ್ಥಿತಿ. ಅಷ್ಟೊಂದು ಜನಗಳನ್ನು ಅವನು ಜೀವಮಾನದಲ್ಲೂ ನೋಡಿರಲಿಲ್ಲ. ಈ ಕಾರು ಬಸ್ಸುಗಳನ್ನೆಲ್ಲಾ ಆ ಗೌಡರ ಮನೆ ಟೀವಿಯಲ್ಲಿ ಕಂಡಿದ್ದ ಅಷ್ಟೆ. ಅವ್ವ ಕೊಟ್ಟ ಹಿಟ್ಟು ಬೆಳ್ಳಂ ಬೆಳ್ಳಗೆ ನುಂಗಿಕೊಂಡು ಹೈಕಳೊಂದಿಗೆ ಆಡುವುದಕ್ಕೆ ಹೋದರೆ ಮತ್ತೆ ಬರುತ್ತಿದ್ದದ್ದು ಮಧ್ಯಾಹ್ನದ ಊಟಕ್ಕೆ, ಮತ್ತೆ ಹೊರಟರೆ ಮನೆ ಸೇರುತ್ತಿದ್ದುದು ರಾತ್ರಿ ಊಟಕ್ಕೆ. ಹೀಗೆ ಆರಾಮಾಗಿ ತಿರುಗಾಡಿಕೊಂಡಿದ್ದವನನ್ನು ಒಮ್ಮಿಂದೊಮ್ಮೆಲೆ ಹೆಗಲಿಗೊಂದು ಬ್ಯಾಗು ನೇತುಹಾಕಿ ಕೈಯಲ್ಲೊಂದು ಧೂಪದ ಬಟ್ಟಲನ್ನು ಕೊಟ್ಟು ಧೂಪ ಮಾರುವುದಕ್ಕೆ ಅಟ್ಟಿ ಬಿಟ್ಟಿದ್ದರು.

ಎಲ್ಲಾ ವಾರಿಗೆ ಹುಡುಗರು ಬಸ್ಸಿನ ಸುತ್ತ ಹೋಗಿ ಮುತ್ತಿಕೊಂಡರೆ ಇವನು ಮಾತ್ರ ನಿಂತ ಜಾಗದಲ್ಲೆ ಎಲ್ಲವನ್ನೂ ಬೆರಗುಗಣ್ಣಿನಿಂದ ನೋಡುತ್ತಿದ್ದ. ಇವರೆಲ್ಲರೆದುರಿಗೆ ನಿಲ್ಲದೆ ಎಲ್ಲಾದರೂ ದೂರಕ್ಕೆ ಮರೆಯಾಗಿ ಹೋಗಿ ನಿಂತುಕೊಳ್ಳಬೇಕೆನಿಸಿತು. ಇವನ ಪೇಚಾಟವನ್ನು ಕಂಡು ಈರಿ "ಲೋ ರಂಗಾ... ನೀ ಹಿಂಗೆ ಗರ್ಡ್ಗಂಬ ನಿಂತ್ಕಂಡಂಗೆ ನಿಂತಿದ್ರೆ ಈವತ್ತು ಧೂಪ ಮಾರ್ದಂಗೆಯಾ..." ಅಂತ ಹೇಳಿ, ರೇವಾ ಚುಂಚನಿಗೆಲ್ಲಾ "ಮೊದ್ಲು ಇವನ್ನ ಬಿಡ್ರೋ ಪಾಪ ಕಲ್ತ್ಕೊಳ್ಳಲಿ" ಅಂತ ಗಿರಾಕಿಗಳನ್ನು ಹೇಗೆ ಕೇಳಬೇಕು ಎಂದು ಹೇಳಿಕೊಟ್ಟು ಕಳುಹಿಸಿದರೆ, "ಅಣ್ಣಾ ಧೂಪ... ಅಕ್ಕಾ ಧೂಪ..." ಅಂತ ಮಂತ್ರ ಉರು ಹೊಡೆದವರ ಹಾಗೆ ಹೇಳುತ್ತಿದ್ದರೆ, ಇವನ ಮಾತು ಕಿವಿಗೇ ಬಿದ್ದಿಲ್ಲ ಎಂಬಂತೆ ಅತ್ತ ಹೊರಡುತ್ತಿದ್ದರು. ಕಾರಿನಿಂದ ಇಳಿದ ಬಿಳಿ ಜಿರಳೆಯಂಥಾ ಮೈಯಲ್ಲಾ ಬೆಳ್ಳಗೆ ಕಾಣಿಸುವ ಹುಡುಗಿಯರನ್ನು ಕಂಡು "ಎಲಾ... ಇವರಾ! ದಿನಾ ರಾತ್ರಿ ನಾನು ಗೌಡರ ಡಿ.ಟಿ.ಎಚ್ ಎಂಬ ಡಿಶ್ ಟಿವಿಯಲ್ಲಿ ನೋಡುತ್ತಿದ್ದವರು ಇಲ್ಲಿಗೆ ಬಂದು ಬುಟ್ಟವರಲ್ಲ" ಎಂದು ವ್ಯತ್ಯಾಸ ತಿಳಿಯದೆ ಧೂಪ ಮಾರುವುದು ಬಿಟ್ಟು ಆಶ್ಚರ್ಯದಿಂದ ನೋಡುತ್ತಾ ನಿಂತುಬಿಡುತ್ತಿದ್ದ. ಊರಲ್ಲಿ ಹಟ್ಟಿತಾವ ಮಂಡಿ ಕಾಣುವಂತೆ ಲಂಗ ಹಾಕುತ್ತಿದ್ದ ಪಕ್ಕದ ಮನೆ ಲಕ್ಷ್ಮಕ್ಕನಿಗೆ ಅವ್ವ ಪದೇ ಪದೇ ಮುಚ್ಕೋ ಮುಚ್ಕೋ ಎಂದು ಹೇಳುತ್ತಿದ್ದುದು ಜ್ಞಾಪಕಕ್ಕೆ ಬಂದು "ಪಾಪ, ಇವರಿಗೆ ಹೇಳುವವರು ಯಾರೂ ಇಲ್ಲವಲ್ಲ!" ಎಂದು ಒಳಗೊಳಗೆ ಮರುಗುತ್ತಿದ್ದ. ಇದು ನಿಜವಾಗಿಯೂ ಅವರ ಬಣ್ಣವೇನೋ ಎನಿಸಿ ಒಮ್ಮೆ ಅವರ ಬಿಳಿ ಚರ್ಮವನ್ನು ಅವನಿಗೆ ಮುಟ್ಟಬೇಕೆನಿಸುತ್ತಿತ್ತು. ತಾನೂ ಕೂಡ ಅಂತಹುದೇ ಕಾರಿನಲ್ಲಿ ಬಂದು ಇಳಿಯುವ ದೃಶ್ಯವನ್ನು ಕಲ್ಪಿಸಿಕೊಂಡು ಹಿರಿಹಿರಿ ಹಿಗ್ಗಿ ಒಳಗೊಳಗೆ ನಗುತ್ತಿದ್ದ. "ಏ ಕೋತಿ... ಏನು ದುರುಗುಟ್ಟಿ ನೋಡ್ತಿಯಾ... ಧೂಪ ಕೊಡು" ಎಂದು ಯಾರಾದರೂ ಅನ್ನದೆ ಇರುತ್ತಿದ್ದರೆ ಭ್ರಮಾ ಲೋಕದಲ್ಲಿ ಎಷ್ಟೊತ್ತು ಅಲ್ಲೆ ನಿಂತು ವಿಹರಿಸುತ್ತಿದ್ದನೋ?

ಊರಲ್ಲಿ ಗೌಡರ ಹಟ್ಟಿಯಲ್ಲಿ ಮಾತ್ರವೇ ಕಿವಿಗೆ ಇಟ್ಟುಕೊಂಡು ದೂರದೂರಿನಲ್ಲಿರುವವರೊಂದಿಗೆ ಇಲ್ಲಿಂದಲೇ ಮಾತಾಡುವ ಮೊಬೈಲೆಂಬ ಮಾಯಾಪೆಟ್ಟಿಗೆ ಕಂಡಿದ್ದ ರಂಗಪ್ಪನಿಗೆ ಇಲ್ಲಿ ಕೈಯಲ್ಲೊಂದು ಹಿಡಿದುಕೊಂಡು ಓಡಾಡುವುದನ್ನು ನೋಡಿ ಅವರನ್ನು ನಮ್ಮೂರಿನ ಗೌಡರಿಗಿಂತ ದೊಡ್ಡ ಮನುಷ್ಯರೆಂದು ಬೇರೆಯದೇ ರೀತಿಯಲ್ಲಿ ನೋಡುತ್ತಿದ್ದನು. ತಾನು ಯಾರ್‍ಯಾರ ಮನೆಯಲ್ಲಿ ರೇಡಿಯೋದಲ್ಲಿ ಕೇಳಿದ ಹಾಡುಗಳು ಇವೇ ಇಪಾಟಿ ಪೆಟ್ಟಿಗೆಯಲ್ಲಿ ಕೇಳಿಯಂತೂ "ಅಬ್ಬಾ...! ಎಂಥಾ ವಿಚಿತ್ರವಪ್ಪ" ಎಂದುಕೊಳ್ಳುತ್ತಿದ್ದ. ಇದ್ಯಾವುದೋ ಬೇರೆ ಲೋಕವೇನೋ ಎನ್ನಿಸಿಬಿಟ್ಟಿತು. ಅದೇ ಮೊಬೈಲಿನಿಂದ ಯಾವುದಾದರೂ ಬಿಳಿ ಜಿರಳೆ ಅವನ ಫೋಟೋ ತೆಗೆಯಲು ಈ ಕಡೆ ತಿರುಗಿದರೆ ಅಷ್ಟೇ ಸಂಭ್ರಮದಿಂದ ಕೈಯಿಂದ ಕ್ರಾಪನ್ನು ಸರಿಮಾಡಿಕೊಂಡು ಮೂಗಿನಿಂದ ಹರಿಯುತ್ತಿದ್ದ ಜೋಗ್ ಫಾಲ್ಸನ್ನು ಕವಚ ಕರವಸ್ತ್ರದಿಂದ ಒರಸಿ ಹೆಗಲ ಬ್ಯಾಗು, ಧೂಪದ ಬಟ್ಟಲನ್ನು ಪಕ್ಕಕ್ಕಿಟ್ಟು ಪೋಜು ಕೊಡಲು ನಿಂತರೆ, ಅವರೋ "ಏ ಹುಡುಗಾ... ಅದನ್ನು ಕೈಯಲ್ಲಿ ಹಿಡಿದು ನಿಂತ್ಕೊಳಪ್ಪ..." ಎಂದುಬಿಡುತ್ತಿದ್ದರು. ಅವನು ಒಲ್ಲದ ಮನಸ್ಸಿನಿಂದ ಅವುಗಳನ್ನು ಕೈಲಿಡಿದುಕೊಂಡು ಈ ಪೋಟಾ ನನಗಾಗಿ ಅಲ್ಲ ನಾನು ಇಡಕೊಂಡಿರುವ ಈ ದರಿದ್ರ ಬ್ಯಾಗು ಬಟ್ಟಲಿಗೆ ಎಂದುಕೊಳ್ಳುತ್ತಿದ್ದ.

ಎಂಟೆಂಟಾಣೆಗಾಗಿ ದಿನಗಟ್ಟಲೆ ಅತ್ತು ರಂಪ ಮಾಡಿ ಅವ್ವನ ಊದುಕೊಳವೆಯಿಂದ ಬೆಚ್ಚಗೆ ಒದೆ ತಿಂದರೆ ನಾಕಾಣೆ ಮಾತ್ರ ಸಿಗುತ್ತಿದ್ದವನಿಗೆ ಈ ಒಂದು, ಎರಡು, ಐದಾರು ರೂಪಾಯಿಗಳ ಬಂದಗಳನ್ನು ನೋಡಿ ಹೀಗೆ ಸುಲಭವಾಗಿ ಸಿಕ್ಕಿದುದಕ್ಕೆ ಖುಷಿಯಾಗಿ ಜನ ಖಾಲಿಯಾದಂತೆಲ್ಲಾ ಮತ್ತೆ ಮತ್ತೆ ಅದನ್ನೇ ಲೆಕ್ಕ ಗೊತ್ತಿರದಿದ್ದರೂ ಒಂದು ಎರಡು ಮೂರು ಎಂದು ಎಣಿಸಿ ಜೇಬೊಳಗೆ ಇರಿಸಿಕೊಳ್ಳುತ್ತಿದ್ದ. "ಕೊಡ್ಲಾ ಇಲ್ಲಿ ಎಷ್ಟಾಗಿದೆಯೋ ಲೆಕ್ಕ ಹಾಕುವ..." ಎಂದು ಈರಿ ಕೈಯೊಡ್ಡಿದರೆ, "ನಾ ಕೊಡುದಿಲ್ಲ, ನಂತವೆ ಇರ್ಲಿ" ಎಂದು ಖಾತರಿ ಪಡಿಸಿಕೊಳ್ಳುತ್ತಿದ್ದ. ಬಂದ ಗಿರಾಕಿಗೆ ಧೂಪ ಕೊಡಲೆಂದು ಮೊದ ಮೊದಲೇ ಓಡಿ ಧೂಪ ಕೊಟ್ಟು ಐದು ರೂಪಾಯಿ ಬಂದವನ್ನು ಬಲಜೇಬಿಗೆ ಹಾಕ್ಕೊಂಡು ಖುಷಿಯಿಂದ ಈರಿಗೆ ತೋರಲು ಕೈ ಹಾಕಿದರೆ ಆ ಜೇಬಿನಿಂದ ಕೈತೂರಿ ಹೊರಕ್ಕೆ ಬಂದಿತೇ ಹೊರತು ಐದು ರೂಪಾಯಿಯ ಬಂದ ಬರಲಿಲ್ಲ. ಒಂದು ಕಡೆಯ ಚಡ್ಡಿಜೇಬು ಹರಿದುಹೋಗಿದ್ದು ಅವನ ಗಮನಕ್ಕೆ ಬಂದು ಮುಖವೆಲ್ಲಾ ಕಪ್ಪಗೆ ಸಪ್ಪಗಾಯಿತು. ಈಗ ತಾನೆ ಜಂಬ ಹೊಡೆದ ಅವನ ಪೆಚ್ಚು ಮೋರೆ ನೋಡಿ ಈರಿ ಗಹಗಹಿಸಿ ನಗತೊಡಗಿದಳು.

ಬಂದ ದಿನವೇ ಹತ್ತುರೂಪಾಯಿ ಮಾಡಿಕೊಂಡು ಮನೆಯ ಹೊಸ್ತಿಲು ತುಳಿಯುತ್ತಿದ್ದಂತೆಯೇ ಅಪ್ಪ ಮಾದಯ್ಯ ಅವನ ಮೂರೂ ಜೇಬುಗಳನ್ನು

ತಡಕಾಡಿ ಒಂದು ಕಾಸೂ ಇರದಂತೆ ಎಲ್ಲವನ್ನೂ ಎತ್ತಿಕೊಂಡ. ನಾಳೆ ಸರಿಯಾಗಿ ಮಾಡ್ತೀನಿ ಇರು ಎಂದು ಬೆಳಗಾಗುವುದನ್ನೇ ಕಾಯುತ್ತಾ ಮಲಗಿದ ರಂಗಪ್ಪ ಮಾರನೆ ದಿನದಿಂದ ಈರಿಯ ಕೈಗೆ ಒಂದೊಂದು ರೂಪಾಯಿಗಳನ್ನು ಕೊಡುತ್ತಾ "ನಾ ಕೇಳ್ದಾಗ ಕೊಡುವೆ. ನಿಂತವೆ ಇಟ್ಟಿರು" ಎಂದು ಹೇಳಿ ಕೂಡಿಡುತ್ತಿದ್ದ.

ಯಾರ ಹತ್ತಿರವಾದರೂ ಅಪರೂಪದ ವಸ್ತುಗಳನ್ನು ಕಂಡರೆ ಅದನ್ನು ನೋಡಿಯೇ ಬುಡಬೇಕೆಂದು ಹಲವಾರು ಸಾರಿ ಅಂದುಕೊಳ್ಳುತ್ತಿದ್ದ. ಸಣ್ಣಪುಟ್ಟ ವಸ್ತುಗಳನ್ನು ಕುತೂಹಲಕ್ಕಾಗಿ ನೋಡಲು ಎತ್ತಿಕೊಂಡು ಹಾಗೇ ಅವನ ಬ್ಯಾಗೊಳಗೆ ಸೇರಿಸಿಕೊಳ್ಳುತ್ತಿದ್ದ. ದಿನಾ ಹೀಗೆ ಒಂದಿಲ್ಲೊಂದು ವಸ್ತುಗಳನ್ನು ಕುತೂಹಲಕ್ಕಾಗಿ ಯಾರೂ ಇಲ್ಲದಿರುವಾಗ ಬಿಚ್ಚಿ ನೋಡುವುದೇ ಅವನಿಗೊಂದು ಅವರ್ಣನೀಯ ಖುಷಿ. ಬ್ಯಾಗುಗಳಲ್ಲಿ ಇಟ್ಟಿರುವ ಆಟದ ಸಾಮಾನು, ಮಿಠಾಯಿ, ಕರ್ಪೂರ, ಗಿಲಕಿ ಸಾಮಾನು, ಮಕ್ಕಳ ಕಾಚ – ಇವುಗಳನ್ನು ಕುತೂಹಲದಿಂದ ನೋಡುವುದರಲ್ಲಿಯೇ ಕಾಲಕಳೆಯುತ್ತಿದ್ದ. ಅವುಗಳನ್ನು ನೋಡುತ್ತಿದ್ದಂತೆಯೇ ಅವನ ಕುತೂಹಲ ಮತ್ತಷ್ಟು ಹೆಚ್ಚಾಗಿ ಇನ್ನೇನಾದರೂ ಸಿಗುತ್ತದೋ ನೋಡುವಾ ಎಂದು ಅವನ ಕಣ್ಣುಗಳು ಗಿರಾಕಿಗಳ ಮಧ್ಯೆ ಮಧ್ಯೆ ಏನನ್ನೋ ತಡಕಾಡುತ್ತಿತ್ತು.

ಕಾರಿನಿಂದಿಳಿದ ಬಿಳಿಜಿರಳೆಯೊಂದು ಒಂದು ಸಣ್ಣ ಕೆಂಪು ಕೈ ಚೀಲವನ್ನು ಹೋಟೆಲಿನ ಕಟ್ಟೆ ಮೇಲಿರಿಸಿ ಕೈತೊಳೆಯಲು ಅತ್ತ ಹೋದುದನ್ನು ನೋಡಿದ ರಂಗಪ್ಪನಿಗೆ ಈ ಚೀಲದಲ್ಲಿ ಏನಿರಬಹುದೆಂದು ಕುತೂಹಲವುಂಟಾಗಿ ತಳಮಳವಾಯಿತು. ಮೆಲ್ಲಗೆ ಅದರ ಹತ್ತಿರ ಹೋಗಿ ಅಕ್ಕಪಕ್ಕ ಯಾರೂ ನನ್ನನ್ನು ಗಮನಿಸುತ್ತಿಲ್ಲ ಎಂದು ಅದನ್ನು ತೆಗೆದುಕೊಂಡು ತನ್ನ ಧೂಪದ ಬ್ಯಾಗಿನೊಳಗೆ ಲೀನವಾಗಿಸಿಕೊಂಡ. ಕೈತೊಳೆದುಕೊಂಡು ಬಂದ ಬಿಳಿಜಿರಳೆ ಕೈಚೀಲ ಇಲ್ಲದುದನ್ನು ಕಂಡು "ಅಯ್ಯೋ, ಅದರಲ್ಲಿ ಹರಕೆ ಒಪ್ಪಿಸಲು ತಂದ ಚಿನ್ನದ ಕಣ್ಣುಗಳಿತ್ತು. ಯಾರಾದರೂ ನೋಡಿದಿರಾ" ಎಂದು ಒಂದೇ ಸಮನೆ ಕೇಳುತ್ತಾ ಪತರಗುಟ್ಟಿದಳು. ಅವಳ ಸ್ಥಿತಿಯನ್ನು ನೋಡಿದ ಇತರರು ಅವಳೊಂದಿಗೆ ಸೇರಿಕೊಂಡು ಚೀಲವನ್ನು ಹುಡುಕಲು ಶುರುಮಾಡಿದರು.

ಮೂರನೆ ಕ್ಲಾಸು ಓದಿ ಮೇಷ್ಟ್ರ ಒದೆ ತಾಳಲಾರದೆ ಬಂದುಬಿಟ್ಟಿದ್ದ ಲಿಂಗ, ಬುಡ್ಡ, ಏಳನೇ ಕ್ಲಾಸ್‌ವರೆಗೂ ಓದಿ ಬಿಟ್ಟಿದ್ದ ಈರಿ, ಸ್ಕೂಲೇ ನೋಡದಿದ್ದ ಚುಂಚ, ರೇವಾ, ಇವರ ಮಧ್ಯೆ ಎರಡು ವರ್ಷ ಇಸ್ಕೂಲಿಗೆ ಹೋಗಿ ಒಂದಕ್ಷರವೂ ಬರದೆ ಧೂಪ ಮಾರಲು ಬಂದ ಈ ರಂಗಪ್ಪನೆಂಬ ಗಾಂಪ – ಒಟ್ಟು ಏಳೆಂಟು ಮಂದಿಯ ಒಂದು ಬೆಟಾಲಿಯನ್ ಸೈನ್ಯ. ಇತ್ತ ನೋಡಿದರೆ ತೀರ ಭಿಕ್ಷುಕರೂ ಅಲ್ಲದೆ ಮತ್ತೆ ನೋಡಿದರೆ ಭಿಕ್ಷುಕರಂತೆಯೇ ಕಾಣುವ ಇವರ ಮುಖಗಳು ಒಂದೇ ಭಾವನೆಯಿಂದ

ಕೂಡಿರದೆ ಕೋಪ, ಮುನಿಸು, ನಗು, ಹತಾಶೆ ಮುಂತಾದ ನವರಸಗಳನ್ನು ಆಗಾಗ್ಗೆ ವ್ಯಕ್ತಪಡಿಸುತ್ತಲೇ ಇದ್ದವು. ಇದೇ ಗಲಾಟೆಯನ್ನು ಒಟ್ಟಿಗೆ ನಿಂತು ನೋಡುತ್ತಿದ್ದ ಧೂಪದ ಹೈಕಳ ಮೇಲೆ ಹೋಟೆಲಿನ ಯಜಮಾನ ನಾಗಣ್ಣನಿಗೆ ಡೌಟು ಬಂದು "ಯಾರೋ ಕದ್ದವರು" ಎಂದು ಕೇಳಲಾಗಿ "ನಾನಂತೂ ಕದ್ದಿಲ್ಲಪ್ಪ" ಎಂದು ಹಿಂದೆಹಿಂದೆ ಹೋಗುತ್ತಿದ್ದ ರಂಗಪ್ಪ. "ಹೇಳು, ಇಲ್ಲಾಂದ್ರೆ ನಿಮ್ಮನ್ನು ಬೆಟ್ಟದ ಸ್ಟೇಷನ್ಗೆ ಕಳುಹಿಸ್ತೀನಿ" ಎಂದು ನಾಗಣ್ಣ ಜೋರು ಮಾಡಿ ಹೆದರಿಸಿದಾಗ; ಇವನ ಚಾಳಿ ಗೊತ್ತಿದ್ದ ಈರಿ "ಅಣ್ಣ, ಅವನ ಬ್ಯಾಗನ್ನು ಬೇಕಾದ್ರೆ ನೋಡಿ" ಎಂದು ಹಿಂದೆ ನಿಂತುಕೊಂಡಿದ್ದ ರಂಗಪ್ಪನ ಕಡೆ ಕೈ ತೋರಿಸಿದಳು. "ಇಲ್ಲಾಪ್ಪಾ, ಇಲ್ಲಾಪ್ಪಾ... ನಾನು ಎತ್ಕಂಡಿಲ್ಲ" ಎಂದು ಹಿಡಿಯಲು ಹೋದಂತೆಲ್ಲಾ ಹಿಂದೆ ಹಿಂದೆ ಹೋಗುತ್ತಿದ್ದ ರಂಗಪ್ಪನನ್ನು ರೇವಾ ಹಿಡಿದು ಕೊಟ್ಟಾಗ ಬ್ಯಾಗನ್ನು ಉಲ್ಟಾ ಮಾಡಿದರೆ ಅದರಿಂದ ಧೂಪ್ಪಂತ ಕೆಂಪನೆ ಕೈಚೀಲ ಕೆಳಕ್ಕೆ ಬಿತ್ತು. "ಬೋಳಿಮಕ್ಳ... ಹೊಟ್ಟೆಗಿಟ್ಟಿಲ್ಲ, ನಾಕುಕಾಸು ಸಂಪಾದ್ನೆ ಮಾಡ್ಲಿ ಅಂತ ಬುಟ್ರೆ ನಮ್ ಹೋಟೆಲ್ಗೆ ಕೆಟ್ಟ ಹೆಸರು ತತ್ತೀರಾ..." ಎಂದವನೇ ರಂಗಪ್ಪನ ಕತ್ತರಿಸದೇ ಬಿಟ್ಟ ಕೈಗೆ ಹಿಡಿಯಾಗೆ ಸಿಕ್ಕ ಜುಟ್ಟನ್ನು ಹಿಡಿದು ಬಗ್ಗಿಸಿಕೊಂಡು ಬೆನ್ನಿಗೆ ನಾಕು ಗೂಸ ಕೊಟ್ಟ. ಈ ಕೇಸು ಇಷ್ಟೊಂದು ದೊಡ್ಡದಾಗುತ್ತೆ ಅಂತ ಊಹೇನೇ ಮಾಡಿರದ ರಂಗಪ್ಪ "ಅಯ್ಯೋ ತಪ್ಪಾಯ್ತು ಕಣಣ್ಣೋ ಇನ್ನೊಂದಪ ಇಂಗೆ ಮಾಡುದಿಲ್ಲ ಸ್ವಾಮಿ ಸ್ವಾಮಿ... ನಿನ್ನ ಕಾಲು ಹಿಡಿತೀನಿ" ಅಂತ ಕಾಲಿಡಿಯಲು ಹೋದವನಿಗೆ "ನೀನು ಇದ್ರೆ ತಾನೆ ಇನ್ನೊಂದಪ ಮಾಡಕ್ಕೆ" ಎಂದು ಝಾಡಿಸಿ ಒದ್ದ. ಅವನ ಒಂದೇ ಒದೆತಕ್ಕೆ ಉಸಿರು ಕಟ್ಟಿದವನಂತಾಗಿ ಬ್ಯಾಗೊಂದು ಕಡೆ ಅವನ ಬಟ್ಟಲೊಂದು ಕಡೆ ಹೋಗಿ ಬೆಂಕಿ ಹೊಂಡದ ಹತ್ತಿರ ಬಿದ್ದ. ಬಟ್ಟಲಿನಲ್ಲಿದ್ದ ಕೆಂಡವೆಲ್ಲಾ ಬೂದಿಸಹಿತ ಚೆಲ್ಲಾಪಿಲ್ಲಿಯಾಗಿ ಬೂದಿಯ ಧೂಳೋ ಇಲ್ಲಾ ಬೆಂಕಿಯ ಹೊಗೆಯೋ... ಒಂದೂ ತಿಳಿಯದಂತಾಗಿ ಕಣ್ಣು ಮಂಕು ಕವಿಯತೊಡಗಿತು.

ಧೂಪದ ಹೊಂಡದಲ್ಲಿ ಬುಗ್ಗನೆ ಬೆಂಕಿ ಹೊತ್ತಿಕೊಂಡು ಉರಿಯತೊಡಗಿತು. ಇದನ್ನು ನೋಡಿದ ಧೂಪದ ಹೈಕಳು ಥರಥರನೆ ನಡುಗುತ್ತಾ ನಿಂತಿದ್ದವು. ಕಣ್ಣಿನಲ್ಲಿ ಬೆಂಕಿ ಉಗುಳುತ್ತಾ ನಿಂತಿದ್ದ ಯಜಮಾನನನ್ನು "ಹೋಗಲಿ ಬಿಡಿ" ಎಂದು ಬಿಳಿಜಿರಳೆ ಸಮಾಧಾನ ಮಾಡಿತು. "ಇನ್ ಮ್ಯಾಕೆ ಇವನ್ನ ಯಾವನಾದ್ರು ಕರ್ಕೊಂಡ್ ಬಂದ್ರಿ ಅನ್ನಿ ಅವನವುನ್ ತಿಥಿ ಮಾಡ್ ಬುಡ್ತೀನಿ" ಧೂಪದ ಹೈಕಳಿಗೆ ವಾರ್ನ್ ಮಾಡಿ ಒಳಕ್ಕೆ ಹೋದ. ಎದ್ದೇಳಲು ನಿತ್ರಾಣನಾಗಿ ಬಿದ್ದಿದ್ದ ರಂಗಪ್ಪನನ್ನು ಈರಿ ಮೇಲೆತ್ತಿ ನೀರು ಕುಡಿಸಿದಳು. ಯಾವುದೋ ಬಸ್ ಜೋರಾಗಿ ಹಾರ್ನ್ ಮಾಡುತ್ತಾ ಬಂದು ನಿಂತಿತು. ಜನ ಅವಸರದಿಂದ ಇಳಿದವರೇ ಎರಡೂ ಕೈಯೆತ್ತಿ ನಮಸ್ಕರಿಸುತ್ತಾ "ಮಾದಪ್ಪನ ಪಾದಕ್ಕೆ ಒಂದ್ಸಾರ್ತಿ ಉಘೇ ಅನ್ರಪ್ಪೋ... ಉಘೇ ಮಾದಪ್ಪ..." ಎನ್ನುತ್ತಿದ್ದಂತೆಯೇ

'ಧೂಪ ಧೂಪ' ಎನ್ನುತ್ತಾ ಅವರ ಹತ್ತಿರ ಹೈಕಳು ಓಡತೊಡಗಿದವು. ಈರಿಯ ತೊಡೆ ಮೇಲೆ ಮಲಗಿದ್ದ ರಂಗಪ್ಪನಿಗೆ ಬಣ್ಣದ ಚಿತ್ರ ನಿಧಾನವಾಗಿ ಬಣ್ಣಕಳೆದುಕೊಂಡು ಮಸುಕಾಗುವಂತೆ ಮಾಸಲು ಮಾಸಲಾಗಿ ಕಾಣುತ್ತಾ ಕೊನೆಗೆ ಏನೂ ಕಾಣದಂತಾಗಿ ಹಾಗೇ ಮಂಪರು ಬಂದವನಂತೆ ಒರಗಿದ.

ಸುತ್ತ ಎತ್ತ ನೋಡಿದರೂ ಹೊರಕ್ಕೆ ಹೋಗಲು ಜಾಗವೇ ಇಲ್ಲವೇನೋ ಎಂಬಂತೆ ಸುತ್ತುವರೆದಿರುವ ಬೆಟ್ಟಗಳ ಸಾಲು. ಅಲ್ಲೊಂದು ನಾಕುಮನೆ;ಇಲ್ಲೊಂದು ನಾಕುಮನೆ. ಎಲ್ಲಾ ಸೇರಿ ಒಂದೂರು. ಆ ನಾಕುನಾಕು ಮನೆಗಳಲ್ಲೇ ಲಿಂಗಾಯಿತರ ಕೇರಿ, ಹೊಲೆಮಾದಿಗ್ರ ಕೇರಿ, ಸೋಲಿಗ್ರ ಕೇರಿ – ಎಲ್ಲರಿಗೂ ಮಧ್ಯೆ ಇರುವ ಯಾವುದೋ ಅನಾದಿಕಾಲದಿಂದ ಬಂದ ಅವಶೇಷದಂತೆ ನಿಂತಿರುವ ಇಸ್ಕೂಲು ಬಿಲ್ಡಿಂಗ್. ಇನ್ನೂ ಜೀವಂತವಾಗಿದೆ ಅದು ಎಂದು ತೋರಿಸುವಂತೆ ಆಗಾಗ್ಗೆ ನಾಲ್ಕಾರು ಮಕ್ಕಳು ಹೊರಕ್ಕೆ ಒಳಕ್ಕೆ ಓಡಾಡುವುದನ್ನು ಬಿಟ್ಟರೆ ಮತ್ತೆ ಅದು ಜೀವಂತವಾಗಿದೆ ಎಂದು ತಿಳಿಯುವುದು ಮಧ್ಯಾಹ್ನ ನಾಲ್ಕಾರು ಕತ್ತೆಗಳು ಸೇರಿ ಒಟ್ಟಾಗಿ ಅರಚಿಕೊಂಡಂತೆ ಭಾಸವಾಗುವ ಎರಡೊಂಡ್ಲ ಎರಡು... ಎರಡೆರಡ್ಲಾ... ನಾಲ್ಕು ಹೈಕಳು ಮಗ್ಗಿ ಹೇಳುವ ಸದ್ದು. ಇಸ್ಕೂಲು ಇಲ್ಲವೇನೋ ಎಂಬಂತೆ ಆ ಕಡೆ ತಿರುಗಿಯೂ ಕೂಡ ನೋಡದೆ ಓಡಾಡುವ ಜನ.

ಫಾಲಾಕ್ಷಪ್ಪ ಮೇಷ್ಟ್ರಿಗೆ ಈ ಇಸ್ಕೂಲು ಕಂಡು ರೇಗಿ ರೇಗಿ ಸಾಕಾಗಿ ಹೋಗಿತ್ತು. ಒಳ್ಳೇ ಕಪ್ಪೆಗಳನ್ನು ಹಿಡಿದು ಮಂಕರಿಗೆ ತುಂಬುವಂಥಾ ಕೆಲಸ ಒಂದನ್ನು ಹಿಡ್ದ್ ಹಾಕಿದ್ರೆ ಮತ್ತೊಂದು ಹೋಗಿಬಿಡ್ತಿತ್ತು. "ಇವ್ರ್ ಮನಿ ಹಾಳಗ್ಲಿ ಹೇಳಿ ಹೇಳಿ ಸಾಕಾಯ್ತಪ್ಪ... ಅವನ್ನಪ್ಪಾ ಯಾವ ಮಂದೀನು ತಿರ್ಗಿ ನೋಡಂಗಿಲ್ಲ... ಮಂಗ್ಯನ ಕಾಟ ಆಯ್ತಪಾ... ಇನ್ನು ಆ ಮಲೆ ಮಾದಯ್ಯನೊ ಯಾರೋ ಇವರಿಗೆ ಬುದ್ಧಿ ಹೇಳೋಮಟ್ಟ ಆಗ್ಬೇಕು "ಅನ್ಕಂಡು ಊರಿಗೊಂದೇ ಬರುವ ಬಸ್ಸಿನ ಡ್ರೈವರ್ ಕಂಡಕ್ಟರ್ಗಳಿಗೆಲ್ಲಾ "ಆ ಧೂಪದ ಹೈಕಳನ್ನು ಯಾರೂ ಹತ್ತಿಸಿಕೊಂಡು ಹೋಗ್ಬ್ಯಾಡ್ರಿ ಎಂದು ಹೇಳಿದರೆ; ಎರಡು ದಿನ ಹೈಕಳು ಇಸ್ಕೂಲಿಗೆ ಬಂದರೆ ಮೂರನೆ ದಿನಕ್ಕೆ ಮತ್ತೆ ಅದೇ ರಾಗ ಅದೇ ಹಾಡು. ರೋಸಿ ಹೋದ ಮೇಷ್ಟ್ರ ಒಮ್ಮೆ ಬೆಟ್ಟದ ಇನ್ಸಪೆಕ್ಟ್ರ ಊರಿಗೆ ಬಂದಾಗ "ಯಾರಿಗೂ ಹೆದರದ ಇವರು ಪೋಲಿಸ್ನೋರ್ಗೆ ಖರೇ ಹೆದ್ರೂದು" ಎಂದು ಸ್ವಾಲಿಗ್ರ ಕೇರಿಗೆ ಹೊಲೇರಕೇರಿಗೆ ಕರ್ಕೊಂಡೋಗಿ "ಮಕ್ಕಳನ್ನ ತಾಳು ಬೆಟ್ಟಕ್ಕೆ ಧೂಪ ಮಾರುವುದಕ್ಕೆ ಕಳುಹಿಸಿದರೆ ಜೇಲಿಗೆ ಹಾಕಿಸ್ತೀನಿ ಎಂದು ರೋಪ್ ಹೊಡೆಸಿದರು. ಇನ್ಸಪೆಕ್ಟ್ರ ರೋಪ್ ವರ್ಕಔಟ್ ಆಯಿತು ಎಂದು ಮೇಷ್ಟ್ರು ಅಂದುಕೊಳ್ಳುವಷ್ಟರಲ್ಲಿ "ಶಿವರಾತ್ರಿ ಸೀಜನ್ನು ದುಡ್ಡು ಜಾಸ್ತಿ ಮಾಡ್ಕಬೌದು ಈಗ ಬಿಟ್ರೆ ಹೋಯ್ತು" ಎಂದು ಮತ್ತೆ ಮಕ್ಕಳನ್ನು ಧೂಪ ಮಾರುವುದಕ್ಕೆ ಕಳುಹಿಸಲು ಶುರುಮಾಡಿದರು. ಇಸ್ಕೂಲಲ್ಲಿ ಪಾಠ

ಮಾಡುವುದಕ್ಕಿಂತ ಹೆಚ್ಚಾಗಿ ಮೇಷ್ಟ್ರಿಗೆ ಐಕಳನ್ನು ಎತ್ತಾಕ್ಕೊಂಡು ಬರಲು ಹುಡುಗರನ್ನು ಜೊತೆ ಮಾಡಿಕೊಂಡು ಸ್ವಾಲಿಗ್ರ ಹೊಲೇರಕೇರಿಗೆ ತಿರುಗುವುದರಲ್ಲೆ ಒಂದುದಿನ ಅನಾಮತ್ತಾಗಿ ಕಳೆದುಹೋಗುತ್ತಿತ್ತು. "ಯಾವ ಹಟ್ಸಿಮಗನಿಗೆ ಬೇಕು ಈ ಕೆಲಸ..." ಎಂದು ರೇಗಿಕೊಳ್ಳುತ್ತಿದ್ದರು. ಯಾವತ್ತು ಬಸ್ ಪಂಚರ್ ಆಗಿ ಕಾಡುಮಧ್ಯದಲ್ಲಿಯೇ ನಿಂತು ಊರಿಗೆ ಬರುವುದಿಲ್ಲವೋ ಆವತ್ತು ಸ್ಕೂಲಿಗೆ ಎಲ್ಲಾ ಮಕ್ಕಳು ಹಾಜರ್. ಮೇಷ್ಟ್ರು ಫುಲ್ ಖುಷಿಯಿಂದ ಪಾಠ ಮಾಡುತ್ತಿದ್ದರು. "ದೇವ್ರೆ ದಿನಾಲು ಈ ಬಸ್ ಹೀಂಗಾ... ಪಂಚರ್ ಆಗ್ಲಿ ಮತ್ತಾ..." ಎಂದು ಆ ಮಲೆ ಮಾದಯ್ಯನಿಗೆ ಮೇಷ್ಟ್ರು ಆವತ್ತೊಂದಿನ ಮಾತ್ರ ಎರಡೂ ಕೈಯೆತ್ತಿ ಮುಗಿತಾ ಇದ್ರು.

ಉತ್ತರ ಕರ್ನಾಟಕದ ಮೂಲದಿಂದ ಮೊದಮೊದಲು ಡ್ಯೂಟಿ ರಿಪೋರ್ಟ್ ಮಾಡಿಕೊಳ್ಳಲು ಬಂದಾಗ ಈ ಬೆಟ್ಟಗುಡ್ಡ ನೋಡಿ ದಂಗುಬಡಿದಿದ್ದರು. ಯಾರೋ ಬೆಟ್ಟದ ಹತ್ರ ಒಳ್ಳೇ ಊರು ತಗೊಳ್ಳಿ ಎಂದರಂತೆ. ಮಾದಪ್ಪನ ಜಾತ್ರೆ ಬಗ್ಗೆ ಕೇಳಿದ್ದ ಈಯಪ್ಪ ಇದೇ ಊರಿಗೆ ಇಸ್ಕೂಲನ್ನು ಆರಿಸಿಕೊಂಡು ಬಂದು ಬೆಪ್ಪನಾಗಿ ನಿಂತಿದ್ದಾಗ ಊರಗೌಡರು ವಿಚಾರಿಸಿ ಎಲ್ಲವನ್ನೂ ಸ್ಥೂಲವಾಗಿ ಹೇಳಿ, ಇರುವುದಕ್ಕೆ ರೂಮು ಕೊಟ್ಟಿದ್ದರು. "ಬಿದ್ದಿರೋದೆ ಕೆಸರಿಗೆ ಕೈಗಾದರೇನು ಮೈಗಾದರೇನು" ಎಂದು ಮೊದಲ ದಿನವೇ ಊರಿನತುಂಬಾ ಓಡಾಡಿ ಜನಗಳನ್ನು ಪರಿಚಯ ಮಾಡಿಕೊಂಡು ಮಾರನೆ ದಿನ ಇಸ್ಕೂಲಿಗೆ ನುಗ್ಗಿದರೆ ನಾಕೇ ನಾಕು ಮಕ್ಕಳು ಪಿಳಿಪಿಳಿ ಕಣ್ಣು ಬಿಟ್ಟುಕೊಂಡು ವಾರಕ್ಕೆ ಮೂರು ದಿನಾ ಮಾತ್ರ ಬರುತ್ತಿದ್ದ ಡುಮ್ಮ ಮೇಷ್ಟ್ರು ಬರದೆ ಇವರು ಬಂದಿದ್ದನ್ನು ಕಂಡು ಗಾಬರಿಯಾಗಿ ಎದ್ದುನಿಂತು ರಾಗವಾಗಿ "ಬೆ...ಳ...ಗಿ...ನ... ವಂ...ದ...ನೆಗಳು... ಗುರುಗಳೇ" ಹೇಳಿದ್ದವು. "ಯಾಕ್ರಲೇ... ನಾಕೇ ನಾಕು ಮಂದಿ ಬಂದೀರಿ... ಈ ಊರ್‍ನಾಗ ಇರೋದು ಇಷ್ಟೇಮಂದಿ ಖರೇ ಏನು..." ಎಂದರೆ ತಕ್ಷಣ ಇವರ ಭಾಷೆ ಅರ್ಥವಾಗದ ಹೈಕಳು ನಿಧಾನಕ್ಕೆ ತಹಬದಿಗೆ ಬಂದಾಗ ವಿಚಾರಿಸಲಾಗಿ ಅವರಿಗೆ ತಿಳಿದುಬಂದಿದ್ದು ಇಷ್ಟು.

ಊರಿಗೆ ಅಂಟಿದಂತೆ ಕೊನೆಯ ಎರಡು ಇಕ್ಕೆಲಗಳಲ್ಲಿರುವ ಸ್ವಾಲಿಗ್ರ ಕೇರಿಯಿಂದಲೇ ಜಾಸ್ತಿ ಹೈಕಳು ಇಸ್ಕೂಲಿಗೆ ಬರಬೇಕಿತ್ತು. ಅಷ್ಟೂ ಮಂದಿ ಸೋಲಿಗರು ಊರವರ ಕೆಲಸಗಳಿಗೆ; ಬಿಟ್ಟರೆ ಕಾಡಿನಲ್ಲಿ ದನ ಮೇಯಿಸುವುದಕ್ಕೆ ಹೋಗುತ್ತಿದ್ದರು. ಲಿಂಗಾಯಿತ ಕೇರಿಯವರು ಕೊಟ್ಟ ಅಷ್ಟೋ ಇಷ್ಟೋ ಕಾಸಿನಲ್ಲಿ ಸಾಯಂಕಾಲವಾಗುವುದನ್ನೇ ಕಾದು ಸಾರಾಯಿ ಅಂಗಡಿಯಲ್ಲಿ ಕಂಠಗಟ್ಟಲೇ ಕುಡಿದು ಮಲಗಿ ಬಿಡುತ್ತಿದ್ದರು. ಲಿಂಗಾಯಿತರು ಕೊಡುವ ಕಾಸು ಮೂರೇ ಮೂರು ದಿನಕ್ಕೆ ಮುಗಿದು ಹೋಗುತ್ತಿತ್ತು. ತಾಳು ಬೆಟ್ಟದಲ್ಲಿ ಜಾತ್ರೆಗೆ ಬರುವ ಜನಕ್ಕೆ ಧೂಪ ಬೇಕಾಗಿರುವುದು ತಿಳಿದು ಕೆಲವರು ಕಾಡಿಗೆ ಹೋದಾಗ ಧೂಪದ

ಮರದಿಂದ ಗೋಂದನ್ನು ತಂದು ಒಣಗಿಸಿ ಬೆಳಗ್ಗೆ ವತ್ತಾರೇಗೆ ಎದ್ದು ತಾಳು ಬೆಟ್ಟಕ್ಕೆ ನಡಕೊಂಡು ಹೋಗಿ ಮಾರಿ ವಾಪಸ್ ದನ ಬಿಡುವ ವೇಳೆಗೆ ಬಂದು ಬಿಡುತ್ತಿದ್ದರು. ಮಕ್ಕಳಿಗೆ ಸುಮಾರಾಗಿ ಬುದ್ಧಿ ಬಂದಾಗ ಬ್ಯಾಗೊಂದನ್ನು ಹೆಗಲಿಗೆ ಜೋತುಮಾಡಿ; ಕೈಗೆ ಧೂಪ ಹಾಕಿ ಹೊಗೆ ಬರಿಸಲು ಬಿದಿರಿನ ಹಚ್ಚೆಸಿಗಿದು ತಗಡಿನ ಡಬ್ಬಾವನ್ನು ಡಬ್ಬಿಯ ಹಾಗೆ ಮಾಡಿ ಅದರಲ್ಲಿ ಕೆಂಡಹಾಕಿ ಬಟ್ಟಲು ಮಾಡಿ ಕಳುಹಿಸುತ್ತಿದ್ದರು. ಕೆಂಡವೂದಿ ಚೂರು ಧೂಪ ಹಾಕಿದರೆ ಘಮ್ಮೆನ್ನುವ ಹೊಗೆ ಏಳುತ್ತಿತ್ತು. ವರ್ಷವೆಲ್ಲಾ ಗೇದು ಕೈಗೆ ನಾಕುಕಾಸು ಸಿಗುವುದಕ್ಕೆ ಕಾಯುತ್ತಿದ್ದವರು; ದಿನಾ ಕಾಸು ಸಿಗುವುದು ಕಂಡು ತಮಗೆ ಹುಟ್ಟುವ ಮಕ್ಕಳೆಲ್ಲವನ್ನೂ ಧೂಪ ಮಾರಲು ಕಳುಹಿಸುತ್ತಿದ್ದರು.

ಇಸ್ಕೂಲಲ್ಲಿ ಬಟ್ಟೆಗೆ; ಮಧ್ಯಾಹ್ನದ ಬಿಸಿ ಊಟಕ್ಕೆಂದು ಮೊದಲು ಅಡ್ಮಿಷನ್ ಮಾಡಿಸಿ ನಾಕು ದಿನ ಕಳಿಸಿ ಆಮೇಲೆ ಬಿಡಿಸಿ ಧೂಪ ಮಾರಲು ಅಟ್ಟುತ್ತಿದ್ದರು. ಇವರ ದುರಾಸೆಗೆ ಧೂಪದ ಮರದ ತೊಗಟೆಗಳೆಲ್ಲಾ ಒಣಗಿ ಕೊನೆಗೆ ಅದರ ಚಕ್ಕೆಯನ್ನೇ ತರಿದು ತಂದು ಪುಡಿ ಮಾಡಿ ಅದನ್ನೇ ಧೂಪ ಎಂದು ಪೇಟೆ ಜನಕ್ಕೆ ಮರುಳು ಮಾಡುತ್ತಿದ್ದರು. ಇಷ್ಟನ್ನೂ ತಿಳಿದುಕೊಂಡ ಫಾಲಾಕ್ಷಪ್ಪ ಮೇಷ್ಟ್ರು ಕೇರಿಗೆ ಹೋಗಿ "ಸಾಲಿಗೆ ಕಳ್ಸಿ ಮಕ್ಕಳು ನಮ್ಮ ಹಾಂಗ ನಾಕು ಅಕ್ಷರ ಕಲೀಲಿ" ಎಂದು ಅಲವತ್ತುಕೊಂಡರು. ಇಸ್ಕೂಲಲ್ಲಿ ಸಣ್ಣ ಪುಟ್ಟ ಕೆಲಸಗಳನ್ನು ಮಾಡಲು ಆಗಾಗ್ಗೆ ಬರುತ್ತಿದ್ದ ಮಾದಯ್ಯನ ಮೇಲೆ ಮೇಷ್ಟ್ರು ಸಲುಗೆ ಚೆನ್ನಾಗಿ ಬೆಳೆದು ಅವನ ಮಗ ರಂಗಪ್ಪ ಇಸ್ಕೂಲಲ್ಲಿ ಎಲ್ಲಾ ಹೈಕಳಿಗಿಂತ ಚಾಲಾಕಿ ಇದ್ದುದರಿಂದ ತಪ್ಪದೇ ದಿನಾ ಇಸ್ಕೂಲಿಗೆ ಕಳುಹಿಸುವಂತೆ ಮಾಡಿದರು. ಮಗ ಇಸ್ಕೂಲಿಗೆ ಹೋಗಾಕೆ ಶುರು ಮಾಡಿದ ಮೇಲೆ ಸಾರಾಯಿ ಅಂಗಡಿಯ ಸಾಲ ನೆತ್ತಿಗೇರಿದ್ದರಿಂದ ವಾರಕ್ಕೆ ನಾಕು ದಿನ ಮಗನನ್ನು ಧೂಪ ಮಾರುವುದಕ್ಕೆ ಕಳುಹಿಸಲು ಶುರು ಮಾಡಿದ್ದ. ಮಗ ಈಗ ಏನೋ ಕಿತಾಪತಿ ಮಾಡಿಕೊಂಡು ನಾಕು ಕಾಸು ತರುವುದಕ್ಕೂ ಕಲ್ಲು ಹಾಕಿಕೊಂಡಾಗ ವಿಷ್ಯ ತಣ್ಣಗಾಗುವವರೆಗೂ ಮೇಷ್ಟ್ರು ಮಾತಿಗೆ ಬೆಲೆ ಕೊಟ್ಟಂತಾಗಲಿ ಎಂದು ಇಸ್ಕೂಲಿಗೆ ಬರುವುದಕ್ಕೆ ಹಿಂದುಮುಂದು ನೋಡುತ್ತಿದ್ದ ಮಗನನ್ನು ಕರೆದುಕೊಂಡು ಬಂದಿದ್ದ.

ಇಸ್ಕೂಲಿಗೆ ತಂದು ಬಿಟ್ಟ ಅಪ್ಪನ ಮೇಲೆ ರಂಗಪ್ಪನಿಗೆ ಬಹಳ ಸಿಟ್ಟು ಬಂದು ಬಿಟ್ಟಿತ್ತು. ಎಲ್ಲಾದರೂ ತಲೆ ತಪ್ಪಿಸಿಕೊಂಡು ಓಡಿ ಬಿಡಬೇಕೆನಿಸಿತು. ಧೂಪಮಾರುವಾಗ ಯಾವಾಗಲೂ ಓಡಾಡಿಕೊಂಡಿರುತ್ತಿದ್ದ ಅವನಿಗೆ ಒಂದೇ ಜಾಗದಲ್ಲಿ ಚುಪ್ ಅಂತ ಕೂರುವುದು ಯಮಯಾತನೆಯಾಗಿತ್ತು ಅದೂ ಅಲ್ಲದೆ ಬಟ್ಟೆ ಕೊಳೆ ಅಂತ ಒದೆ; ಮೂಗಿನಿಂದ ಬರುವ ಗಂಗಾ ಕಾವೇರಿಗೆ ಒದೆ; ಸರಿಯಾಗಿ ಕೂತಿಲ್ಲ ಎನ್ನುವುದಕ್ಕೆ ಒದೆ; ಪಕ್ಕದವನನ್ನು ಕೀಟಲೆ ಮಾಡಿದ ಅಂತ ಒದೆ; ಗಲಾಟೆ ಮಾಡ್ತಾನೆ ಅಂತ ಒದೆ; ಹೀಗೆ ಒದೆ ತಿಂದು ತಲೆ ಕೆಟ್ಟುಹೋಗಿತ್ತು. ನಾಲ್ಕನೇ ತರಗತಿಗೆ ಬಂದಿದ್ದರೂ

ಆ ಇ... ಬರದೆ ಕುಂತಿದ್ದರೆ ವಾರಿಗೆ ಹುಡುಗರೆಲ್ಲಾ "ಪಾಠ ಒಂದು ಮಂಗ ಮತ್ತು ಮೊಸಳೆ" ಎಂದು ಒಬ್ಬೊಬ್ಬರಾಗಿ ಪಾಠ ಹೇಳುತ್ತಿದ್ದರು. ಆಗಲೇ ಬಾಕಿ ದಿವಸಗಳು ಇಸ್ಕೂಲಿಗೆ ಬರದೆ ಇದ್ದದಕ್ಕಾಗಿ ಫಾಲಾಕ್ಷ ಮೇಷ್ಟ್ರು ಕುಂಡಿಗೆ ಬಾರಿಸಿ ಗಪ್ಪಂತ ಕೂರಿಸಿದ್ದರು. ಹೈಕಳು ಒಬ್ಬೊಬ್ಬರಾಗಿ ಪಾಠ ಓದುತ್ತಿದ್ದರೆ ಯಾರೋ ಪಕ್ಕದಲ್ಲಿ 'ಧೂಪ ಧೂಪ' ಎನ್ನುತ್ತಿರುವಂತೆ ಭಾಸವಾಗುತ್ತಿತ್ತು. ಮೇಷ್ಟ್ರು ಪಾಠ ಮಾಡುತ್ತಿದ್ದರೆ ಯಾವುದೋ ಗಿರಾಕಿ ಧೂಪಕ್ಕಾಗಿ ಹೊಡೆದಾಡುತ್ತಿದೆ ಎನ್ನಿಸುತ್ತಿತ್ತು. ಅಲ್ಲಿ ಕಾಣುವ ಬೋರ್ಡು, ಬೆಂಚು, ಹುಡುಗರು, ಚಾರ್ಟು ಮೇಷ್ಟ್ರು ಎಲ್ಲವೂ ನಿಧಾನವಾಗಿ ಮಾಸಲಾಗುತ್ತಾ ಕಪ್ಪು ಬಿಳುಪು ರೇಖೆಗಳಂತೆ ಕಾಣುತ್ತಾ ಹಾಗೇ ಸ್ತಬ್ಧವಾಗಿಬಿಡುತ್ತಿದ್ದವು. ಕೊನೆಗೆ ಎಲ್ಲಾ ಗದ್ದಲದ ನಡುವೆ ನಾನೊಬ್ಬನೆ ಇದ್ದೇನೆ. ಅವರೇ ಬೇರೆ ನಾನೇ ಬೇರೆ, ನನಗೂ ಅವರಿಗೂ ಸಂಬಂಧವಿಲ್ಲ; ಏನು ಮಾಡಬೇಕೆಂದು ದಿಕ್ಕೇ ತೋಚದಂತಾಗಿ ಪುಸ್ತಕದಲ್ಲಿರುವ ಪುಟಗಳನ್ನು ಒಂದೊಂದಾಗಿ ತಿರುವಿ ಹಾಕುತ್ತಾ ಅದರಲ್ಲಿದ್ದ ಬಣ್ಣದ ಚಿತ್ರಗಳನ್ನು ನೋಡುತ್ತಾ ಕುಳಿತ. ಇಸ್ಕೂಲಿನ ಹೊರಗಡೆ ಬೇರೆಯದೇ ಲೋಕ ಇದೆ. ಆ ಲೋಕದಲ್ಲಿ ತಾನು ಲೀನವಾಗಿ ಬಿಡಬೇಕೆಂದು ಬೆಲ್ಲು ಹೊಡೆಯುವುದನ್ನೇ ಕಾಯುತ್ತಿದ್ದ.

ಢಣಢಣ ಎಂದು ಬೆಲ್ಲು ಬಾರಿಸಿದಂತಾಗಿ ಇದು ಕನಸೋ ನಿಜವೋ ಎಂದು ಗೊಂದಲದಲ್ಲಿರಬೇಕಾದರೆ ಎಲ್ಲಾ ಹೈಕಳು ಬ್ಯಾಗನ್ನು ನೇತು ಹಾಕಿಕೊಂಡು ಹೋಗುತ್ತಿರುವುದನ್ನು ನೋಡಿ ಇದು ನಿಜವೇ ಎಂದು ಅವನು ಎದ್ದು ಓಡಲನುವಾದಾಗ "ರಂಗಪ್ಪ... ಮೇಷ್ಟ್ರು ಕರೀತಾವ್ರೆ ಬರ್ಬೇಕಂತೆ..." ಯಾವನೋ ಹುಡುಗ ಕೂಗಿ ಹೇಳಿದ ಮಾತಿಗೆ ಎಚ್ಚರವಾದಂತಾಗಿ ಮೇಷ್ಟ್ರ ರೂಮಿನತ್ತ ನಡೆದ. ಯಾವತ್ತೂ ಮೇಷ್ಟ್ರ ರೂಮಿಗೆ ಹೋಗಿರದೆ ಮೇಷ್ಟ್ರ ರೂಮೆಂದರೆ ಯಾವುದೋ ಮಹಾನ್ ಜಾಗ ಅಲ್ಲಿಗೆ ಕೆಲವರಷ್ಟೇ ಹೋಗುವುದಕ್ಕೆ ಸಾಧ್ಯ ಎಲ್ಲರಿಗೂ ಹೋಗಲು ಪುಣ್ಯವಿಲ್ಲ ಎಂದುಕೊಂಡೇ ಹೊಸ್ತಿಲಲ್ಲಿ ಕಾಲಿಟ್ಟವನಿಗೆ ಬಚ್ಚಲಲ್ಲಿ ಮೇಷ್ಟ್ರು ನೀರಿನ ಶಬ್ದ ಮಾಡುತ್ತಿರುವುದು ಕೇಳಿಸಿತು. ಅಲ್ಲಿ ಸಾಲಾಗಿ ಜೋಡಿಸಿಟ್ಟ ಪುಸ್ತಕಗಳು; ಟೇಬಲ್ ಮೇಲಿದ್ದ ತೂಗು ಹಾಕಿದ ಮೇಷ್ಟ್ರ ಬಟ್ಟೆಗಳು ಎಲ್ಲವನ್ನೂ ಒಂದು ಕಡೆಯಿಂದ ಕಣ್ಣಾಡಿಸುತ್ತಾ ಆನಂದಿಸುತ್ತಾ ಬರುತ್ತಿದ್ದ ಅವನಿಗೆ ಕಿಟಕಿ ಪಕ್ಕದಲ್ಲಿ ಕಪ್ಪಗೆ ಹೊಳೆಯುತ್ತಿರುವ ವಸ್ತುವೊಂದು ಅಣಕಿಸಿತು. ಥಟ್ಟನೆ ತಾನು ಧೂಪ ಮಾರುತ್ತಿದ್ದಾಗ ಪೋಟ ತೆಗೆಯಲು ಬಂದದ್ದು; ಕಿವಿಯಲ್ಲಿಟ್ಟುಕೊಂಡು ಯಾರೊಂದಿಗೋ ಮಾತನಾಡುತ್ತಿದ್ದದ್ದು; ಬೇಕೆಂದಾಗಲೆಲ್ಲಾ ಬೇಕಾದ ಹಾಡನ್ನು ಹಾಡುತ್ತಿದ್ದದ್ದು ವಿಚಿತ್ರ ಕುತೂಹಲವುಂಟಾಯಿತು. ತಾಳು ಬೆಟ್ಟದಲ್ಲಿ ಒದೆ ತಿಂದದ್ದೂ ಅದರ ಬೆನ್ನ ಹಿಂದೆ ಬ್ಯಾತಳನಂತೆ ಜ್ಞಾಪಕಕ್ಕೆ ಬಂದರೂ "ಎಲಾ... ರಂಗಾ...

ಮಗ್ನೆ ಇಂಥಾ ಚಾನ್ಸು ಸಿಗುದಿಲ್ಲ ಉಡಾಯಿಸು..." ಎಂದು ಯಾರೋ ಕಿವಿಯಲ್ಲಿ ಗುಂಯ್ ಗುಟ್ಟಿದಂತಾಯಿತು. ಏನಾರ ಆಗಲಿ ನೋಡಿಯೇ ಬಿಡೋಣ ಎಂದು ಹಟಕ್ಕೆ ಬಿದ್ದವನಂತೆ ನಾಕು ಹೆಜ್ಜೆ ಮುಂದೆ ಹೋಗಿ ತನ್ನ ಮೋಹದ ವಸ್ತುವನ್ನು ಜೇಬಿಗೆ ಇಳಿಸೇ ಬಿಟ್ಟ.

ಮೇಷ್ಟ್ರು ಬಚ್ಚಲ ಮನೆಯಲ್ಲಿ ಇನ್ನೂ ನೀರಿನ ಶಬ್ದ ಮಾಡುತ್ತಲೇ ಇದ್ದರು. ಅಲ್ಲಿಂದ ಒಂದೇ ಉಸುರಿಗೆ ಮನೆಗೆ ಓಡಿ ಬಂದು ಮಜ್ಜಿಗೆ ಕಡೆಯುವ ಕಂಬಕ್ಕೆ ಇಸ್ಕೂಲು ಬ್ಯಾಗನ್ನು ಸಿಕ್ಕಿಸಿ ಯಾರಿಗೂ ಕಾಣದಂತೆ ಮನೆಯಿಂದ ದೂರ ಇರುವ ಹುಣಸೇಮರಕ್ಕೆ ಏರಿ ತಾನು ತಂದಿದ್ದ ವಸ್ತುವನ್ನು ಹೊರತೆಗೆದು ಏನೇನೋ ಅಮುಕ ತೊಡಗಿದ. ಏನು ಮಾಡಿದರೂ ಸದ್ದೇ ಬರಲಿಲ್ಲದೆ ಅವನು ನಿರಾಶೆಗೊಂಡ. ಹಗಲಿನ ಬೆಳಕೆಲ್ಲಾ ಅವನ ಕುತೂಹಲದಂತೆ ಕರಗಿ ಹೋಗಿ ಎಲ್ಲಾ ಕಡೆ ಕತ್ತಲು ಭಯದಿಂದ ನಿಧಾನವಾಗಿ ಆವರಿಸಿಕೊಂಡು ಬರುತ್ತಿತ್ತು. ಎಷ್ಟು ಅಮುಕಿದರೂ ಏನೂ ಗೊತ್ತಾಗದೆ ಯಾಕಾದರೂ ತಂದೆನೋ ನಾಳೆ ಏನು ಮಾಡುವುದು ಎಂದುಕೊಂಡು ಕತ್ತಲಾಗುತ್ತಿರುವುದನ್ನು ಕಂಡು ನಿಧಾನವಾಗಿ ಮರವನ್ನು ಇಳಿಯುತ್ತಿರುವಾಗ ಮರದ ಕೆಳಗೆ ಎರಡು ಆಕೃತಿಗಳನ್ನು ಕಂಡಂತಾಗಿ ಬೆಚ್ಚಿ ಹಾಗೇ ನೋಡಿದ. ಪಕ್ಕದ ಮನೆ ಲಕ್ಷ್ಮೀಯನ್ನು ಮರಕ್ಕೆ ಆನಿಸಿಕೊಂಡು ಲಿಂಗಾಯಿತರ ಕೇರಿ ಪರಮೇಶಣ್ಣ ಏನೇನೋ ಮಾಡುತ್ತಿದ್ದುದನ್ನು ಕಂಡು "ಅಯ್ಯೋ... ಕೆಟ್ಟೋಯ್ತು ಕೆಲಸ ನನ್ನ ನೋಡ್ಕೊಂಡು ಬಿಟ್ರೆ ಏನು ಗತಿ" ಎಂದು ಮರದ ಪಂಡೆಯ ಮೇಲೆ ಗಪ್‌ಚುಪ್ ಎನ್ನದೆ ಅವರು ಹೋಗಲಿ ಎಂದು ಕಾಯುತ್ತಾ ಕುಂತ.

ದಿನಾ ಸಾಯಂಕಾಲ ಮನೆ ಮುಂದೆ ಹಾದು ಹೋಗುತ್ತಿದ್ದ ಲಕ್ಷ್ಮೀಯನ್ನು ಅವ್ವ "ಎಲ್ಲಿಗೆ ಲಕ್ಷ್ಮಿ ಇಷ್ಟೊತ್ತಿನಾಗೆ..." ಎಂದರೆ "ಹುಣಸೆ ಹಣ್ಣು ಆಯ್ಕಂತ್ತೀನಿ ಕಣಕ್ಕಾ..." ಎಂದು ಬಿರಬಿರನೆ ಬರುತ್ತಿದ್ದುದು ಇದಕ್ಕೆ ಇರಬೇಕು ಎಂದುಕೊಂಡ. ಎಷ್ಟು ಹೊತ್ತಾದರೂ ಅವರು ಹೋಗದಿದ್ದುದು ನೋಡಿ ಬೇಜಾರಾಗಿ ಮತ್ತೆ ಆ ಮೊಬೈಲನ್ನು ತೆಗೆದು ಏನೇನೋ ಅಮುಕ ತೊಡಗಿದ. ಇದ್ದಕ್ಕಿದ್ದಂತೆ ಅದರೊಳಗಿಂದ ಒಮ್ಮೆಲೆ ಬೆಳಕು ಹತ್ತಿಕೊಂಡು "ಸಾರೆ ಜಹಾಂಸೆ ಅಚ್ಛಾ..." ಎಂದು ಜೋರಾಗಿ ಕೈ ಅದುರುವಂತೆ ಹೊಡೆದುಕೊಳ್ಳತೊಡಗಿತು. ರಂಗಪ್ಪನಿಗೆ ದಿಕ್ಕು ತಪ್ಪಿದಂತಾಗಿ ಗಾಬರಿಯಾಗಿ ಕೈಜಾರಿ ಮೇಲಿಂದ ಕೆಳಗಡೆ ಅವರ ಎದುರಿನಲ್ಲಿ ದೊಪ್ಪನೆ ಬಿದ್ದ. ಸತ್ತೆನೋ ಕೆಟ್ಟೆನೋ ಎಂದು ಪರಮೇಶ ಬಿದ್ದವರು ಯಾರು ಎಂಬುದನ್ನೂ ಗಮನಿಸದೆ ಅವಳೊಬ್ಬಳನ್ನೇ ಬಿಟ್ಟು ಕತ್ತಲಲ್ಲಿ ಮರೆಯಾದ. ಬೆಪ್ಪನೆ ಬೆತ್ತಲೆಯಾಗಿ ಹೊರಗಿಣುಕಿ ನೋಡುತ್ತಿದ್ದ ಮೊಲೆಗಳನ್ನು ಕುಪ್ಪಸದೊಳಕ್ಕೆ ಸೇರಿಸಿ ಗುಂಡಿ ಹಾಕಿ ಸೆರಗನ್ನು ಸರಿಮಾಡಿಕೊಳ್ಳುತ್ತಾ ಕೆಳಗೆ ಬಿದ್ದಿದ್ದ ರಂಗಪ್ಪನನ್ನೇ ದುರುದುರು ನೋಡಿದಳು "ಏ

ಲಕ್ಷ್ಮಕ್ಕ... ಅವ್ವಂಗೆ ಹೇಳ್ತೀನಿ ಇರು" ಎಂದು ರಂಗಪ್ಪ ರೇಗಿಸುವುದನ್ನು ಕಂಡು, "ಲೋ ರಂಗಪ್ಪ... ಯಾರ್ಗೂ ಹೇಳ್ಬ್ಯಾಡ... ನೀನು ಇಸ್ಕೂಲಿಂದ ತಪ್ಪಿಸ್ಕ ಬಂದ್ರೆ ಅವಿತುಕೊಳ್ಳೋಕೆ ಜಾಗ ತೋರಿಸ್ತೀನಿ ಆಯ್ತಾ?" ಎಂದಳು. ಯಾವ ಮೆದೆ, ಮನೆ, ಕೊಟ್ಟಿಗೆಗಳಲ್ಲಿ ಅವಿತುಕೊಂಡರೂ ಹಾಳಾದ ಮೇಷ್ಟ್ರು ಹುಡುಗರನ್ನು ಕಳುಹಿಸಿ ಹುಡುಕಿಸಿ ಎಳೆದುಕೊಂಡು ಹೋಗುತ್ತಿದ್ದರು. "ಸರಿ... ಆಯ್ತು. ನಾನು ಇಸ್ಕೂಲು ತಪ್ಪಿಸ್ಕಳದು ಯಾರ್ಗೂ ಹೇಳ್ಬಾರ್ದು... ನೀನೇಳ್ದ್ರೆ ನಾನೂ ಹೇಳ್ತೀನಿ..." ಎಂದ. ಮೊಬೈಲು ಇದೆಯೋ ಇಲ್ಲವೊ ಎಂದು ಚೆಡ್ಡಿ ಮುಟ್ಟಿ ನೋಡಿಕೊಂಡ. ಈ ವಿಷಯದಲ್ಲಿ ಅವನು ಅಷ್ಟು ಆಸಕ್ತಿಯನ್ನು ವಹಿಸದಿದ್ದುದನ್ನು ಕಂಡು ಖುಷಿಯಾದ ಲಕ್ಷ್ಮೀ ಅವನ ಕೈಹಿಡಿದು ಮನೆಕಡೆ ಹೆಜ್ಜೆ ಹಾಕಿದಳು.

ಶಾಲೆಗೆ ಬರದೆ ಚಕ್ಕರ್ ಹೊಡೆದಿದ್ದ ರಂಗಪ್ಪನನ್ನು ಎಳೆದು ತರಲು ಮೇಷ್ಟ್ರು ನಾಲ್ಕು ಹುಡುಗರ ಗುಂಪು ಮಾಡಿ ನಾಕು ದಿಕ್ಕಿಗೆ ಕಳುಹಿಸಿದರು. ರಂಗಪ್ಪನ ಮನೆ ಸೌದೆಒಟ್ಲು; ಹುಣಸೇಮರ ಎಲ್ಲಿ ತಡಕಿದರೂ ರಂಗಪ್ಪನ ಸುಳಿವಿಲ್ಲ. ಲಕ್ಷ್ಮಿಯು ಹಟ್ಟಿತಾವ ಇಸ್ಕೂಲು ಹೈಕಳನ್ನು ಗುಟ್ಟಾಗಿ ಕರೆದು "ನಾ ಹೇಳ್ದೆ ಅಂತ ಹೇಳ್ಬ್ಯಾಡಿ. ನಮ್ಮ ಮನೆಯಲ್ಲಿ ಉಡುಕ್ರಿ" ಎಂದು ತೋರಿಸಿದಳು. ಹುಡುಗರು ಏನೋ ಘನಂದಾರಿ ಕೆಲ್ಸ ಮಾಡುವಂಗೆ ಲಕ್ಷ್ಮಿಯ ಮನೆಯೊಳಗೆಲ್ಲಾ ತಡಕಾಡಿದರು. ರಂಗಪ್ಪನ ಸುಳಿವೇ ಇಲ್ಲಾ. "ಎಲಾ ಇವ್ನ... ಈಗ್ತಾನೆ ಅವಿತುಕೊಳ್ಳೋಕೆ ಬಂದ್ನಲ್ಲ..." ಎಂದು ಲಕ್ಷ್ಮೀಗೂ ಸೋಜಿಗವಾಯಿತು. ಹೈಕಳೆಲ್ಲಾ ಇನ್ನೇನು ಇವನು ಸಿಗುವುದಿಲ್ಲ ಎಂದು ಹೊರಗೆ ಹೋಗುವಷ್ಟರಲ್ಲಿ "ಸಾರೆ ಜಹಾಂಸೆ ಅಚ್ಛಾ..." ಎಂದು ಜೊರಾಗಿ ದೊಂಬೆಯೊಳಗಿಂದ ಈಪೇ ಇಪಾಟಿ ಮೊಬೈಲ್ ಹೊಡೆದುಕೊಳ್ಳತೊಡಗಿತು. ಮೂಲೆಯಲ್ಲಿ ನಿಲ್ಲಿಸಿದ್ದ ದಪ್ಪ ಬಿದಿರಿನ ದೊಂಬೆಯನ್ನು ದಪ್ಪಂತ ಕೆಡವಿದರು. "ಬೋಳಿಮಕ್ಳಾ... ಸೂಳೆಮಕ್ಳಾ... ನಿಮ್ಗೆಲ್ಲಾ ಮಾಡ್ತೀನಿ ತಡೀರಿ" ಎಂದು ಕಿರುಚಾಡುತ್ತಿದ್ದವನನ್ನು ಅಷ್ಟೂ ಹುಡುಗರು ಸೇರಿ ಹೆಡೆಮುರಿಗೆ ಕಟ್ಟಿ ಹೊತ್ತುಕೊಂಡು ಬಂದಂತೆ ಎತ್ತಿಕೊಂಡು ತಂದು ಮೇಷ್ಟ್ರ ಎದುರಿಗೆ ನಿಲ್ಲಿಸಿದರು.

ಮೇಷ್ಟ್ರು ಕಣ್ಣು ಕೆಂಪಗೆ ಮಾಡಿಕೊಂಡು ಅವನ ಎರಡೂ ಕಿವಿಗಳನ್ನು ಮೇಲಕ್ಕೆ ಎತ್ತಿ "ಏನ್ಲೆ... ಹಟ್ಸಿ ಮಗನೆ ನನ್ನ ಮೊಬೈಲ್ ಎಲ್ಲಿಟ್ಟಿದ್ದೀಯಾ, ಹೇಳ್ತೀಯೋ ಇಲ್ವೋ..." ರಪ್ಪಂತ ನೆಲಕ್ಕೆ ಕುಕ್ಕಿ ಕೇಳಿದರು. "ಇಲ್ಲಾ ಸಾ, ನಾ ಎತ್ಕಲಿಲ್ಲ" ಎಂದು ಅಳಲು ಶುರುಮಾಡಿದ ಅವನನ್ನು ನೋಡಿ ಹುಡುಗ್ರ ಕಡೆಗೆ ತಿರುಗಿ "ಏನ್ರಲೇ... ಅವನು ತುಡುಗು ಮಾಡಿಲ್ಲ ಅಂತಾನೆ?" ಮೇಷ್ಟ್ರು ಕಣ್ಣು ಅಗಲಿಸಿ ಕೇಳಿದರು. "ಇಲ್ಲಾ ಸಾ, ಅವ್ನ ಜೇಬೊಳಗೆ ಮಡಿಕಂಡು ಗುಟ್ ಗುಟ್ಟಾಗಿ ಆಟ ಆಡ್ತಿದ್ನಂತೆ ಲಕ್ಷ್ಮಕ್ಕ ಹೇಳಿದ್ಲು... ಅವರ ಮನೇಲೇ ಸಾ ಇವ್ನು ಸಿಕ್ಕಿದ್ದು..." ಹುಡುಗರೆಲ್ಲಾ ಒಟ್ಟಾಗಿ

ಅವನ ಮೇಲೆ ದೂರು ಹೇಳಿದರು. ಮೇಷ್ಟ್ರು ಅವನ ಹತ್ತಿರ ಎಳೆದುಕೊಂಡು ಒಂದು ಜೇಬಿಗೆ ಕೈ ನುಗ್ಗಿಸಿದರೆ ಜೇಬು ಹರಿದು ಹೋಗಿದ್ದ ಅದು ನೇರವಾಗಿ ರಂಗಪ್ಪನ ಮರ್ಮಾಂಗಕ್ಕೆ ಮುಟ್ಟಿತ್ತು. ಕಚಗುಳಿ ಇಟ್ಟಂತವನಾಗಿ ರಂಗಪ್ಪ ಅಳುತ್ತಿದ್ದದ್ದನ್ನು ನಿಲ್ಲಿಸಿ "ಹ್ಹಿ... ಹ್ಹಿ... ಹ್ಹಿ..." ಎಂದು ನಗತೊಡಗಿದ. "ಥೂ ಇವನಪ್ಪನಾ. ಹುಡುಗರಿಗೆಲ್ಲಾ ಗೊತ್ತಾಗಿ ತನ್ನನ್ನು ಗೇಲಿ ಮಾಡಿ ನಕ್ಕುಬಿಡುವರೋ" ಎಂದು ಏನೂ ಮಾತಾಡದೆ ಸರಕ್ಕನೆ ಕೈ ಎಳೆದುಕೊಂಡ ಮೇಷ್ಟ್ರು ಮತ್ತೊಂದು ಜೇಬನ್ನು ಚೆಕ್ ಮಾಡಲು ಭಯವಾಗಿ "ಬಾರ್ಲಾ... ಇಲ್ಲಿ... ಇದನ್ನು ಚೆಕ್ ಮಾಡು" ಅಂತ ಬೇರೆ ಹುಡುಗನನ್ನು ಬಿಟ್ಟರು. ಅವನು ಕೈ ಹಾಕಿ "ಏನು ಇಲ್ಲ ಸಾ" ಎಂದನು. "ಎಲ್ಲಿಟ್ಟಿದ್ದೀಯೋ... ಮಂಗ್ಯಾ ನನ್ನಮಗನೆ" ಎಂದು ಲಂಟಾನದ ಚಬಕೆ ಕೈಗೆ ತೆಗೆದುಕೊಂಡು ಬೆನ್ನ ಮೇಲೆ, ಕುಂಡಿ ಮೇಲೆ ಎಲ್ಲೆಂದರಲ್ಲಿ ರಪರಪನೆ ಬಾರಿಸುತ್ತಿದ್ದರು. "ಹಟ್ಟಿಯಲ್ಲಿಟ್ಟಿದ್ದೀನಿ ಸಾರ್" ಎಂದು ಮೇಷ್ಟ್ರ ಕಾಲಿಗೆ ಬಿದ್ದ ರಂಗಪ್ಪ. ಮೇಷ್ಟ್ರು ಹುಡುಗರನ್ನು ಅವನನ್ನು ಜೋಪಾನವಾಗಿ ಹಿಡಿದುಕೊಂಡು ಮನೆವರೆಗೂ ಹೋಗಿ ಮೊಬೈಲ್ ತರಲು ಹುಡುಗರ ಜೊತೆಯಲ್ಲಿ ಕಳುಹಿಸಿದರು. ಇನ್ನೇನು ಮನೆ ಹತ್ತಿರದಲ್ಲಿ ಸಿಗಬೇಕು ಅನ್ನುವಷ್ಟರಲ್ಲಿ ಹಿಡಿದುಕೊಂಡಿದ್ದವರ ಕೈಗಳನ್ನು ಕಚ್ಚಿ ಬಿಡಿಸಿಕೊಂಡು ಅಷ್ಟು ದೂರ ಓಡಿ ಹೋಗಿ "ಮೇಷ್ಟ್ರಗೆ ಹೋಗಿ ಹೇಳಿ, ನಾನು ಸಾಯ್ತಿನಿ ಅಂತ; ನಾನ್ ಸತ್ರೆ ಅವಯ್ಯನೆ ಸಾಯ್ಸಿದ್ದು ಅಂತ ಹೇಳ್ತೀನಿ... ಇದೇ ಕೊನೆ ಸರ್ತಿ ನನ್ ಮುಖ ನೋಡ್ಕಳಿ. ನಾನು ಸಾಯೋಕೆ ಹೋಗ್ತೀನಿ" ಎಂದೇಳಿ ಓಡತೊಡಗಿದ್ದನ್ನು ಕಂಡು ಹುಡುಗರು ಅವನ ಹಿಂದೆಯೇ ಹಿಡಿಯಲು ಓಡುತ್ತಿದ್ದರು. ಆ ಕಡೆಯಿಂದ ಬಳಸಿ ಬಂದು ಹಿಡಿಯಲು ಹೋದ ಹುಡುಗರನ್ನೆಲ್ಲಾ ಝಾಡಿಸಿಕೊಂಡು ರಾಗಿ ಹೊಲಗಳತ್ತ ಎಗರಿ ಮರೆಯಾದ. ಮೇಷ್ಟ್ರು ಮತ್ತೆ ಹುಡುಗರನ್ನು ಗುಂಪು ಮಾಡಿ ಹುಡುಕಲು ಕಳುಹಿಸಿದರು. ಸಾಯಂಕಾಲದವರೆಗೂ ಹುಡುಹುಡಿಕಿ ಸುಸ್ತಾದ ಮಕ್ಕಳು ಬರಿಗೈಯಲ್ಲೇ ವಾಪಾಸಾಗಿದ್ದರು.

ರಂಗಪ್ಪ ಸಾಯುತ್ತೇನೆ ಎಂದು ಹೇಳಿ ಹೋದ ಸುದ್ದಿ ಬಸವಿ ಮಾದಯ್ಯರ ಕಿವಿಗೂ ಬಿದ್ದು ಗಾಬರಿಯಾಗಿ ಅಲ್ಲಿಂದಲೇ ಲಬೋ ಲಬೋ ಎಂದು ಬಾಯಿ ಬಡಿದುಕೊಂಡು ಬಂದ ಬಸವಿ ಮೇಷ್ಟ್ರ ಮುಖ ನೋಡುತ್ತಲೇ "ನಿನಗೆ ನಾಗರ್ಹಾವು ಕಚ್ಚಾ... ನನ್ ಮಗನ್ನ ಏನ್ ಮಾಡ್ ಬುಟ್ಯೋ ನಿನ್ ಮನೆ ಹಾಳಾಗ" ಎಂದು ಎರಡೂ ಕೈಯಿಂದ ನಟಿಕೆ ಮುರಿದು ಜೋರು ಮಾಡಿದುದನ್ನು ಕಂಡು ಅಷ್ಟೊಂದು ಸೀರಿಯಸ್ಸಾಗಿ ತಗೊಂಡಿರದ ಅವರಿಗೆ ಒಂಥರ ಭಯ ಆವರಿಸಿದಂತಾಗಿ, "ಸ್ವಲ್ಪ... ಸುಮ್ನೆ ಕುಂದ್ರಲೇ... ಅವ್ವ... ಹುಡುಗರನ್ನು ಹುಡ್ಕಾಕ ಕಳಿಸೀನಿ... ಇಲ್ಲೇ ಎಲ್ಲೋ ಬಚ್ಚಿಟ್ಟುಕೊಂಡಿರಬೇಕು" ಎಂದು ಅವರೂ ರಾಂಗು ಮಾಡಿದರು.

ಅಷ್ಟೊತ್ತಿಗೆ ಮಾದಯ್ಯನೂ ಎರಡು ಪಾಕೀಟು ಏರಿಸಿಕೊಂಡು "ಏನ್ರಿ ಮೇಷ್ಟ್ರೆ, ಏನಾಯ್ತು?" ಎಂದು ಸಮಾಧಾನದಿಂದಲೇ ಕೇಳಿದ. ಅವರುಗಳು ಹೇಳುವ ಮಾತುಗಳನ್ನು ಕೇಳಿ ಮೇಷ್ಟ್ರರಿಗೆ ಬಾರೀ ದೊಡ್ಡ ತಪ್ಪು ಮಾಡಿಬಿಟ್ಟೆನೇನೋ ಎನ್ನಿಸಿತು. ಹುಡುಗರು ಬಂದು "ಸಾ ಎಲ್ಲಾ ಕಡೆ ಹುಡುಕಿದೆವು ಅವ್ನ ಪತ್ತೇನೇ ಇಲ್ಲ" ಎಂದು ಮೇಷ್ಟ್ರ ಮುಂದೆ ಹೇಳುವುದ ಕೇಳಿದ ಬಸವಿ ಇನ್ನೂ ಲಬೋ ಲಬೋ ಬಡಿದುಕೊಳ್ಳುತ್ತಾ "ಎಲ್ಲೋದೆ ನನ ಕಂದಾ..." ಎಂದು ಅಳತೊಡಗಿದಳು. ಅವಳನ್ನು ಬೈಯಲು ಯಾವಾಗಲೂ ಚಾನ್ಸೇ ಸಿಗದಿದ್ದ ಮಾದಯ್ಯನಿಗೆ ಇದೇ ಸರಿಯಾದ ಸಮಯ ಎಂದೆನಿಸಿ "ಮುಚ್ಚಮ್ಮಿ ಬಾಯ... ಒಳ್ಳೇ ಸತ್ತೋರ್ ಮನೆ ಮುಂದೆ ಅತ್ತಂಗೆ ಅಳ್ತಿಯಲ್ಲ... ಇಲ್ಲೇ ಎಲ್ಲೋ ಅವಿತ್ಕಂಡವನೆ. ಅದೆಂಥಾ ರಾಗ ಹಾಡಿಯೇ" ಎಂದು ಬಸವಿಯ ಮೇಲೆ ಜೋರು ಮಾಡಿದ. ಮೇಷ್ಟ್ರಿಗೆ ಸ್ವಲ್ಪ ಸಮಾಧಾನವಾದಂತೆನಿಸಿತು. ಆಗಲೇ ಕತ್ತಲಾಗಿ ಜನಗಳು ಜಮಾಯಿಸತೊಡಗಿದರು. ಈವತ್ತು ನಮ್ ಮಗ ನಮ್ ಕೈಗೆ ಸಿಕ್ದೇ ಇರ್ಲಿ... ಫಾಲಾಕ್ಷಪ್ಪ ಮೇಷ್ಟ್ರು ಕಡೆ ತಿರುಗಿ ಪುನಃ ನಟಿಕೆ ಮುರಿಯುತ್ತಾ ಬಸವಿ ಮನೆ ಕಡೆ ಹೋದಳು. ಅಷ್ಟು ಹೊತ್ತಿಗೆ ಹಾಕಿದ್ದ ಪಾಕೀಟಿನ ಕರಾಮತ್ತೆಲ್ಲಾ ಕರಗಿ ಹೋಗಿ ಅವಳ ಹಿಂದೆ ಮಾದಯ್ಯನೂ ನಡೆದ.

ಹಗಲೂ ಇರುಳೂ ಒಂದಾಗಿ ಪ್ರಸ್ತ ಮಾಡಿಕೊಳ್ಳುವ ಮುಸ್ಸಂಜೆ ಹೊತ್ತು. ಎಲ್ಲರೂ ತಮ್ಮ ತಮ್ಮ ಮನೆಗೆಲಸ ಮುಗಿಸಿ ಕಟ್ಟೇ ಮೇಲೆ ಕುಂತು ಸಾಯಂಕಾಲ ಹರಟೆ ಹೊಡೆಯುವ ಹೊತ್ತು. ಅಲ್ಲೋ ಇಲ್ಲೋ ಮರೆಯಲ್ಲಿ ಜೋಡಿಗಳು ಮೈಮರೆಸಿಕೊಳ್ಳುವ ಹೊತ್ತು. ದೂರ ಹೋಗುವುದಕ್ಕೆ ಆಗದೆ ಮುದಿ ಜೀವಿಗಳು ಹಟ್ಟಿ ಅಂಗಳದಾಗೇ ಬಹಿರ್ದೆಶೆಗೆ ಕೂರುವಂತಾ ಹೊತ್ತು. ಪಾಪಮ್ಮ ನಡುಗುತ್ತಾ ಕೈಲಿ ಕೋಲು ಹಿಡಿದುಕೊಂಡು ನಿಧಾನವಾಗಿ ಇಸ್ಕೂಲು ಹಿಂದಿರುವ ಹೊಲದಲ್ಲಿ ಗುಡಿಸಲ ಮೆದೆ ಕೆಳಗೆ ಬಹಿರ್ದೆಶೆಗೆ ಕುಂತಳು. ಗುಡಿಸಲಿನಲ್ಲಿ ಥರಥರ ಸದ್ದು ಕೇಳಿಸಿದಂತಾಗಿ, ಈ ಪಾಳು ಬಿದ್ದ ಅಟ್ಟಲಿನಲ್ಲಿ ಯಾರಿದ್ದಾರೆ ಎಂದುಕೊಂಡು ತನ್ನ ಪಾಡಿಗೆ ತಾನು ಕುಂತಳು. ಮತ್ತೆ ಜೋರಾಗಿ ಸರಸರ ಶಬ್ದ. ಮುದುಕಿಗೆ ಅನುಮಾನ ಶುರುವಾಗಿ ಯಾವುದೋ ದೆವ್ವದ ಶಂಕೆ ಇರಬೇಕೆಂದುಕೊಂಡಳು. ನಾಲ್ಕು ಕವೆಗಳ ಆಧಾರದ ಮೇಲೆ ನಿಂತಿದ್ದ ಇಡೀ ಅಟ್ಟವೇ ಜೋರಾಗಿ "ಸಾರೆ ಜಹಾಂಸೆ ಅಚ್ಛಾ... ಹಿಂದೂ ಸಿತಾ ಹಮಾರ... ಹಮಾರ..." ಎಂದು ಪದವಾಡತೊಡಗಿದ್ದನ್ನು ಕಂಡು ಕೇಳಿದ ಮುದುಕಿ "ಅಯ್ಯೋ... ದೆವ್ವ..." ಎಂದು ಕಿರುಚಿಕೊಂಡು ಕೋಲು ಪಾಲು ಎಲ್ಲಾ ಬಿಸಾಡಿ ಎದ್ದೆನೊ ಬಿದ್ದೆನೊ ಎಂದು ಬೀದಿ ಕಡೆ ಓಡತೊಡಗಿದಳು.

●●●

ಸ್ವಾಮೀಜಿಯ ಪಾದವೂ ಹೆಣದ ತಲೆಯೂ

ಅಪ್ಪನನ್ನು ಆಸ್ಪತ್ರೆಗೆ ಕರೆದುಕೊಂಡು ಹೋಗೋದಕ್ಕೆ ನಾನೂ ಬರ್ತೀನಿ ಅಂತ ಹೇಳಿ ಇನ್ನೂ ಬರದ ಬಸವನನ್ನು ಕಾದು ಕಾದು ಸುಸ್ತಾದ ಮೂರ್ತಿ ಮನೆಗೆ ಹೋಗಿಯೇ ಅವನನ್ನು ಕರ್ಕೊಂಡು ಬರಬೇಕೆಂದು ತೀರ್ಮಾನಿಸಿ ತನ್ನ ಲಡ್ಕಾಸಿ ಸೈಕಲ್ ಹತ್ತುವುದಕ್ಕೂ "ಏ ಮಗಾ... ಏದುಸಿರು ಜಾಸ್ತಿ ಆಗ್ಯೆತೆ ವಸಿ ಬೇಗ ಬಂದ್ಬುಡು" ಎಂದು ಅವ್ವ ಹೇಳುವುದಕ್ಕೂ ಸರಿಹೋಯ್ತು. ಆಯ್ತು ಇರವ್ವ ಬಸವನ್ನೂ ಜೊತೇಲಿ ಕರ್ಕೊಂಡು ಬರ್ತೀನಿ ಎಂದು ಪೆಡಲ್ ಮೇಲೆ ಕಾಲಿಟ್ಟ ಮೂರ್ತಿ. 'ಬಸವನ್ನೂ' ಅನ್ನುವ ಪದ ಕಿವಿಗೆ ಬಿದ್ದದ್ದೇ ತಡ ಅವ್ವನ ಅಷ್ಟಗಲದ ಮುಖ ನಾಲ್ಕಾಣೆ ಅಗಲಕ್ಕೆ ಕುಗ್ಗಿ ಹಾಳಾಗಿ ಹೋಗು ಎನ್ನುವ ಲೆಕ್ಕಾಚಾರದೊಂದಿಗೆ ಮೂರ್ತಿಯನ್ನು ಗುರಾಯಿಸಿದಳು.

ಅವ್ವನಿಗಷ್ಟೇ ಅಲ್ಲ! ಊರಿನ ಯಾರ ಮಂದಿಯ ಬಳಿಯಾದರೂ ಸರಿ ಅಪ್ಪೀತಪ್ಪೀ ಬಸವನ ಮಾತೆತ್ತಿದರೆ ಅರಳಿಕೊಂಡಿರುವ ಮುಖಗಳು ಫಕ್ಕನೆ ಮುದುರಿಕೊಂಡು ಒಂದು ರೀತಿ ತಿರಸ್ಕಾರವನ್ನು ಸೂಚಿಸುತ್ತಿದ್ದವು. ಬಸವನನ್ನು ನೆನೆಸಿಕೊಂಡ ಮೂರ್ತಿಗೂ ನಗು ಬಂದು ತನ್ನ ಪಾಡಿಗೆ ತಾನೇ ಮುಗುಳು ನಗುತ್ತಾ ಸೈಕಲ್ ಹೊಡೆಯುತ್ತಿದ್ದ. ಊರಿನಲ್ಲಿ ಎರಡು ಮೂರು ಬಸವರು ಇರುವುದರಿಂದ ಗುರುತಿಗಾಗಿ ಒಬ್ಬೊಬ್ಬರಿಗೂ ಒಂದೊಂದು ಹೆಸರು ಕೊಟ್ಟುಕೊಂಡು ನೆನಪಿಟ್ಟುಕೊಳ್ಳುತ್ತಿದ್ದರು. ಒಬ್ಬ ಮಾತಾಡದೇ ಸದಾ ಬಿಮ್ಮನಿರುವ ಮೂಗ ಬಸವ. ಮತ್ತೊಬ್ಬ ಕಲ್ಲು ಹೊಡೆಯುವ ಬಂಡೆ ಬಸವ. ಮೂರನೆಯವನೇ ನಮ್ಮ ಮೂರ್ತಿ ಕರೆದುಕೊಂಡು ಬರಲು ಹೊರಟಿರುವ ಪೋಲಿ ಬಸವ. ಬಸವ ಎಂದಾಕ್ಷಣ ಕುತೂಹಲದಿಂದ ಯಾವ ಬಸವ ಎಂದು ಕೇಳುವವರು ಪೋಲಿ ಬಸವ ಎಂದರೆ ಮುಖ ಕಿವುಚಿಕೊಂಡು ಅಸಡ್ಡೆ ಮಾಡುತ್ತಿದ್ದರು. ಊರಿನ ಕೆಲ ಮಂದಿಯಂತೂ

ಅಲ್ಲಿ ಬಸವ ನಿಂತವನೆ ಅಂತ ಗೊತ್ತಾದರೆ ಆ ದಾರಿಯಲ್ಲೇ ಹೋಗುತ್ತಿರಲಿಲ್ಲ. ಮತ್ತೆ ಕೆಲವರು ಅವನು ಮರೆಯಾಗುವವರೆಗೂ ಕಾದು ಅವ ಅತ್ತ ಹೋದ ಮೇಲೆ ಇವರು ಅತ್ತ ಹೋಗುತ್ತಿದ್ದರು.

ಇಷ್ಟಕ್ಕೂ ಎಲ್ಲರೂ ತಿಳಿದುಕೊಂಡ ಹಾಗೆ ಬಸವ ಕೆಟ್ಟವನಲ್ಲ. ಪೋಲಿ ಅಲ್ಲ. ಓದಿನಲ್ಲಿಯೂ ಬುದ್ಧಿವಂತ. ಆದರೆ ಅವನು ಮಾಡುವಂತಹ ಕೆಲವು ತರ್ಕಗಳಿಗೆ ದೊಡ್ಡವರು ಅನ್ನಿಸಿಕೊಂಡವರು ಉತ್ತರ ಹೇಳಲೂ ಆಗದೆ ಸುಮ್ಮನಿರಲೂ ಆಗದೆ ಏನಾದರೂ ನೆಪ ಹುಡುಕಿ ಬಸವನನ್ನೇ ಬೈದು ಕಳುಹಿಸಿ ಬಿಡುತ್ತಿದ್ದರು. ತನ್ನ ವಿಚಾರ ಯಾವುದೇ ತಪ್ಪುಗಳಿಂದ ಕೂಡಿರದೆ ತರ್ಕ ಸಮ್ಮತವಾಗಿದ್ದರೂ ಕೂಡ ಈ ಜನ ಒಪ್ಪದಿದ್ದುದ ಕಂಡು ಮತ್ತಷ್ಟು ರೋಸಿ ಹೋಗಿ ತನ್ನ ಸಿದ್ಧಾಂತಕ್ಕೇ ಅಂಟಿಕೊಂಡಿದ್ದ. ದೇವರ ನೈವೇದ್ಯಕ್ಕೆ ಅಯ್ಯನವರು ಪ್ರಸಾದ ತಯಾರಿ ಮಾಡುತ್ತಿದ್ದರೆ ತಾನೇ ಮೊದಲು ರುಚಿ ನೋಡಿ; ಅವರು ಮೈಲಿಗೆಯಾಯಿತೆಂದು ಹೇಳಿದರೆ, "ದೇವರಿಗೆ ಸ್ವಲ್ಪ ಟೇಸ್ಟಾಗೇ ಮಾಡಬೇಕು ಅಲ್ಲವಾ... ಉಪ್ಪು ಸಪ್ಪೆ ಜಾಸ್ತಿ ಆದ್ರೆ ದೇವರು ಊಟ ಮಾಡ್ತಾನಾ..." ಅಂತ ತಿರುಗಿ ಅವರ ಬಾಯಿ ಮುಚ್ಚಿಸೋನು. ಸೋಮವಾರ, ಶುಕ್ರವಾರಗಳಂದು ಪೂಜೆಗಿಂತ ಮೊದಲು ನಾಯಿ ಬೆಕ್ಕುಗಳಿಗೆ ಊಟ ಹಾಕದೆ ಒಪ್ಪೊತ್ತಾದರೂ ಮಡಿ ಎನ್ನುತ್ತಾ ಐನೋರು ಪೂಜೆ ಪುನಸ್ಕಾರ ಅಂತ ತಲೆಕೆಡಿಸಿಕೊಂಡಿದ್ದರೆ ಕಣ್ಣೆದುರು ಕಾಣುವ ಆ ಮೂಕ ಪ್ರಾಣಿಗಳೇ ದೇವರು ಅಂತ ವಾದಿಸಿ ಬಸವ ಅವಕ್ಕೆ ಅನ್ನ ಹಾಕಿ ಹಿರಿಯರ ಕೆಂಗಣ್ಣಿಗೆ ಗುರಿಯಾಗಿ ಬಿಡುತ್ತಿದ್ದ. ತನ್ನ ಇತರೆ ಜಾತಿಯ ಸ್ನೇಹಿತರಿಗೆ ಪ್ಲಾಸ್ಟಿಕ್ಕು ಲೋಟದಲ್ಲಿ ಟೀ, ಕಾಫಿ ಕೊಟ್ಟರೆ ಅವರಿಗೂ ತನ್ನಂತೆಯೇ ಸ್ಟೀಲು ಲೋಟದಲ್ಲಿ ಕೊಡಬೇಕೆಂದು ಅಮ್ಮನ ಬಳಿ ಜಗಳವಾಡುತ್ತಿದ್ದ. ತನ್ನ ಸ್ನೇಹಿತರ ಮನೆಯಲ್ಲಿ ಬೇಕಂತಲೇ ಊಟ ಮಾಡಿ ಬರುತ್ತಿದ್ದ. ಇಂಥಾ ದೊಡ್ಡ ಸಂಪ್ರದಾಯಸ್ಥರ ಮನೆಯಲ್ಲಿ ಇಂಥಾ ನೀತಿಗೆಟ್ಟ ಮಗ ಹುಟ್ಟಬಾರದಿತ್ತು ಎಂಬುದು ಕೆಲವರ ಅಭಿಪ್ರಾಯವಾದರೆ; ಬೆಂಗ್ಳೂರು ಮೈಸೂರು ಕಂಡಿದ್ದ ಕೆಲವರು ಅವನು ಮಾಡುವುದರಲ್ಲಿ ಯಾವ ತಪ್ಪೂ ಇಲ್ಲ... ನ್ಯಾಯವಾಗೇ ಕೇಳುತ್ತಿದ್ದಾನೆ ಎಂದು ತಮ್ಮ ತಮ್ಮಲ್ಲೇ ವಾದ ವಿವಾದಗಳನ್ನು ಮಾಡಿಕೊಳ್ಳುತ್ತಿದ್ದರು.

ಇನ್ನೂ ಒಂದು ಹೆಜ್ಜೆ ಮುಂದೆ ಹೋದ ಬಸವ ಊರ ಪಂಚಾಯ್ತಿ ಕಟ್ಟೇಲಿ ಮನೇಗೆ ನುಗ್ಗಿ ಮೈಲಿಗೆ ಮಾಡಿಬಿಟ್ಟಳು ಅಂತ ಹೊಲೆಯರ ಮಾದಯ್ಯನ ಹೆಂಡ್ತಿ ಪಾರಕ್ಕನಿಗೆ ಊರಗೌಡ ದಂಡ ವಿಧಿಸುತ್ತಿದ್ದರೆ ಅದನ್ನು ಖಂಡಿಸಿ ಎಲ್ಲರೆದುರೇ... ಪಾರಕ್ಕನ ಮೈ ಮುಟ್ಟಿದರೆ ಮಾತ್ರ ಮೈಲಿಗೆಯಾಗುವುದಿಲ್ಲವೋ... ಅಂತ ಗೌಡರ ಬುಡಕ್ಕೆ ತಂದು ಬಿಟ್ಟಿದ್ದ. ಜಾಸ್ತಿ ಮಾತು ಬೆಳಸಿದ್ರೆ ಎಲ್ಲಿ ತನ್ನ ಮರ್ಯಾದೆ ಹರಾಜಾಗುತ್ತದೋ ಎಂದು ಪಂಚಾಯ್ತಿ ಕಟ್ಟೇನೆ ವಿಸರ್ಜಿಸಿ ಗೌಡರೂ ಕೋಪ

ಮಾಡಿಕೊಂಡು ಹೋಗಿಬಿಟ್ಟಿದ್ದರು. ಈ ಘಟನೆ ಆಗಿದ್ದಾಗಿನಂತೂ ಬಸವನಿಗೆ ಮತ್ತಷ್ಟು ಪ್ರತಿರೋಧ ವ್ಯಕ್ತವಾಗತೊಡಗಿತು.

ಮನೆಯಲ್ಲಿ ವಯಸ್ಸಿಗೆ ಬಂದ ಮಗನನ್ನು ಹೊಡೆಯಬಾರದೆಂದು ಬಸವಯ್ಯನವರು ಸ್ವಲ್ಪ ವಿದ್ಯೆ ಆದ್ರೂ ಕಲೀಲಿ ಎಂದು ಸಿದ್ಧಗಂಗಾ ಮಠಕ್ಕೆ ಸೇರಿಸಿದ್ದರು. ಅಲ್ಲಿಂದ ಬಂದ ಮೇಲೆ ತನ್ನ ಸಿದ್ಧಾಂತವನ್ನು ಮತ್ತಷ್ಟು ನಂಬಿದ ಬಸವ ಈಗ ಅಪ್ಪ ಬಸವಯ್ಯನಿಗೂ ಕೇರ್ ಮಾಡದೆ ಅವರ ಆಚಾರ ವಿಚಾರಗಳನ್ನೇ ಖಂಡಿಸುತ್ತಾ ಉಂಡಾಡಿ ಗುಂಡನ ಹಾಗೆ ಆಗಿಬಿಟ್ಟಿದ್ದ. ಪಾರ್ವತವ್ವನವರೂ ಕೂಡ ಮಗನ ಮೇಲಿನ ಪ್ರೀತಿಯಿಂದ ತಿದ್ದುವುದಕ್ಕೆ ಏನೇನೋ ಆಟವಾಡಿ ಕೊನೆಗೆ ಸಾಧ್ಯವಾಗದೆ ಸದ್ಯ ಮಗನಾದ್ರೂ ಉಳಿಯಲಿ ಅಂತ ಮೂರೊತ್ತು ಊಟ ಹಾಕಿ ಖರ್ಚಿಗೆ ಕಾಸುಕೊಟ್ಟು ಹೊರಗಡೆ ಎಲ್ಲಾದರೂ ಸುತ್ತಾಡಿಕೊಂಡು ಬರಲು ಕಳುಹಿಸಿಬಿಡುತ್ತಿದ್ದರು.

ದೇವರು ದಿಂಡಿರು ಸುಳ್ಳು. ಈ ಗೊಡ್ಡು ಆಚರಣೆಯೆಲ್ಲಾ ವ್ಯರ್ಥ. ನಿಜವಾಗಿಯೂ ಮನುಷ್ಯತ್ವವೇ ದೇವರು ಎಂದು ತನ್ನ ವಾದ ಮಂಡಿಸಿಬಿಡುತ್ತಿದ್ದ. ಎಷ್ಟೋ ಹುಡುಗರಿಗೆ ಬಸವನ ಸಿದ್ಧಾಂತ, ಮಾತು ಇಷ್ಟವಾದರೂ ಕೂಡ ಮನೆಯಲ್ಲಿ ಅಪ್ಪ ಅವ್ವನ ಭಯದಿಂದ ಅವನ ಸಹವಾಸ ಮಾಡದೆ; ಒಳಗೊಳಗೆ ಮಾತ್ರ ಅವನನ್ನೇ ಇಷ್ಟಪಡುತ್ತಿದ್ದರು, ಅದರಲ್ಲಿ ಮೂರ್ತಿ ಮಾತ್ರ ಯಾರ ಮಾತೂ ಕೇಳದೆ ಬಸವನಲ್ಲಿರುವ ಸಹಾಯಪರ ಬುದ್ಧಿ, ಮಾನವೀಯತ್ವ, ಒಳ್ಳೆಯತನಗಳನ್ನು ಕಂಡು ಯಾರು ಏನೇ ಅಂದುಕೊಂಡರೂ ಅವನ ಜೊತೆಬಿಡದೆ ಚಿಕ್ಕಂದಿನಿಂದಲೂ ಒಂದೇತರಹ ಬಂದಿದ್ದನು. ಈ ಕಾರಣಕ್ಕಾಗಿಯೇ ಬಸವನಿಗೂ ಮೂರ್ತಿ ಎಂದರೆ ಪ್ರಾಣ ಮತ್ತು ಅವನ ಮಾತನ್ನು ಯಾವತ್ತೂ ಮೀರುತ್ತಿರಲಿಲ್ಲ.

ಎಂಟು ಗಂಟೆ ಬಸ್ಸಿಗೆ ಹೊತ್ತಾಗುತ್ತದೆಂದು ಮೂರ್ತಿ ಕಲ್ಲಿನ ಹಾದಿಯಲ್ಲಿ ಸ್ವಲ್ಪ ಜೋರಾಗಿಯೇ ಸೈಕಲ್ಲನ್ನು ಒತ್ತತೊಡಗಿದ. ದಪ್ಪ ಜಲ್ಲೀಕಲ್ಲಿನಿಂದ ನಗ್ಗಿಸಿಕೊಂಡ ಟೈರು ದಡದಡ ಎಂದು ಸದ್ದು ಮಾಡುತ್ತಾ ಜೋರಾಗಿ ಜೋಲಿ ಹೊಡೆದು ಅಲ್ಲಾಡುತ್ತಾ ಸೀಮೆಂಟು ರೋಡಿಗೆ ಬಂದು ಸೀದಾ ಹೋಗಿ ಐನೋರ ಮನೆಯ ಮುಂದೆಯೇ ನಿಂತಿತು. ಚಪ್ಪಡಿ ಕಲ್ಲಿನ ಮೇಲೆ ಸೈಕಲ್ ಆನಿಸಿ ಪಡಸಾಲೆಗೆ ಕಾಲಿಡುತ್ತಿದ್ದಂತೆಯೇ ರಾಗಿ ಕಲ್ಲಿನ ಮೇಲೆ ಗೂರಲು ರೋಗ ಬಂದ ಕೋಳಿ ಮುದುಡಿ ಕುಳಿತುಕೊಂಡ ಹಾಗೆ ಬಸವ ಕುಂತಿದ್ದುದು ಕಾಣಿಸಿತು. ಕಲಗಚ್ಚನ್ನು ದನದ ತೊಟ್ಟಿಗೆ ಸುರಿಯಲು ಪಾತ್ರೆ ಸಮೇತ ಹೊರ ಬಂದ ಪಾರ್ವತವ್ವನವರು ಮೂರ್ತಿಯನ್ನು ಕಂಡೊಡನೆಯೇ "ನೋಡಪ್ಪಾ... ಮೂರ್ತಿ ವತ್ತಾರೆಯಿಂದ ಇಂಗೆ ಕುಂತವನೆ... ಒಂದ್ ಗಳಾಸ್ ಕಾಫಿ ಸೈತಾ ಕುಡಿದಿಲ್ಲ... ನೀನಾದ್ರು ವಸಿ ಎದ್ದೇಳಪ್ಪಾ...

ಮುಖ ತೊಳೀಲಿ..." ಎನ್ನುತ್ತಾ ಪಡಸಾಲೆಯ ಜಗುಲಿಗೆ ಹೊಂದಿಕೊಂಡಂತೆಯೇ ಇರುವ ಬಾನಿಗೆ ಕಲಗಚ್ಚನ್ನು ಸುರಿದು, "ಕುತ್ಕಾ ಮೂರ್ತಿ ವಸಿ ಬಂದೆ" ಎಂದು ಒಳಹೋದರು. ಅವ್ವನ ದನಿಯಿಂದಲೋ ಅಥವಾ ಮೂರ್ತಿ ಬಂದಿದ್ದರಿಂದಲೋ, ಏನೋ ಯೋಚಿಸುತ್ತಾ ಕುಂತಿದ್ದ ಬಸವ ಥಟ್ಟನೆ ಎಚ್ಚರಗೊಂಡು "ಈಗ ಬಂದ್ಯೇನೋ..." ಎಂದ. "ಯಾಕಿಂಗೆ ಬೆಳ್‌ಬೆಳ್ಗೆ ಗೋಗರಿಸ್ಕೊಂಡು ಕೂತಿದ್ದಿಯಲ್ಲ ನಡಿನಡಿ ಅಪ್ಪನ್ನ ಆಸ್ಪತ್ರೆಗೆ ಕರ್ಕೋ ಹೋಗ್ಬೇಕು" ಎಂದ ಮೂರ್ತಿ. ಮುಂದೆ ಏನೊಂದೂ ಮಾತನಾಡದೆ ಬಸವ ಹಿತ್ತಲ ಕಡೆ ನಡೆದ.

ಅಲ್ಲೇ ಜಗುಲಿಯ ಕೆಳಗೆ ಕಾಲನ್ನು ಇಳಿ ಬಿಟ್ಟುಕೊಂಡು ಕೂರಲು ಹೋದ ಮೂರ್ತಿಗೆ ಪಾರ್ವತವ್ವನವರು ಚಾಪೆ ಹಾಕುತ್ತಾ ಟೀ ಲೋಟ ಕೆಳಗಿಟ್ಟು, "ಅಣ್ಣ ಹೇಗಿದ್ದಾರೆ ಹುಷಾರಿಲ್ಲ ಅಂತಿದ್ರಲ್ಲ" ಎನ್ನುತ್ತಾ ವಿಚಾರಿಸ ತೊಡಗಿದರು. ಇಲ್ಲಾ ಚಿಕ್ಕಿ ಬೆಳಗ್ಗಿಂದ ಏದುಸ್ರು ಜಾಸ್ತಿ ಆಗ್ಯೆತೆ... ಆಸ್ಪತ್ರೆಗೆ ಕರ್ಕೋ ಹೋಗ್ಬೇಕು... ಬಸವನ್ನೂ ಕರ್ಕೊಂಡು ಹೋಗುವ ಅಂತ ಬಂದೆ ಎನ್ನುತ್ತಾ ಟೀ ಲೋಟ ಕೈಗೆತ್ತಿಕೊಂಡನು. ಏನ್ ಖಾಯ್ಲೆನೋ ಏನೋ, ಒಳ್ಳೆಯವ್ರಿಗೆ ಕಾಲ ಇಲ್ಲ ಕಣಪ್ಪಾ... ಹೆಂಗೆಂಗೆಲ್ಲಾ ಬದುಕ್ತಾ ಪುಣ್ಯಾತ್ಮ... ಅಂತವ್ರಿಗೆ ಇಂಗಾದ್ರೆ... ಏನಪ್ಪಾ ಮಾಡೂದು... ಬಂದ ಕಣ್ಣೀರನ್ನು ಒರೆಸಿಕೊಳ್ಳುತ್ತಾ ಪಾರ್ವತವ್ವನವರು ಒಳಹೋದರು. ಅಷ್ಟೊತ್ತಿಗೆ ಮುಖ ವರೆಸಿಕೊಳ್ಳುತ್ತಾ ಬಸವ ಹಿತ್ತಲಿನಿಂದ ಬಂದ. ಎರಡು ತಟ್ಟೆಗೆ ಅವಲಕ್ಕಿ ಉಪ್ಪಿಟ್ಟು ತಂದಿಟ್ಟ ಪಾರ್ವತವ್ವನವರು "ಅಲ್ಲಾ ಮೂರ್ತಿ... ಅದೇನೋ ಓದಿ ದಬ್ಬಾಕ್ತಾನೆ ಅಂತ ಇವ್ರು ಬೇಡ ಬೇಡ ಅಂದ್ರುನೂವೆ ಮಠಕ್ಕೆ ಹಾಕಿದ್ರು. ಓದೋದೇನೋ ಓದವ್ನೆ... ಪೂಜೆ ಪುನಸ್ಕಾರ ಕಂಡ್ರೆ ಆಗಾಕಿಲ್ಲ... ದೇವ್ರು ದಿಂಡ್ರನ್ನ ಬಾಯಿಗೆ ಬಂದ ಹಾಗೆ ಬೈತಾನೆ. ಮಠದಲ್ಲಿ ಓದಿ ಯಾರಾದ್ರು ಇಂಗೆ ಮಾತಾಡ್ತಾರ... ಹೇಳು ಮೂರ್ತಿ... ಅದೂ ಅಲ್ದೆ ಭಿಕ್ಷದ ಮಠದಲ್ಲಿ ದೊಡ್ಡಬುದ್ಯೋರು ನನ್ ತಮ್ಮನ ಮಗನೇ ಈ ಮಠಕ್ಕೆ ಬುದ್ಯೋರಾಗ್ಲಿ ಅಂತ ಇವನ ಹೆಸ್ರು ಬೇರೆ ಹೇಳವ್ರಂತೆ... ನಿನ್ನೆ ತಾನೆ ಮಠದ ಅಯ್ನೋರು ಬಂದಿದ್ರು... ಇವನ್ನೇ ಮರಿ ಮಾಡ್ಕೋಬೇಕಂತೆ... ಅವ್ರು ಬಂದು ಹೋದಾಗಿಂದ ಇಂಗೇ ಕೂತವ್ನೆ ಮೂರ್ತಿ... ನಾ ಆಗಕಿಲ್ಲ ಅಂತಾವ್ನೆ... ಮನೆ ಬಾಗ್ಲಿಗೆ ಬಂದ ಭಾಗ್ಯಾನ ಬಿಡೋಕಾಯ್ತದ... ಮೂರ್ತಿ... ಅದೊಂದು ಪುಣ್ಯದ ಕೆಲ್ಸ ಎಲ್ರಿಗೂ ಸಿಗಾಕಿಲ್ಲ... ನೀನಾದ್ರು ವಸಿ ಬುದ್ಧಿ ಹೇಳಪ್ಪಾ ಅವ್ನಿಗೆ" ಎಂದರು.

ಅವ್ವ ತಂದುಕೊಟ್ಟ ತಟ್ಟೇನ ಕೋಪದಿಂದ ಅತ್ತ ತಳ್ಳಿದ. ಬಸವನ್ನ ನೋಡಿ ಪಾರ್ವತಮ್ಮ "ಇಂಗೇ ಕಣಪ್ಪಾ... ಏನೂ ಅನ್ನಾಕಿಲ್ಲ ಮೂಗ್ಮೇಲೆ ಕ್ಯಾಣ ಬತ್ತದೆ... ಎಂದು ಅಲ್ಲೇ ಕೈ ಊರಿ ಕುಳಿತುಕೊಳ್ಳಲು ಅಣಿಯಾದರು. "ಬರೀ ಪುರಾಣ ಹೇಳ್ಬೇಡ ಎದ್ದೋಗು..." ಎಂದು ಬಸವ ಪಾರ್ವತವ್ವನವರ ಮುಖವನ್ನು

ತಿಂದುಬಿಡುವ ಹಾಗೆ ಗುರುಗುಟ್ಟಿದ. ಪುನಃ ಯಾಕೆ ಇವ್ನ ತಾವ ರಾದ್ಧಾಂತ ಅಂತ ಪಾರ್ವತವ್ವ ಎದ್ದು ಒಳಹೋದರು. ಅವರು ಅತ್ತ ಹೋದಮೇಲೆ ಇತ್ತ ತಟ್ಟೆ ತೆಗೆದುಕೊಂಡು ತಿಂಡಿ ತಿನ್ನತೊಡಗಿದ ಬಸವ.

ಈಗ ಬಸವನಿಗಿಂತಲೂ ಮೂರ್ತಿಗೆ ಹೆಚ್ಚು ಚಿಂತೆ ಹತ್ತಿಕೊಂಡಿತು. ಇವ ನೋಡಿದರೆ ಆಚಾರ ವಿಚಾರ ದೇವ್ರು, ದಿಂಡರು ಅಂದ್ರೆ ಉರಿದು ಬೀಳ್ತಾನೆ... ಅವರು ನೋಡಿದ್ರೆ ಇವನ್ನೇ ಸ್ವಾಮೀಜಿ ಮಾಡ್ಕೋಬೇಕು ಅಂತಿದಾರೆ... ಬೇಡ ಅನ್ನುವ ಹಾಗೂ ಇಲ್ಲ... ಸುಲಭಕ್ಕೆ ಒಪ್ಪಿಕೊಳ್ಳುವಂತೆಯೂ ಇಲ್ಲ... ಏನು ಮಾಡುವುದೆಂದು ಅವನಿಗೂ ತೋಚದೆ ಬಸವನನ್ನು ಸುಮ್ಮನೆ ರೇಗಿಸಲು "ಎಂಥಾ ಚಾನ್ಸ್ ಹೊಡೆದೆಯಲ್ಲೋ... ಓಡಾಡೋಕೆ ಕಾರು, ಸೇವೆ ಮಾಡಿಸ್ಕಳಕೆ ಆಳು... ಎಲ್ರಿಗೂ ಆ ಯೋಗ ಇಲ್ಲ..." ಎನ್ನುತ್ತಾ ಬಸವನ ಹೆಗಲ ಮೇಲೆ ಕೈ ಹಾಕಿದ. "ಹೇ... ಹೋಗೋ... ಯಾವೋನ್ ಆಗ್ತಾನೆ ಸ್ವಾಮೀಜಿ? ಆವಯ್ಯಾ ನನ್ನೇ ಮಾಡ್ಕಳಿ ಅಂತ ಹೇಳ್ಬುಟ್ರೆ ನಾನು ಆಗ್ಬಿಡ್ತಿನಾ... ಎಲ್ಲದಕ್ಕೂ... ಯೋಗ್ಯತೆ ಬೇಕು" ಎಂದ. ತಕ್ಷಣಕ್ಕೆ ಏನು ಹೇಳಬೇಕೆಂದು ಹೊಳೆಯದ ಮೂರ್ತಿ "ಏನ್ ಎಲ್ರೂ ಯೋಗ್ಯತೆ ಇದ್ದೇ ಸ್ವಾಮೀಜಿ ಆಗ್ತಾರ... ಸ್ವಾಮೀಜಿ ಆದ್ಮೇಲೆ ತಾನಾಗೇ ಬತ್ತದೆ ಯೋಗ್ಯತೆ... ನಡಿ ನಡಿ ನೋಡುವಾ, ಏನಾಗುತ್ತೆ ಅಂತ..." ಅಂದು ಎಡಗೈಲಿದ್ದ ಸೈಕಲ್‌ನ್ನು ತಳ್ಳಿಕೋ ಎಂದು ಬಸವನಿಗೆ ನೀಡಿದ.

ಸೈಕಲ್ ತಳ್ಳತೊಡಗಿದ ಬಸವ ಏನೂ ಮಾತಾಡದೆ ತನ್ನ ಪಾಡಿಗೆ ತಾನು ಏನೋ ಗಂಭೀರವಾಗಿ ಯೋಚಿಸುತ್ತಿರುವವನಂತೆ ನಡೆಯುವುದ ನೋಡಿ ತಾನೂ ಸುಮ್ಮನಾದ ಮೂರ್ತಿ. ಸೈಕಲ್ ಮಾತ್ರ ದಡದಡನೆ ಸದ್ದು ಮಾಡುತ್ತಲೇ ಇತ್ತು. ಇವರಿಬ್ಬರೂ ಬರುವುದನ್ನು ಬಾಗಿಲಲ್ಲಿ ನಿಂತೇ ಗಮನಿಸುತ್ತಿದ್ದ ಈರಕ್ಕ ಮೂರ್ತಿಯನ್ನು ಅಲ್ಲಿಂದಲೇ ಕೂಗುತ್ತಾ "ಎಷ್ಟೊತ್ತು ಮಾಡ್ಬುಟ್ಟೆ ಮಗಾ... ಆಗ್ಲಿಂದ ಜಾಸ್ತಿ ಆಗ್ತಾನೆ ಇದೆ... ಬಿರ್‌ಬಿರ್‌ನೆ ಕರ್ಕೊಂಡು ಹೋಗಿ... ಎಂದು ಜೋರು ಮಾಡಿದರು. ಸೈಕಲ್ಲನ್ನ ಕವೆಕಂಬಕ್ಕೆ ಆನಿಸಿ ಬಸವ, ಮೂರ್ತಿ ಇಬ್ಬರೂ ಕಣ್ಣೀಮಂಚದಿಂದ ಕೃಶವಾಗಿ ಮಲಗಿದ್ದ ಅಪ್ಪಣ್ಣಯ್ಯನನ್ನು ಕೈಯಿಡಿದು ಎದ್ದು ನಿಲ್ಲಿಸಿ ಪಡಸಾಲೆಯಿಂದ ಅಂಗಳದ ಎಳೆ ಬಿಸಿಲಿಗೆ ತಂದು ನಿಲ್ಲಿಸಿದರು. ಗೊಕ್ಕ ಗೊಕ್ಕ ಎಂದು ಕೈ ಅಡ್ಡ ಮಾಡಿಕೊಂಡು ಕೆಮ್ಮುತ್ತಿದ್ದ ಅಪ್ಪಣ್ಣಯ್ಯನನ್ನು ಬಸವನೊಬ್ಬನೆ ಎರಡೂ ಕೈಯಿಂದ ಎತ್ತಿಕೊಂಡು ಬಸ್ಟ್ಯಾಂಡ್ ಕಡೆ ನಡೆದರೆ ಮೂರ್ತಿ ಅವರ ಕೋಲು ಮತ್ತು ಶಾಲನ್ನು ಕೈಲಿಡಿದು ಅವ್ವ ಕೊಟ್ಟ ವೈರ್‌ಬ್ಯಾಗ್ ಮೊಳಕೈಗೆ ಸಿಕ್ಕಿಸಿಕೊಂಡು ಹಿಂದೆ ನಡೆದ.

ಬಸ್ಟ್ಯಾಂಡಿನಲ್ಲಿ ಆಂಜನೇಯ ಬಸ್ ರೆಡಿಯಾಗಿತ್ತು. ಮೂರ್ತಿ ಬಂದು ಬಸ್ಸು ಹತ್ತಿಸುವುದಕ್ಕೆ ಬಸವನಿಗೆ ನೆರವಾದ. ಗೌರ್ಮೆಂಟು ಆಸ್ಪತ್ರೆ ಒಳಕ್ಕೆ ಕರೆದುಕೊಂಡು

ಹೋಗಲು ಪ್ರಯತ್ನಿಸಿ ಸಾಧ್ಯವಾಗದೆ ಅಪ್ಪಣ್ಣಯ್ಯನವರು ಸುಸ್ತಾಗಿ ಇವರ ಹೆಗಲಿಗೆ ಜೋತು ಬೀಳುತ್ತಿದ್ದರು. ಬಸವನೇ ಮತ್ತೆ ಮನೆಯಿಂದ ಹೊತ್ತು ತಂದ ಹಾಗೆ ಹಿಡಿದು ನಡೆದ. ಆಸ್ಪತ್ರೆ ಬಳಿ ಆಂಬುಲೆನ್ಸ್‌ವೊಂದು ಕುಯ್... ಕುಯ್... ಎಂದು ಸೈರನ್ ಮೊಳಗಿಸುತ್ತಾ... ನಿಂತಿತ್ತು... ಯಾರಿಗೋ ಸೀರಿಯಸ್ ಆಗಿರಬೇಕು ಎಂದುಕೊಂಡು ಒಳ ನಡೆದರೆ ವಾರ್ಡಿನ ಬಳಿ ನಾಲ್ಕಾರು ಹೆಂಗಸರು ಮುಗಿಲು ಮುಟ್ಟುವವರೆಗೂ ಕಿರುಚುತ್ತಿದ್ದರು. ಯಾಕೋ ಮೂರ್ತಿಗೆ ಭಯವಾದಂತಾಗಿ ಬೇಗ ನಡಿ ಬಸವಾ... ಎನ್ನುತ್ತಾ ಆತುರ ಮಾಡತೊಡಗಿದ. ಅಲ್ಲಿ ಒಳ ಹೋಗಲು ಜಾಗವಿಲ್ಲದೆ ನಿಂತ ಬಸವನಿಗೆ ರೂಮಿನಿಂದ ಪಕ್ಕದ ಗೆಜ್ಜಲನತ್ತ ಊರಿನ ಬೈರೇಗೌಡನ ಹೆಣ ಈಚೆ ತರುತ್ತಿರುವುದು ಕಾಣಿಸಿತು. ಹೆಣದ ಮುಖ ಕಂಡ ಬಸವನಿಗೆ ಮುಖ ಬಿಳುಚಿದಂತಾಗಿ ಕೈ ಕಾಲು ಗಡಗಡನೆ ನಡುಗತೊಡಗಿದವು. ಎಲ್ಲಿ ಅಪ್ಪನನ್ನು ಬೀಳಿಸಿಬಿಡುತ್ತಾನೋ... ಎಂದು ಮೂರ್ತಿ ಕೈಲಿದ್ದ ಸಾಮಾನನ್ನು ಸರಸರನೆ ಇಳಿಸಿ ಬಸವನನ್ನೂ ಮತ್ತು ಅಪ್ಪನನ್ನು ಏಕಕಾಲದಲ್ಲಿ ಹಿಡಿದುಕೊಂಡ. ತಲೆ ತಿರುಗಿದಂತಾಗಿ ಬಸವ ಅಲ್ಲೇ ಕಂಬಕ್ಕೊರಗಿ ಕುಂತ. ಅಷ್ಟೊತ್ತಿಗೆ ದೂರದ ನಂಟರೇ ಆಗಿದ್ದ ಪರಮೇಶ ಡಾಕ್ಟರು ಇವರನ್ನು ಕಂಡು ಪಕ್ಕದ ರೂಮಿಗೆ ಕರೆದುಕೊಂಡು ಹೋದರು. ಸುಸ್ತಾಗಿದ್ದ ಅಪ್ಪಣ್ಣಯ್ಯನವರಿಗೆ ಗ್ಲೂಕೋಸು ಹಾಕಿಸಿ, ಮೂರ್ನಾಲ್ಕು ಟೆಸ್ಟು ಮಾಡಿಸಿದರು. "ಇನ್ನೂ ಮೂರ್ನಾಲ್ಕು ದಿನ ಆಸ್ಪತ್ರೆಯಲ್ಲಿರಲಿ... ರಿಪೋರ್ಟು ಏನ್ ಬರುತ್ತೋ ನೋಡವಾ... ಏನೂ ಹೆದರ್ಕೋ ಬೇಡ... ಮನೆಗೋಗಿ ಜೊತೇಲಿರೋಕೆ ಅವ್ವನ್ನ ಕಳಿಸು ಅಥವಾ ಬಿಡುವಿದ್ರೆ ನೀನೇ ಇರು" ಎಂದು ಹೇಳಿ ಪೇಷೆಂಟ್‌ಗಳ ನೋಡೋಕೆ ಹೋದರು. ಜಾಸ್ತಿ ಹೊತ್ತು ಆಸ್ಪತ್ರೆಯಲ್ಲಿರುವುದಕ್ಕೆ ಆಗದೆ, ಅವ್ವನ್ನೇ ಕಳಿಸಿಬಿಡುವ ಎಂದು ತೀರ್ಮಾನಿಸಿ ಮೂರ್ತಿ, ಬಸವ ಇಬ್ಬರೂ ಬಸ್ಸಿಗೆ ಕಾಯದೆ ಹಾಗೇ ನಡೆದುಕೊಂಡು ಮಾತಾಡುತ್ತಾ ಸಾಗಿದರು.

ಬಸವ ಎಷ್ಟೇ ವಿರೋಧಿಸಿದರೂ ಕೂಡ ಪಾರ್ವತವ್ವನವರ ಹಟ ಮತ್ತು ಮೂರ್ತಿಯ ಮಾತಿನಿಂದ ಬಹುತೇಕ ಸ್ವಾಮೀಜಿಯಾಗಲು ಬಸವ ಒಪ್ಪಿಗೆ ಕೊಟ್ಟಂತಾಗಿತ್ತು. ರಾಮಾಪುರದ ಭಿಕ್ಷದ ಮಠಕ್ಕೆ ಬಸವನೇ ಉತ್ತರಾಧಿಕಾರಿಯೆಂದು ದೇವನೂರು ಮಠದ ಶ್ರೀಗಳ ಎದುರು ತೀರ್ಮಾನವಾಯಿತು. ಯಾವಾಗ ಬಸವ ಬುದ್ಧ್ಯೋರು ಆಗ್ತಾರೆ ಎಂದು ತೀರ್ಮಾನವಾಯಿತೋ ಊರ ಜನ ಅವನನ್ನು ನೋಡುವ ದೃಷ್ಟಿಯನ್ನೇ ಬದಲಾಯಿಸಿದರು. ಯಾರಾದರೂ "ಏ...ಅವನಾ... ಪೋಲಿ ಬಸವಾ..." ಎಂದು ಏಕವಚನದಲ್ಲಿ ಕರೆದರೆ "ಹೇ... ಬುದ್ಧು ಅನ್ನಪ್ಪಾ... ಅವ್ರನ್ನ ಹಂಗೆಲ್ಲಾ ಅನ್ಬಾರ್ದು... ಈಗ ದೇವರೇ ನಂಗೆ ಬೇಕು ಅಂತ ಅವರನ್ನ ಮೀಸಲು ಮಾಡಿಕೊಂಡವನೆ... ಬುದ್ಧೀ ಅನ್ನಬೇಕು" ಅಂತ ಹಗುರವಾಗಿ

ಮಾತಾಡುವವರ ಬಾಯಿ ಮುಚ್ಚಿಸುತ್ತಿದ್ದರು. ಬಸವ ಎದುರು ಬಂದರೆ ಪಂಚೆ ಕೆಳಕ್ಕೆ ಇಳಿಸಿ "ನಮಸ್ಕಾರ ಬುದ್ಯೋರ್‍ಗೆ..." ಎಂದು ತಲೆ ತಗ್ಗಿಸುತ್ತಿದ್ದರು. "ಎಂಥಾ... ಜನಗಳಪ್ಪಾ... ನೆನ್ನೆ ಮೊನ್ನೆ ಎಲ್ಲ ಬೈತಿದ್ದೋರು ಈಗ ಈ ತರ ಆಡ್ತಾವ್ರಲ್ಲಾ" ಅಂತ ಸೋಜಿಗವಾದರೂ ಅದಕ್ಕೆ ಬಸವ ಒಗ್ಗಿಕೊಂಡುಬಿಟ್ಟ.

ಕೆಲವೊಮ್ಮೆ ಅಗತ್ಯಕ್ಕಿಂತ ಹೆಚ್ಚಾಗಿ ಮರ್ಯಾದೆ ಸಿಕ್ಕುವುದ ಕಂಡು ಕಿರಿಕಿರಿಯಾಗತೊಡಗಿತು. ಊರ ಗೌಡರಂತೂ ತುಸು ಹೆಚ್ಚಾಗೆ ಮರ್ಯಾದೆ ಕೊಡುವುದನ್ನು ಕಂಡಾಗ "ತಾನು ಹುಡುಗಾಟ ಆಡಬಾರದಿತ್ತು... ಇಷ್ಟು ಮರ್ಯಾದೆ ಕೊಡುವ ಜನರ ಭಾವನೆಗಳಿಗೆ ಧಕ್ಕೆ ಮಾಡಬಾರದಿತ್ತು" ಅನ್ನಿಸತೊಡಗಿತು. "ಸರಿಯೋ ತಪ್ಪೋ ಜನ ಆಡಿದಂಗೆ ಆಡುವುದೇ ಸರಿ. ನೀರು ಹೋದ ಕಡೆ ಕೋಲು ಬಿಡುವುದರಲ್ಲೇ ಸುಖ ಇದೆ" ಅನ್ನಿಸಿತು. ಪ್ರತಿಯೊಬ್ಬರೂ ಕೂಡ ತಮ್ಮ ತಮ್ಮ ಮನೆಗಳಿಗೆ ಆಹ್ವಾನಿಸಿ ಪೂಜೆ ಮಾಡಿಸಿ ಊಟ ಉಪಚಾರ ಮಾಡುವವರೇ! ತನಗಿಷ್ಟವಿಲ್ಲದಿದ್ದರೂ ಕೂಡ ಬಸವ ಪೂಜೆ ಪುನಸ್ಕಾರಗಳಲ್ಲಿ ಹೆಚ್ಚಾಗಿ ಪಳಗಿ ಬಿಟ್ಟ. ಕುಚೇಷ್ಟೆ, ವಾದಗಳಿಗೆ ಅವಕಾಶವಿಲ್ಲದಂತಾಗಿ ಗಂಭೀರವದನನಾದ. ತುಂಟಾಟ, ಆತುರಗಳಿಂದ ಯಾವಾಗಲೂ ಗಡಿಬಿಡಿಯಿಂದ ಇರುತ್ತಿದ್ದ ಬಸವನ ಮೊಗದಲ್ಲಿ ಗಂಭೀರತೆ ಕಂಡು ಊರ ಹಿರಿಯರು ಮತ್ತು ಮನೆಯವರು ಸ್ವಾಮೀಜಿ ಕಳೆ ಬಂದು ಬಿಡ್ತು ಅಂತ ಖುಷಿಯಾಗಿ ನಿಟ್ಟುಸಿರುಬಿಟ್ಟರು. ಬಸವ ಬದಲಾಗುತ್ತಿರುವುದನ್ನು ದೂರದಿಂದಲೇ ಗಮನಿಸುತ್ತಿದ್ದ ಮೂರ್ತಿ ಅವನಿಗೆ ಮತ್ತಷ್ಟು ತಿಳಿ ಹೇಳುತ್ತಾ, ಒಬ್ಬ ಸ್ವಾಮೀಜಿಗೆ ಇರಬೇಕಾದ ಎಲ್ಲಾ ಗುಣಗಳೂ ಆತನಲ್ಲಿ ಮೂಡಲು ಅವಕಾಶ ಕಲ್ಪಿಸಿಕೊಡುತ್ತಿದ್ದ.

ಪಟ್ಟಾಭಿಷೇಕದ ದಿನಗಳು ಹತ್ತಿರ ಬರುತ್ತಿದ್ದವು. ತಾನು ಸ್ವಾಮೀಜಿ ಆಗುವ ತನಕವೂ ಸದಾ ಜೊತೆಯಲ್ಲೇ ಇರಬೇಕೆಂದು ಕೇಳಿಕೊಂಡ ಪ್ರಕಾರ ಮೂರ್ತಿ ಯಾವಾಗಲೂ ಬಸವನ ಜೊತೆಯಲ್ಲೇ ಇದ್ದು ಅವನ ಕಾರ್ಯಕ್ರಮ ಮತ್ತು ಯೋಗಕ್ಷೇಮಗಳನ್ನು ನೋಡಿಕೊಳ್ಳುತ್ತಿದ್ದ. ಊರು ಸಮಾರಂಭಕ್ಕೆ ಸಜ್ಜಾಗತೊಡಗಿತು. ಅಕ್ಕಪಕ್ಕದ ಊರಿಗೆ, ಮಠಗಳಿಗೆ ಸುತ್ತೋಲೆಗಳು ರವಾನೆಯಾದವು. ಸುತ್ತ ನೂರೆಂಟು ಹಳ್ಳಿಗಳಿಗೆ ಆಹ್ವಾನ ಪತ್ರಿಕೆಗಳು ಹಂಚಲ್ಪಟ್ಟವು. ಊರ ತುಂಬೆಲ್ಲಾ ಪೋಸ್ಟರ್‌ಗಳು, ಬ್ಯಾನರುಗಳು ರಾರಾಜಿಸತೊಡಗಿದವು. ಊರಲ್ಲಿ ಹಬ್ಬದ ವಾತಾವರಣ ಸೃಷ್ಟಿಯಾಗಿ ಈ ಸಮಾರಂಭವನ್ನು ಕಣ್ತುಂಬಿಕೊಳ್ಳುವುದೇ ಒಂದು ಪುಣ್ಯ ಎಂದು ಭಾವಿಸಿದ ಜನ, ನೆಂಟರ ಮನೆಗೆ ಬಂದು ಆಗಲೇ ಜಮಾಯಿಸತೊಡಗಿದರು.

ಹೈಸ್ಕೂಲು ಮುಂಭಾಗ ಮೂರೆಕರೆ ಖಾಲಿ ಜಾಗದಲ್ಲಿ ಪೆಂಡಾಲ್ ಹಾಕಿಸಲಾಯಿತು. ಕಾಲೇಜು ಆವರಣ ಪೂರ್ತಿ ಪ್ರಸಾದದ ವ್ಯವಸ್ಥೆಗೆ ಮುಡಿಪಿಟ್ಟರು. ಊರ ಅಲಂಕಾರ ಗೌಡರು ಉಸ್ತುವಾರಿ ಮಾಡಿದರೆ ಮಠದ ಅಲಂಕಾರವನ್ನು

ಅಯ್ನೋರು ವಹಿಸಿಕೊಂಡಿದ್ದರು. ಸಿದ್ಧಗಂಗಾ ಹಿರಿಯ ಶ್ರೀಗಳ ಸಮ್ಮುಖದಲ್ಲಿ ಪಟ್ಟಾಭಿಷೇಕದ ಕಾರ್ಯಕ್ರಮಗಳು ವಿಧಿವತ್ತಾಗಿ ಪ್ರಾರಂಭವಾದವು. ಸಮಾರಂಭಕ್ಕೆ ಮುಖ್ಯಮಂತ್ರಿಯಾದಿಯಾಗಿ ರಾಜಕೀಯ ಧುರೀಣರೂ, ವಿವಿಧ ಮಠಗಳಿಂದ ಬಂದ ಹರಗುರು ಚರಮೂರ್ತಿಗಳೂ ಉಪಸ್ಥಿತರಿದ್ದರು. ಬಯಲಿನಲ್ಲಿ ಪ್ರವಚನ, ಭಾಷಣ ಕಾರ್ಯಕ್ರಮ ನಡೆಯುತ್ತಿದ್ದರೆ, ಮಠದ ಒಳಾಂಗಣದಲ್ಲಿ ಗದ್ದುಗೆ ಬಳಿ ದೀಕ್ಷಾ ಕಾರ್ಯಕ್ರಮ ನಡೆಯುತ್ತಲಿತ್ತು. ಶ್ರೀಗಳು ಗದ್ದುಗೆಗೆ ಪೂಜೆ ಮಾಡಿಸಿ, ಬಸವನ ತಂದೆ ತಾಯಿಗಳನ್ನು ಕೂರಿಸಿ ಕೊನೆಯದಾಗಿ ಅವನಿಂದ ಮಗ ಮಾಡಬೇಕಾದ ಕೊನೆಯ ಪಾದಪೂಜೆ ಮಾಡಿಸಿ, ವಸ್ತ್ರ ಕೊಡಿಸಿ ಇನ್ನು ಈತ ನಮ್ಮ ಮಗನಲ್ಲ... ಜಗದ್ಗುರು... ಎಂದು ಹೇಳಿಸಿ ಕಾರ್ಯ ಮುಗಿಸಿದ್ದರು. ಬಸವನ ಮುಖ ರೂಕ್ಷವಾಗಿತ್ತು. ಪಾರ್ವತವ್ವನವರು ಮಗ ಪಾದಪೂಜೆ ಮಾಡುವಾಗ ಅಷ್ಟೂ ಜನರ ನಡುವೆ ತಬ್ಬಿಕೊಂಡು ಬಿಕ್ಕಿ ಬಿಕ್ಕಿ ಅತ್ತು ಬಿಟ್ಟರು. ಪಾದಪೂಜೆ ವಿಧಿಯೆಲ್ಲಾ ಮುಗಿಸಿದ ಮೇಲೆ 'ಕೇಶಮುಂಡನ' ಮಾಡುವ ಕಾರ್ಯಕ್ರಮ. ಬಸವ ತಾನು ಹಾಕಿದ್ದ ಶರ್ಟು ಬಿಚ್ಚಿ ಮೂರ್ತಿ ಹೆಗಲಿಗೆ ಹಾಕುತ್ತಾ ಕೈನಲ್ಲಿದ್ದ ವಾಚು ಬಿಚ್ಚಿಕೊಟ್ಟು... 'ಇದ ನೀನೆ... ಇಟ್ಟುಕೋ... ನೆನಪಿಗೆ' ಎಂದ. ಅವನ ಕಣ್ಣಲ್ಲಿ ನೀರಾಡುತ್ತಿತ್ತು. ಮೂರ್ತಿಗೆ ಮಾತೇ ಹೊರಡಲಿಲ್ಲ. ಸುಮ್ಮನೆ ಬಸವನನ್ನು ನೋಡುತ್ತಾ ನಿಂತ. ಮದುವೆಯಾಗಿ ಸಂಸಾರ ಮಾಡಿಕೊಂಡು ಸುಖವಾಗಿ ಇರಬೇಕಾದ ಈತ ದೊಡ್ಡವರ ನೀತಿಗೆ ಸಿಕ್ಕಿ ಹೀಗೆ ಸ್ವಾಮೀಜಿಯಾಗುತ್ತಿರುವುದು ಕಂಡು ಬಹಳ ಖೇದವೆನಿಸಿತು. ಕೊನೆಯದಾಗಿ ತಂದೆ ಪಾದಕ್ಕೆ ನಮಸ್ಕರಿಸಿ; ತಬ್ಬಿಕೊಂಡು ಕಣ್ಣೀರು ತುಂಬಿಕೊಂಡ ಬಸವ ಏನೊಂದು ಮಾತಾಡದೆ ಸೀದಾ ಒಳಹೋದನು.

ತಲೆಬೋಳಿಸಿ, ಗಂಧ ಬಳಿದು, ಓಕುಳಿಯಂಥಾ ನೀರು ಸುರಿದು, ಕಾವಿ ಬಟ್ಟೆ ತೊಡಿಸಿ, ಮರದ ಹಾವುಗೆಗಳನ್ನು ಕಾಲಿಗೆ ಹಾಕಿ, ಶ್ರೀಗಳಿಂದ "ಮುಮ್ಮಡಿ ಕಬ್ಬಳ ಸ್ವಾಮಿಗಳು" ಎಂದು ನಾಮಕರಣ ಮಾಡಿ, ಮಂತ್ರ ಹೇಳಿಸಿ ಈಚೆಗೆ ಕರೆತಂದರು. ಸಾಕ್ಷಾತ್ ಮಹದೇಶ್ವರರನ್ನೇ ನೋಡಿದಂತಾಯಿತು ಜನಗಳಿಗೆ. 'ಮುಮ್ಮಡಿ ಕಬ್ಬಳ ಸ್ವಾಮಿಯವರಿಗೆ ಜಯವಾಗಲಿ' ಎಂದು ಜೋರಾಗಿ ಹರ್ಷೋದ್ಗಾರ ಮಾಡಿದರು. ಎದುರಿಗೆ ತಂದೆ ತಾಯಿ ಇರಬಾರದೆಂದು ಆಗಲೇ ಪಾರ್ವತವ್ವರನ್ನ ಬೇರೆ ಕಡೆ ಕಳುಹಿಸಿದ್ದರು. ಮೂರ್ತಿ ಮಾತ್ರ ಏಕಾಂಗಿಯಾಗಿ ಕಂಬ ಒರಗಿಕೊಂಡು ನಿಂತಿದ್ದ. ಮರದ ಹಾವುಗೆಗಳನ್ನು ಪಟಪಟ ಎಂದು ಸದ್ದು ಮಾಡುತ್ತಾ 'ಮುಮ್ಮಡಿ ಕಬ್ಬಳ ಸ್ವಾಮಿಗಳು' ಹಿರಿಯ ಶ್ರೀಗಳ ಜೊತೆ ಹೆಜ್ಜೆ ಹಾಕಿದರು.

ಪರಮೇಶ ಡಾಕ್ಟರು ಮೂರ್ತಿಯನ್ನು ಬರಹೇಳಿ ಖಾಯಿಲೆ ಮಿತಿಮೀರಿ ವಾಸಿ ಮಾಡಲು ಅಸಾಧ್ಯವೆಂದೂ; ಇರುವಷ್ಟು ದಿನ ಚೆನ್ನಾಗಿ ನೋಡಿಕೊಳ್ಳಿ ಎಂದು

ಅಪ್ಪಣ್ಣಯ್ಯನವರನ್ನು ಮನೆಗೆ ಕಳುಹಿಸಿಬಿಟ್ಟರು. ದಿನಾ ಮೂರ್ಹೊತ್ತು ಈರಕ್ಕ ತಪ್ಪಿದರೆ, ಮೂರ್ತಿ ಸಮಾಧಾನ ಮಾಡುತ್ತಾ ಗಂಜಿ ಉಪಚಾರ ಮಾಡುತ್ತಾ ಅಪ್ಪಣ್ಣಯ್ಯನವರ ಸೇವೆ ಮಾಡುತ್ತಿದ್ದರು. ಈರಕ್ಕ ಗಂಡನೆದುರು ಅಳಲಾಗದೆ ಕೋಣೆಗೆ ಹೋಗಿ ಅಳುತ್ತಿದ್ದರು. ಈವತ್ತು ಬೆಳಗ್ಗಿನಿಂದಲೇ ಉಬ್ಬಸ ಜಾಸ್ತಿಯಾಗಿ ಉಸಿರಾಡುವುದೇ ಕಷ್ಟ ಎನ್ನಿಸಿದಾಗ ಎದ್ದು ಕೂರಿಸುವಂತೆ ಕೈಯಿಂದಲೇ ಸನ್ನೆ ಮಾಡಿದರು. ಕಷ್ಟಕ್ಕೆ ಆಗುತ್ತಿದ್ದ ಗೆಳೆಯ ಸ್ವಾಮೀಜಿಯಾದ ಮೇಲೆ ಒಂದು ತರದ ಏಕಾಂಗಿಯೇ ಆಗಿ ಹೋದ ಮೂರ್ತಿ ಅಪ್ಪನೆದುರೇ ಕೂತಿರುತ್ತಿದ್ದ. ಅಪ್ಪಣ್ಣಯ್ಯನವರ ಉಸಿರಾಟ ನಿಧಾನವಾಗತೊಡಗಿ, ಈರಕ್ಕ ಜೋರಾಗಿ ಕಿರುಚಿಕೊಂಡರು. ಮೂರ್ತಿ ಎದ್ದು ಓಡಿ ಹೋಗಿ ಅಪ್ಪನ ತಲೆ ಹಿಡಿದುಕೊಂಡು ಎದೆ ನೀವತೊಡಗಿದ. ಅಕ್ಕಪಕ್ಕದವರು ಈರಕ್ಕನ ಅಳು ಕೇಳಿ ಅಪ್ಪಣ್ಣಯ್ಯ ತೀರಿ ಹೋಗಿರಬೇಕೆಂದು ಓಡೋಡಿ ಬಂದರು. ಕಣ್ಣು ಮೇಲೇರತೊಡಗಿತು. ಯಾರೋ ನೀರು ಬಿಡಿ... ಎಂದು ಈರಕ್ಕನ ಕೈಗೆ ಗ್ಲಾಸು ಕೊಟ್ಟರು. ಈರಕ್ಕ ನೀರು ಕುಡಿಸಿ ಮೂರ್ತಿ ಕೈಗೆ ನೀಡಿದರು. ಮೂರ್ತಿ ನೀರು ಕುಡಿಸಿದ. ಮೂರು ಗುಟುಕು ನೀರು ಕುಡಿದ ಅಪ್ಪಣ್ಣಯ್ಯ ಮಗನ ಮುಖವನ್ನು ನೋಡುತ್ತಾ ಹಾಗೇ ಉಸಿರೆಳೆದರು.

ಮೂರ್ತಿಯ ಚಿಕ್ಕಪ್ಪ ಆಗಲೇ ಗುಂಡಿ ತೋಡುವುದಕ್ಕೆ ತೋಟಕ್ಕೆ ಆಳುಗಳನ್ನು ಕಳುಹಿಸಿದ್ದರು. ಖುದ್ದು ಅವರೇ ಮಠಕ್ಕೆ ಹೋಗಿ ಬುದ್ಯೋರಿಗೆ ಬಿನ್ನ ಕೊಟ್ಟು ದಫನಿನ ಪೂಜೆಗೆ ಬರುವಂತೆ ಹೇಳಿ ಬಂದಿದ್ದರು. ನಾಲ್ಕಾರು ಜನ ಪಾರ್ಥಿವ ಶರೀರಕ್ಕೆ ಸ್ನಾನ ಮಾಡಿಸಿ ಕೈಕಾಲು ಮುರಿದು ಅಲಂಕಾರ ಮಾಡಿದರು. ಅಷ್ಟರಲ್ಲಿ ತೋಟದಿಂದ ಗುಂಡಿ ರೆಡಿ ಆಯ್ತೆಂದು ಸಮಾಚಾರ ಬಂದಿತು. ಮೂರ್ತಿ ಹೆಗಲಿಗೆ ಮಡಿಕೆ ಏರಿಸಿ ಕೈನಲ್ಲಿ ಕೊಳ್ಳಿ ಕೊಟ್ಟರು. ನಾಕುಜನ ಖುರ್ಜಿ ಸರಿಮಾಡಿ ಹೆಗಲಿಗೆ ಹೊತ್ತರು.

ಮಠದಿಂದ ಅಯ್ಯನವರು ಗುಂಡಿಯ ಬಳಿ ಬಂದು ಸ್ವಾಮಿಗಳು ಪೂಜೆಗೆ ದಯಮಾಡಿಸುತ್ತಾರೆಂದೂ ಅಷ್ಟರಲ್ಲಿ ಬಳೆ ಒಡೆಯುವ, ಕುಂಕುಮ ಅಳಿಸುವ ಕಾರ್ಯ ಮಾಡಿ ಮುಗಿಸಿರೆಂದು ಹೇಳಿ ಹೋದರು. ಬಳೆ ಒಡೆಯುವ ಕುಂಕುಮ ಅಳಿಸುವ ಕಾರ್ಯವನ್ನು ಮೂರ್ತಿ ಚಿಕ್ಕಪ್ಪ ಮಾಡಿಸಿದರು. ಮೂರ್ತಿ ಅದ ನೋಡಲಾಗದೆ ದೂರ ಹೋಗಿ ಕುಳಿತುಕೊಂಡಿದ್ದ. ಅಷ್ಟರಲ್ಲಿ "ಬುದ್ಯೋರು ಬಂದರು ದಾರಿಬಿಡಿ..." ಎನ್ನುತ್ತಾ ಮಠದ ಆಳು ಬೆತ್ತದ ಖುರ್ಚಿಯನ್ನು ತಂದು ಗುಂಡಿಯ ತಲಭಾಗದಲ್ಲಿಟ್ಟರು. ಮುಮ್ಮಡಿ ಕಬ್ಬಳ ಸ್ವಾಮಿಗಳು ಬಂದವರೇ, ಖುರ್ಚಿಯಲ್ಲಿ ಕುಳಿತು ಮರದ ಹಾವುಗೆ ಪಕ್ಕಕ್ಕೆ ಬಿಟ್ಟು ಪಾದ ನೀಡಿದರು. ಮರಿಗಳು ಪಾದಪೂಜೆ ನೆರವೇರಿಸಿದರು. ದೂರದಲ್ಲಿ ಕುಳಿತಿದ್ದ ಮೂರ್ತಿಯನ್ನು

ಕರೆದು ಪಾದಪೂಜೆ ಮಾಡಿಸಿದರು. ತೀರ್ಥ ಕುಡಿಸಿದರು. ಪೂಜೆ ಎಲ್ಲಾ ಮುಗಿದ ಮೇಲೆ ಹೆಣದ ತಲೆಯ ಮೇಲೆ ಪಾದವಿಟ್ಟು ಪೂಜೆ ಮಾಡುವ ಕಾರ್ಯಕ್ರಮವಿತ್ತು. ಅಯ್ಯನವರು ಬೆತ್ತದ ಖುರ್ಚಿಯನ್ನು ಗುಂಡಿಯಲ್ಲಿನ ಹೆಣದ ತಲೆ ಸ್ವಾಮೀಜಿಯ ಪಾದಕ್ಕೆ ಸರಿಯಾಗಿ ತಾಕುವಂತೆ ಮುಂದೆ ಜರುಗಿಸಿದರು. ಪಾದ ಇಳಿಬಿಟ್ಟ ಸ್ವಾಮಿಗಳಿಗೆ ಅಪ್ಪಣ್ಣಯ್ಯನವರ ಪಾರ್ಥಿವ ಶರೀರ ಪೂರ್ತಿ ಕಾಣಿಸತೊಡಗಿ ಮುಖ ಬಿಳುಚಿಕೊಳ್ಳುತ್ತಾ ಕೈಕಾಲು ನಡುಗತೊಡಗಿತು. ಕೈ ಅದುರತೊಡಗಿ ವಿಭೂತಿ ಕೆಳಕ್ಕೆ ಬಿದ್ದು ಚೂರು-ಚೂರಾಯಿತು. ಇದೇನಾಯಿತು ಎಂದು ಎಲ್ಲಾ ನೋಡುವಷ್ಟರಲ್ಲಿ ಸ್ವಾಮೀಜಿಗಳು ತಲೆ ತಿರುಗಿದಂತಾಗಿ ಬೆತ್ತದ ಖುರ್ಚಿಯಿಂದ ಹಾಗೆ ಕೆಳಕ್ಕೆ ಕುಸಿದರು.

● ● ●

ಅಕ್ಕ ಅವನು ಸಿಕ್ಕಿದನೇ?

ಚಿಲಿಮಿಲಿ ಎಂದೋಡುವ ಗಿಳಿಗಳಿರಾ
ನೀವು ಕಾಣಿರೆ ನೀವು ಕಾಣಿರೆ
ಸರವೆತ್ತಿ ಪಾಡುವ ಕೋಗಿಲೆಗಳಿರಾ
ನೀವು ಕಾಣಿರೆ ನೀವು ಕಾಣಿರೆ
ಎರಗಿ ಬಂದಾಡುವ ದುಂಬಿಗಳಿರಾ
ನೀವು ಕಾಣಿರೆ ನೀವು ಕಾಣಿರೆ
ಕೊಳದ ತಡಿಯೊಳಗಾಡುವ ಹಂಸಗಳಿರಾ
ನೀವು ಕಾಣಿರೆ ನೀವು ಕಾಣಿರೆ
ಗಿರಿಗಹ್ವರದೊಳಗಾಡುವ ನವಿಲುಗಳಿರಾ
ನೀವು ಕಾಣಿರೆ ನೀವು ಕಾಣಿರೆ
ಚೆನ್ನಮಲ್ಲಿಕಾರ್ಜುನನೆಲ್ಲಿಹನೆಂದು ಹೇಳಿರೆ...

ಈ ಹಾಳುಗಾಳಿ ಯಾಕಾದರೂ ಬೀಸುತ್ತಾವೋ? ಹಾಗೆ ಅಂದುಕೊಂಡಾಗಲೆಲ್ಲಾ ಅವಳಿಗೆ ಸವಾಲು ಹಾಕುವಂತೆ ಮತ್ತಷ್ಟು ಜೋರಾಗಿ ಬೀಸುತ್ತಿತ್ತು. ಯಾಕಾದರೂ ಅರಮನೆ ಬಿಟ್ಟು ಬಂದೆನೊ. ನಾನು ಎಲ್ಲರ ಹಾಗೆ ಅವನಿಗೆ ಮಂಚದಲ್ಲಿ ಮೈ ಒಪ್ಪಿಸಿಕೊಂಡಿದ್ದರೆ ಆಗುತ್ತಿರಲಿಲ್ಲವೇ? ಈ ಉರಿಬಿಸಿಲಿನಲ್ಲಿ ಅಂಗಾಲು ಸುಡಿಸಿಕೊಂಡು ಪಾಡು ಪಡುವ ಬದಲು ಆ ಸುಖದ ಸುಪ್ಪತ್ತಿಗೆಯಲ್ಲಿ ನರಳಬಾರದಿತ್ತೇ? ಯಾವತ್ತೊಂದಿನವಾದರೂ ಈ ಹಾಳುದೇಹ ಮಣ್ಣಾಗಬೇಕು. ಯಾವ ನಂಬಿಕೆಯಲ್ಲಿ ಅವನನ್ನು ಹುಡುಕಲು ಹೊರಟಿರುವುದು ನಾನು? ಛೆ ಅಂಥದ್ದೆಲ್ಲಾ ಯೋಚನೆ ಮಾಡಬಾರದು ಎಂದು ಅವಳ ಅಂತಃಪ್ರಜ್ಞೆ

ಜಾಗೃತವಾಯಿತು. ಒಮ್ಮೆ ಕೋಪಗೊಂಡ ಗಾಳಿ ಜೋರಾಗಿ ಬೀಸಿದ್ದರಿಂದ ಮೈಮೇಲೆ ಇಳಿಬಿದ್ದಿದ್ದ ಅವಳ ಕಡುಕಪ್ಪು ಅಮಾಸಿಯಂತಿದ್ದ ಕೂದಲ ರಾಶಿ ಅತ್ತಿತ್ತ ಚದುರಿತು. ಒಮ್ಮೆ ತನ್ನ ಪೂರಾ ಗುಲಾಬಿಯಂಥ ಸೌಂದರ್ಯ ನೋಡಿಕೊಂಡ ಅವಳಿಗೆ ತನ್ನ ತುಂಬು ಯೌವನದ ದೇಹ ನೋಡಿ ಮರುಕವುಂಟಾಯಿತಾದರೂ ಮರುಕ್ಷಣವೇ ನಾಚಿದಂತಾಗಿ ಅತ್ತಿತ್ತ ಒಮ್ಮೆ ನೋಡಿ ತನ್ನ ಕೂದಲು ಸರಿಪಡಿಸಿಕೊಂಡಳು. ಇಂಥಾ ಜನ ಇಲ್ಲದ ಪ್ರದೇಶದಲ್ಲಿ ಯಾರು ತಾನೆ ನನ್ನ ನೋಡುವರು? ನೋಡಿದರೂ ನನಗೇನಂತೆ ಅಂದುಕೊಂಡಳಾದರೂ ಮನದೊಳಗೆ ಎಂಥದೋ ಶಂಕೆ ಮೂಡಿ ಮರೆಯಾಯಿತು.

ಸೊಂಟಕ್ಕೆ ಸುತ್ತಿದ್ದ ಬಟ್ಟೆ ಮುಳ್ಳಿಗೆ ಸಿಕ್ಕಿ ಅಲ್ಲಲ್ಲಿ ಹಿಂಜಿ ಜಾಲಿಕೊಂಡಿತ್ತು. ಸದ್ಯ ಈ ಸರಿಹೊತ್ತಿನಲ್ಲಿ ಯಾವ ಕಾಡುಮೃಗದ ಬೇಟೆಕಣ್ಣುಗಳಿಗೂ ಸಿಕ್ಕದೆ ಮುಂದಿನ ಊರನ್ನು ತಲುಪಿಕೊಂಡರೆ ಸಾಕು ಅನ್ನಿಸಿಬಿಟ್ಟಿತ್ತು. ಅವಳ ಮೃದುವಾದ ಅಂಗಾಲುಗಳಿಗೆ ಕಲ್ಲು ಒತ್ತಿ ರಕ್ತ ಒಸರುವ ಮಟ್ಟಕ್ಕೆ ಹೋಯಿತು. ನಯನಾಜೂಕಿನಿಂದ ಹೂವಿನಂತೆ ನೋಡಿಕೊಳ್ಳುತ್ತಿದ್ದ ಅರಮನೆಯ ಸಖಿಯರು ನೆನಪಿಗೆ ಬಂದು ಮನಸಿಗೆ ತಳಮಳ ಶುರುವಾಯಿತು. ಎಷ್ಟು ಬೇಗ ಮುಂದಿನ ಊರನ್ನು ಸೇರಿಕೊಳ್ಳುತ್ತೇನೋ ಎನ್ನಿಸಿ ಬೇಗ ಬೇಗ ಹೆಜ್ಜೆ ಹಾಕಿದಳು. ದೂರದಲ್ಲಿ ದೀಪದ ಬೆಳಕು ಕಂಡಂತಾಗಿ ಇಲ್ಲೇ ಯಾವುದಾದರೂ ಮನೆಗಳಿದ್ದರೆ ಅವರನ್ನು ಬೇಡಿಕೊಂಡು ತಂಗಿದ್ದು ಬೆಳಿಗ್ಗೆ ಮುಂದುವರೆದರಾಯ್ತು. ನನ್ನ ಯಾರೂ ಗುರುತು ಹಿಡಿಯದಿದ್ದರೆ ಸರಿ ಎಂದುಕೊಂಡು ದೀಪದ ಬೆಳಕಿನತ್ತ ಮುಖ ಮಾಡಿ ನಡೆಯತೊಡಗಿದಳು.

ರಾತ್ರಿ ಹೊತ್ತಿನಲ್ಲಿ ಯಾವತ್ತೂ ಮನೆಯಿಂದ ಹೊರಗೆ ಬರದ ಅವಳಿಗೆ ಜೀರುಂಡೆಯ ಚೀರುವಿಕೆಯ ಶಬ್ದ ಅವ್ಯಕ್ತ ಭಯವನ್ನುಂಟುಮಾಡಿತು. ಹಗಲು ಕರಗಿ ಕತ್ತಲು ಸುತ್ತಲೂ ಆಕ್ರಮಿಸುತ್ತಿತ್ತು. ದಾರಿ ನಿಚ್ಚಳವಾಗಿ ಕಾಣುತ್ತಿದ್ದರೂ ಯಾವ ಮೃಗ ಮೇಲೆ ಎಗರಿ ಬೀಳುವುದೋ ಎಂಬ ಭೀತಿಯುಂಟಾಗಿ; ಮತ್ತೊಮ್ಮೆ ಧೈರ್ಯ ತಂದುಕೊಂಡು ಅವನನ್ನು ನಂಬಿ ಬಂದಿದ್ದೇನೆ, ನಿಜವಾಗಿಯೂ ಅವನಿಗೆ ನಾನು ಸೇರಲೇಬೇಕೆಂದಿದ್ದರೆ ನನ್ನನ್ನು ಕಾಪಾಡಿಕೊಳ್ಳಲಿ ಎನ್ನುತ್ತಾ ಮತ್ತಷ್ಟು ಜೋರಾಗಿ ಹೆಜ್ಜೆ ಹಾಕತೊಡಗಿದಳು. ನಿಧಾನವಾಗಿ ಆಕಾಶದಲ್ಲಿ ಚುಕ್ಕಿಗಳು ಸರದಿಯಂತೆ ಕಾಣತೊಡಗಿದವು. ತಣ್ಣನೆ ಬೀಸುವ ಗಾಳಿ, ದೂರದಲ್ಲೆಲ್ಲೋ ನಾಯಿಗಳೋ... ನರಿಗಳೋ... ಊಳಿಡುವುದು ಕೇಳಿಸಿತಾದರೂ ಅವುಗಳ ನಿರ್ದಿಷ್ಟವಾದ ಶಬ್ದ ಯಾವುದರದಿರಬಹುದೆಂದು ಅವಳಿಗೆ ಊಹಿಸಲು ಆಗಲಿಲ್ಲ. ದೂರದಲ್ಲಿ ಕಾಣುತ್ತಿದ್ದ ಬೆಳಕು ಹತ್ತಿರತ್ತಿರಕ್ಕೆ ಬರುತ್ತಿತ್ತು. ನೋಡಿದರೆ ಅದೊಂದು ಊರಾಗಿರದೆ ಊರ ಹೊರಗಿನ ಯಾವುದೋ ಮಠದಂತಿತ್ತು. ನೇರವಾಗಿ ಮಠದ ಅಂಗಳಕ್ಕೆ

ಬಂದು ನಿಂತಳು. ಈ ಸರಿಹೊತ್ತಿನಲ್ಲಿ ಬಂದ ಈಕೆ ಯಾರಾಗಿರಬಹುದೆಂಬ ಶಂಕೆಯೊಂದಿಗೇ ಮಠದ ಜಗುಲಿಯಲ್ಲಿ ಕುಳಿತಿದ್ದ ಕಾವಿಸನ್ಯಾಸಿ "ಯಾವೂರು ತಾಯಿ? ಇಷ್ಟು ಹೊತ್ತಿನಲ್ಲಿ..." ಎಂದ. ಅವನ ಮೃದುಮಾತಿನಿಂದ ಸಮಾಧಾನಗೊಂಡ ಇವಳು ತನ್ನ ನಿಜಸ್ವರೂಪ ಹೇಳದೆ "ಇಲ್ಲೇ ಪಕ್ಕದೂರು. ಅಲ್ಲಿ ಕಾಣುವ ಊರಿಗೆ ಹೋಗಬೇಕಿತ್ತು" ಎಂದಳು. ಅನುಮಾನಗೊಂಡ ಕಾವಿ ಸನ್ಯಾಸಿ "ಮನೆಯಲ್ಲಿ ಗಲಾಟೆ ಮಾಡಿಕೊಂಡು ಏನಾದರೂ ಮನೆ ಬಿಟ್ಟು ಬಂದೆಯಾ ತಾಯಿ? ಪರವಾಗಿಲ್ಲ. ಈ ಹೊತ್ತಿನಲ್ಲಿ ಈ ದಾರಿ ಸರಿಯಲ್ಲ; ಇಲ್ಲೇ ಮಠದಲ್ಲಿ ಮಲಗಿದ್ದು ಬೆಳಿಗ್ಗೆ ಎದ್ದು ಹೋಗು ತಾಯಿ" ಎಂದ. ಈತನೊಬ್ಬನೇನೋ ಅಥವಾ ಮತ್ಯಾರಾದರೂ ಇರುವರೋ ಎಂದು ಸುತ್ತ ಕಣ್ಣಾಡಿಸಿದಾಗ ಮಠದ ಜಗುಲಿಯ ಮೇಲೆ ಮತ್ತೆ ಕೆಲವರು ಮಲಗಿರುವುದನ್ನು ಕಂಡು ಧೈರ್ಯ ಬಂದು; ಇಷ್ಟು ಹೊತ್ತಿನಲ್ಲಿ ಎಲ್ಲಿಗೆ ತಾನೆ ಹೊರಡುವುದು? ಎಂದು ಯೋಚಿಸುತ್ತಿರುವಾಗಲೇ "ಪರವಾಗಿಲ್ಲ ಬನ್ನಿ ತಾಯಿ, ಊಟ ಮಾಡಿದಿರಾ?" ಕೇಳಿದ ಕಾವಿಸನ್ಯಾಸಿ. ಏನು ಹೇಳಬೇಕೆಂದು ತೋಚದಾಗಿ ಆಯಿತು ಎಂಬಂತೆ ತಲೆಯಲ್ಲಾಡಿಸಿದಳು. "ಸರಿ ತಾಯಿ, ಮಲಗಿಕೊಳ್ಳಿ" ಎಂದವನು ಚಾಪೆ ದಿಂಬುಗಳನ್ನು ತಂದಿಟ್ಟ. 'ಈತನೂ ಸಹ ತನ್ನಂತೆಯೇ ವೈರಾಗ್ಯದ ಹಾದಿ ಹಿಡಿದವನು; ಇಲ್ಲಿ ಮಲಗಿಕೊಂಡರೆ ತೊಂದರೆ ಇಲ್ಲ ಎನಿಸಿ' ಜಗುಲಿಯ ಪಕ್ಕದಲ್ಲಿ ಹಾಸಿಕೊಂಡು ಮಲಗಿದಳು.

ಸುತ್ತ ಮುತ್ತಲಿನ ಸಣ್ಣ ಪುಟ್ಟ ಸದ್ದುಗಳು ನಿಧಾನಕ್ಕೆ ಕರಗತೊಡಗಿದ್ದವು. ಚೀರ್... ಚೀರ್... ಎನ್ನುವ ಎಂತದೋ ಒಂದು ಜಾತಿಯ ಕೀಟದ ಶಬ್ದ ಮಾತ್ರ ನಿಲ್ಲದೆ ನಿರಂತರವಾಗಿತ್ತು. ಬಹಳ ದೂರ ನಡೆದಿದ್ದ ಅವಳಿಗೆ ಮೈ ಕೈಕಾಲು ನೋವಿನಿಂದ ಮಂಪರು ಕವಿಯತೊಡಗಿತು. ಮುಂದಿನ ದಾರಿ ಯಾವುದು? ಎಲ್ಲಿಗೆ ಹೋಗುವುದು? ಯಾರನ್ನು ಕೇಳುವುದು? 'ಬೆಳಿಗ್ಗೆಯಾಗಲಿ ನೋಡಿಕೊಳ್ಳುವಾ' ಎಂದು ಮನಸ್ಸಿನಲ್ಲೇ ಚನ್ನಮಲ್ಲಿಕಾರ್ಜುನ ಎಂದು ಗೊಣಗಿಕೊಂಡು ನಿದ್ರೆಗೆ ಒರಗಿದಳು.

ಯಾರೋ ಮೊಣಕಾಲನ್ನು ಸವರುತ್ತಿರುವಂತೆ ಭಾಸವಾಗಿ ಥಟ್ಟನೆ ಎಚ್ಚರಗೊಂಡು ನೋಡಿದರೆ ಕಾವಿಸನ್ಯಾಸಿ ಪಾದದಡಿಯಲ್ಲಿ ಕುಳಿತು ಅವಳ ಬಟ್ಟೆಯನ್ನು ಮೊಣಕಾಲಿನವರೆಗೂ ಎತ್ತಿಬಿಟ್ಟಿದ್ದ. ಕಾಲನ್ನು ಝಾಡಿಸಿ ಪೂರ್ತಿ ಬಟ್ಟೆ ಹೊದ್ದುಕೊಂಡು ಉಗ್ರಗೊಂಡು "ಥೆ... ಕಾವಿ ಹಾಕಿದ್ದೀಯಲ್ಲ, ನಾಚಿಕೆಯಾಗುವುದಿಲ್ಲವಾ ನಿನಗೆ ಇಂಥಾ ಕೆಲಸ ಮಾಡುವುದಕ್ಕೆ" ಎಂದು ಥಟ್ಟನೆ ಎದ್ದು ನಿಂತಳು. ಇದನ್ನು ನಿರೀಕ್ಷಿಸದ ಅವನು "ಹಗಲಲ್ಲಿ ಹೊಟ್ಟೆ ತುಂಬಿಸಿಕೊಳ್ಳುವುದಕ್ಕೆ ಕಾವಿ; ಆಗ ಎಲ್ಲಾ ನೋಡುತ್ತಿರುತ್ತಾರೆ. ಬಾ... ಈ ವೈರಾಗ್ಯವೆಲ್ಲಾ ಸುಳ್ಳು... ಭೋಗವೇ ನಿಜ. ಈ

ದೇಹ ನಶ್ವರವಾದುದು, ಇರುವವರೆಗೂ ಸುಖಿಸಿ ಬಿಡಬೇಕು" ಎಂದು ತಬ್ಬಿಕೊಳ್ಳಲು ಮುಂದಾದ. ಆತನ ದುರ್ವರ್ತನೆಯನ್ನು ಹೇಗೆ ಸಹಿಸಿಕೊಳ್ಳಬೇಕೆಂದು ತಿಳಿಯದೆ ಒಮ್ಮೆ ಆತನನ್ನು ಜೋರಾಗಿ ತಳ್ಳಿ ಕಿರುಚಿಕೊಂಡಳು. ಸುತ್ತಮುತ್ತಲಿನ ನೀರವ ಮೌನದಲ್ಲಿ ಅವಳ ಧ್ವನಿ ಪ್ರತಿಧ್ವನಿಸಿದಂತಾಗಿ ಜಗುಲಿಯ ಮೂಲೆಯಲ್ಲಿ ಮಲಗಿದ್ದ ಮತ್ತೋರ್ವ ಕಾವಿಸನ್ಯಾಸಿಗೆ ಎಚ್ಚರವಾಗಿ ಆಕಳಿಸುತ್ತಾ ಎದ್ದು ಕೂತವನಿಗೆ ಈ ದೃಶ್ಯ ಕಂಡು ಪರಿಸ್ಥಿತಿಯ ಅರಿವಾಯಿತು. ತಕ್ಷಣವೇ ಎದ್ದ ಆತ ಈ ಕಾಮುಕ ಸನ್ಯಾಸಿಗೆ ಛೀಮಾರಿ ಹಾಕಿ ಮಠದ ಒಳಗಡೆ ತಳ್ಳಿ ಅಗುಳಿ ಹಾಕಿಕೊಂಡ. ಭಯದಿಂದ ಥರಥರ ನಡುಗುತ್ತಿದ್ದ ಅವಳನ್ನು "ತಾಯಿ ಅಂಜಬೇಡ ಆತನಂತೆ ನಾನಲ್ಲ; ನಾನು ನಿನ್ನ ಸಹೋದರ, ಧೈರ್ಯವಾಗಿ ಮಲಗಿ. ನಾನು ಕಾವಲಿರುತ್ತೇನೆ" ಎಂದು ಸ್ವಲ್ಪ ದೂರದಲ್ಲಿ ಕುಳಿತು ಬೊಂಗಿ ಹತ್ತಿಸಿದ.

ಇವಳಿಗೆ ಮಲಗಲು ಭಯವಾಗಿ ಎದ್ದು ಹೊರಟು ಬಿಡೋಣ ಎನ್ನಿಸಿತಾದರೂ 'ಈ ಸರಿಹೊತ್ತಿನಲ್ಲಿ ಎಲ್ಲಿ ಹೋಗುವುದು? ಏನಾದರೂ ಆಗಲಿ, ನೋಡಿ ಬಿಡುವಾ...' ಎನ್ನುತ್ತಾ ಎರಡೂ ಮಂಡಿಗಳನ್ನು ಕೂಡಿಸಿಕೊಂಡು ಅದರ ಮೇಲೆ ಕೈಗಳನಿಟ್ಟು ತಲೆ ಒರಗಿಸಿ ಕೂತಳು. 'ಇಂಥಾ ನೀಚ ಸನ್ಯಾಸಿಗಿಂತ ಆ ರಾಜನೇ ಎಷ್ಟೋಪಾಲು ಮೇಲು ಅನ್ನಿಸಿತು. ಪಾಪ ಅವನಾದರೂ ಧರ್ಮಪತ್ನಿಯಾಗೆಂದು ನನ್ನ ಸನಿಹ ಬಯಸಿದನೇ ಹೊರತು ಇವನಂತೆ ಕಾಮುಕನಾಗಿ ನಡೆದುಕೊಳ್ಳಲಿಲ್ಲ. ಥೂ... ಎಂಥಾ... ಜಂಗಮರು... ಇಂಥವರನ್ನೇ ಇರಬೇಕು. ರಾಜ ಬೇಡ ಬೇಡವೆಂದರೂ ಅರಮನೆಯಲ್ಲಿ ಇವರನ್ನು ಕರೆಸಿ ಪೂಜಿಸುತ್ತಿದ್ದುದು ಮತ್ತು ಸತ್ಕರಿಸುತ್ತಿದ್ದುದು!' ಸನ್ಯಾಸಿಗಳ ಬಗ್ಗೆ ಅಸಹ್ಯವುಂಟಾಯಿತು. ಮತ್ತೊಮ್ಮೆ ದೂರದಲ್ಲಿ ಬೊಂಗಿ ಸೇಯುತ್ತಾ ತನ್ನ ಕಾವಲಿಗೆ ಕುಳಿತ ಸೋದರ ಸನ್ಯಾಸಿಯನ್ನು ನೋಡಿ ಎಲ್ಲರೂ ಅಂಥವರಿರುವುದಿಲ್ಲ ಎಂದುಕೊಂಡು ತನಗೆ ತಾನೇ ಸಮಾಧಾನ ಮಾಡಿಕೊಳ್ಳುತ್ತಿದ್ದಳು. ಸುತ್ತಲೂ ಕತ್ತಲು ಗವ್ ಎನ್ನುತ್ತಿತ್ತು. ಅನತಿ ದೂರದಲ್ಲಿ ಸೋದರ ಸನ್ಯಾಸಿ ಸುರುಳಿ ಸುರುಳಿಯಾಗಿ ಹೊಗೆ ಬಿಡುವುದರಲ್ಲಿ ನಿರತನಾಗಿದ್ದ. 'ಯಾವ ಹೊತ್ತೋ? ಇದು ಬೆಳಿಗ್ಗೆಯಾಗಲು ಇನ್ನೂ ಎಷ್ಟು ಹೊತ್ತು ಬೇಕೋ?' ಎಂದು ನಿಟ್ಟುಸಿರಿಟ್ಟಳು. ಇವಳು ಮಲಗದೆ ಒದ್ದಾಡುತ್ತಿರುವುದನ್ನು ಕಂಡ ಆ ಸೋದರ ಸನ್ಯಾಸಿ "ತಾಯಿ, ಹೆದರಬೇಡ. ನನ್ನ ಗುರುದೇವನಾಣೆ ಕಾವಲಿರುತ್ತೇನೆ, ಮಲಗಿಕೊಳ್ಳಿ" ಎಂದು ಮರುಕ ವ್ಯಕ್ತಪಡಿಸಿದ. ಆತನನ್ನು ಪೂರ್ತಿ ನಂಬಲೂ ಆಗದೇ ದೇಹವನ್ನು ಹಾಸಿಗೆಗೆ ಒರಗಿಸಿದಳು. ಬಹಳ ಹೊತ್ತಾದರೂ ಕಣ್ಣಿಗೆ ನಿದ್ದೆ ಹತ್ತಲಿಲ್ಲ.

ಆವತ್ತು ನಾನು ಉಪ್ಪರಿಗೆಯ ಮೇಲೆ ಕೂದಲರಾಶಿ ಇಳಿಬಿಟ್ಟುಕೊಂಡು ನಿಲ್ಲಬಾರದಿತ್ತು. ಏನು ಮಹತ್ಕಾರ್ಯ ಮಾಡಿದ ಅಂತ ಎಲ್ಲರಂತೆ ನಾನೂ

ಅವನನ್ನು ನೋಡಲು ಬಂದದ್ದು? ನಾನು ಬಂದದ್ದಲ್ಲ! ಗೆಳತಿ ಬಲವಂತವಾಗಿ ಕರೆದುಕೊಂಡು ಬಂದದ್ದು. ಈ ಊರಿನ ಗಣ್ಯರೆಲ್ಲಾ ಹೇಗೆ ಸಲ್ಲಿಸುತ್ತಿದ್ದರು ಅವನಿಗೆ ರಾಜ ಮರ್ಯಾದೆಯನ್ನ! ಕುದುರೆಯ ಮೇಲೆ ಕೂತಿದ್ದ ಆತ ಅದ್ಯಾವ ಗಳಿಗೆಯಲ್ಲಿ ನಾನಿದ್ದ ಉಪ್ಪರಿಗೆಯ ಕಡೆ ನೋಡಿದನೋ... ಎಂಥಾ ನೋಟ. ಕಣ್ಣ ಪಾಪೆಯನ್ನು ಅತ್ತಿತ್ತ ಅಲುಗಾಡಿಸದೇ ನನ್ನನ್ನೇ ನೋಡುತ್ತಿದ್ದನಲ್ಲ! ಸುತ್ತಮುತ್ತಲಿನ ಜನರ ಅರಿವಿಲ್ಲದೆ ನಾನು ತಲೆತಗ್ಗಿಸಿ ಅಲ್ಲಿಂದ ತೆರಳದಿದ್ದರೆ ತಿಂದು ಬಿಡುತ್ತಿದ್ದನೇನೋ... ಎಂಥಾ ಕ್ಷುದ್ರನೋಟ! ಆಮೇಲೆ ಆತ ಯಾರನ್ನೂ ನೋಡಲಿಲ್ಲವಂತೆ, ಕಾಟಾಚಾರಕ್ಕೆ ಮೆರವಣಿಗೆ ಮುಗಿಸಿ ಅರಮನೆಗೆ ಹೋಗಿ ಊಟ ನಿದ್ರೆ ಬಿಟ್ಟನಂತೆ. ಆಮೇಲಾದರೂ ಸುಮ್ಮನಿದ್ದನಾ? ದೂತರನ್ನು ಅಟ್ಟಿ ಅಪ್ಪನಿಗೆ ಮದುವೆ ಮಾಡಿಕೊಡುವಂತೆ ರಾಜಾಜ್ಞೆಯನು ಹೊರಡಿಸಿಬಿಟ್ಟ. ರಾಜನ ಋಣಕ್ಕೆ ಬಿದ್ದ ಅಪ್ಪನಿಗೆ ನಾನು ಹೇಗೆ ತಾನೆ ತಿಳಿ ಹೇಳಲಿ. ನನ್ನನ್ನು ಸ್ವತಂತ್ರಕ್ಕೆ ಬಿಡಬೇಕು ಎಂದು ಗುರುಗಳ ಮಾತಿನಂತೆ ಷರತ್ತುಗಳನ್ನು ಹಾಕಿದರೆ ಮೂರ್ಖರಾಜ ಅಷ್ಟೂ ಷರತ್ತುಗಳನ್ನು ಒಪ್ಪಿಬಿಟ್ಟ. ನಿಜವಾಗಿ ಅವನು ಮೂರ್ಖನಲ್ಲ! ಆತನನ್ನು ಮದುವೆಯಾಗಲು ಒಪ್ಪಿದೆನಲ್ಲ ನನ್ನದು ಮೂರ್ಖತನ.

ಈಗಲೂ ನೆನಪಿದೆ, ಅರಮನೆಯ ಉದ್ಯಾನದಲ್ಲಿ ಅಡ್ಡಾಡುವಾಗ ಹಿಂದುಗಡೆಯಿಂದ ಬಂದು ಅಪ್ಪಿಬಿಟ್ಟ. ಆಗಲೇ ಎಚ್ಚರಿಕೆಯನ್ನು ಕೊಟ್ಟಿದ್ದಾಯಿತು. ಈಗಲಾದರೂ ಸುಮ್ಮನಿರಬಹುದಿತ್ತು ರಾಜ. ಆದರೆ ನಾನು ಮಾಡುವ ಜಂಗಮಸೇವೆ, ಲಿಂಗಪೂಜೆ ಎಲ್ಲವನ್ನೂ ತಿರಸ್ಕರಿಸಿದನಲ್ಲ! ನಾನೇ ನಿನ್ನ ಪತಿ... ನಿನಗೆ ಮೊದಲ ದೇವರು ನಾನೆ... ಮೊದಲು ನನ್ನನ್ನು ಸಂತೃಪ್ತಿಗೊಳಿಸು ಎಂದು ಕಾಡಿಸುತ್ತಿದ್ದನಲ್ಲ. ನನಗೋ ಆವೇಶ. ಸೆರಗ ಕಿತ್ತು ಬಿಸಾಡಿ ಇದಕ್ಕೆ ತಾನೆ ನೀನು ಆಸೆಪಡುತ್ತಿದ್ದುದು ಬಾ... ಎಷ್ಟು ಬೇಕೋ ಅಷ್ಟು ನಿನ್ನ ಆಸೆ ಪೂರೈಸಿಕೋ... ಎಂದು ನಿಂತರೆ ಹೆದರಿಬಿಟ್ಟ. ನಾನು ಸುಮ್ಮನಿರಬೇಕಿತ್ತು. ಅದೇ ಆವೇಶದಲ್ಲಿ ಸೀರೆಯನ್ನು ಕಿತ್ತು ಬಿಸಾಡಿ ಅರಮನೆಯ ಮೊಗಸಾಲೆಯಲ್ಲಿ ಬರುತ್ತಿದ್ದರೆ ಸಖಿಯರೆಲ್ಲಾ ಇವಳಿಗೆ ಹುಚ್ಚು ಹಿಡಿದಿದೆ ಎನ್ನುವಂತೆ ಯಾರೊಬ್ಬರೂ ಹತ್ತಿರ ಬಂದು ತಡೆಯಲಿಲ್ಲವಲ್ಲ! ಅಬ್ಬಾ! ನೆನೆಸಿಕೊಂಡರೆ ಈಗಲೂ ಮೈ ಝುಂ ಎನಿಸುತ್ತದೆ. ಗಂಡ ಹೆಂಡತಿಯನ್ನು ಬಯಸುವುದು ತಪ್ಪೆ? ಪಾಪ, ಸಾಮಾನ್ಯರಂತೆ ಅವನೂ ಬಯಸಿದ. ಅವನಿಗೇನು ಗೊತ್ತು ನಾನು ಆರಾಧಿಸುತ್ತಿರುವ ಪತಿದೇವ ಅವನಲ್ಲವೆಂದು.

ಹೀಗೆ ಅವಳು ಯೋಚಿಸುತ್ತಿರುವಾಗಲೇ ಬೆಳಕು ಹರಿದು ಹಕ್ಕಿಗಳು ಚಿಲಿಪಿಲಿಗುಟ್ಟುತ್ತಿದ್ದವು. ಹಿಂದಿನ ದಿನಕ್ಕಿಂತ ಮೈ ಸ್ವಲ್ಪ ಹಗುರಾದಂತೆನ್ನಿಸಿತು. ರಾತ್ರಿಯಿಂದಲೂ ಒಂದೇ ಸಮನೆ ಸೇಯುತ್ತಿರುವನೋ ಏನೋ ಸೋದರ

ಸನ್ಯಾಸಿ ಇನ್ನೂ ಹೊಗೆ ಬಿಡುತ್ತಲೇ ಇದ್ದ. ಸೋದರ ಸನ್ಯಾಸಿಗೆ ವಂದನೆ ಹೇಳಿ, "ಬರುತ್ತೇನೆ ಸ್ವಾಮಿಗಳೇ..." ಎನ್ನುತ್ತಾ ಹೊರಡಲನುವಾದಳು. "ತಾಯಿ ನೀವು ನೆಂಟರ ಮನೆಗಂತೂ ಖಂಡಿತಾ ಹೋಗುವವರಲ್ಲ... ನಿಜ ಹೇಳು ತಾಯಿ, ಯಾರು ನೀನು? ಎಲ್ಲಿಗೆ ಹೋಗುತ್ತಿರುವೆ" ಎಂದು ಕುತೂಹಲ ತಡೆಯಲಾರದೆ ಕೇಳಿ ಬಿಟ್ಟ ಸೋದರ ಸನ್ಯಾಸಿ. ಎಲ್ಲವನ್ನು ಆತನೆದುರು ಹೇಳಬೇಕೆನಿಸಿದಾದರೂ ಹೇಳದೆ "ಚೆನ್ನಮಲ್ಲಿಕಾರ್ಜುನನನ್ನು ಹುಡುಕಿಕೊಂಡು ಹೊರಟ್ಟಿದ್ದೇನೆ..." ಎಂದಳು. ಅದುವರೆವಿಗೂ ಇದ್ದ ಕುತೂಹಲ ಒಮ್ಮೆಲೆ ಹಾರಿಹೋಗಿ 'ಈಯಮ್ಮನಿಗೆ ಎಲ್ಲೋ ಹುಚ್ಚು ಹಿಡಿದಿರಬೇಕು' ಎಂದು ಮರುಗುತ್ತಾ ಹೊಗೆ ಬಿಡುವುದರಲ್ಲಿ ಮಗ್ನನಾದ.

ಸೂರ್ಯನ ಎಳೆ ಬಿಸಿಲು ಮೈ ತಾಕಿ ಹಿತವಾದ ರೋಮಾಂಚನವಾಗಹತ್ತಿತು. ಜೊತೆಗೆ ಸಣ್ಣ ಭಯ. ಎಷ್ಟಾದರೂ ಆತ ತನ್ನನ್ನು ಹುಡುಕಲು ಭಟರನ್ನು ಅಟ್ಟದಿರುತ್ತಾನೆಯೇ... ಒಂದು ವೇಳೆ ಹಾಗೇನಾದರೂ ಸಿಕ್ಕಿಕೊಂಡರೆ ಏನು ಮಾಡುವುದು. ಪೋಲೀಸ್ ಕಂಪ್ಲೇಂಟ್ ಕೊಟ್ಟರಾಯಿತು. ಅಯ್ಯೋ ಹಾಗೆ ಮಾಡಬಾರದು ಅವರೂ ಅವನ ಜೊತೆ ಶಾಮೀಲಾಗಿ ನನ್ನ ಗುರುತು ಹಿಡಿದು ಒಪ್ಪಿಸಿಬಿಟ್ಟರೆ!? ಇಷ್ಟೊತ್ತಿಗಾಗಲೇ ಪೇಪರಿನಲ್ಲಿ, ಟೀವಿಯಲ್ಲಿ ಹಾಕಿಸಿರುತ್ತಾನೆ. ಯಾವುದಕ್ಕೂ ಹುಷಾರಾಗಿರಬೇಕೆಂದು ಯೋಚಿಸುತ್ತಾ ನಡೆದಳು. ಹೇಗಾದರೂ ಮಾಡಿ ಈ ದಿನವೇ ಕಲ್ಯಾಣವನ್ನು ತಲುಪಿಬಿಡಬೇಕು. ಅಲ್ಲಿ ಅಣ್ಣನ ಮನೆಗೆ ಸೇರಿಕೊಂಡರೆ ನನ್ನ ಚೆನ್ನಮಲ್ಲಿಕಾರ್ಜುನ ಸಿಕ್ಕಿದಂತೆಯೇ. ಮುಂದಿನ ಊರಿನಲ್ಲಿ ಬಸ್ಸು ಹತ್ತಿಬಿಡುವುದೇ ಸರಿ... ಆದರೆ ದುಡ್ಡೇ ತರದೆ ಬಂದು ಬಿಟ್ಟೆನಲ್ಲ. ಇದ್ದ ವಡವೆ ವಸ್ತ್ರ ಬಿಚ್ಚಿ ಬಿಸಾಡಿದ್ದಾಯಿತು. ಹೋಗಲಿ... ಎಟಿಎಂ ಕಾರ್ಡು, ಮೊಬೈಲ್‌ನಾದರೂ ಜೊತೆಯಲ್ಲಿ ತರಬಾರದಿತ್ತೆ? ಕಾಯಿನ್ ಬೂತ್‌ನಲ್ಲಿ ಫೋನ್ ಮಾಡೋಣವೆಂದರೆ ಅಣ್ಣನ ಫೋನ್ ನಂಬರೂ ಇಲ್ಲ, ಅಲ್ಲಮನದೂ ಇಲ್ಲ. ಕಲ್ಯಾಣದಲ್ಲಿ ಅವರು ಇರುವುದಂತೂ ಸತ್ಯ. ಅಲ್ಲಿಗೆ ತಲುಪಿದರೆ ಸಾಕು.

ಅವಳ ಗುಲಾಬಿಯಂಥಾ ಚರ್ಮ ಬಿಸಿ ತಾಕಿ ನಿಧಾನಕ್ಕೆ ಕಂದು ಬಣ್ಣಕ್ಕೆ ತಿರುಗುತ್ತಿತ್ತು. ಈ ಹಾಳು ಸೌಂದರ್ಯ ಸುಡಲಿ... ಇದರಿಂದ ತಾನೆ ಇಂಥಾ ಪಾಡು. ತನ್ನ ಸೌಂದರ್ಯ ತಾನೆ ಹಳಿದುಕೊಳ್ಳುತ್ತಾ ನಡೆಯತೊಡಗಿದಳು. ಇದ್ಯಾರೋ ಆಗಂತುಕರು ಆಗಮಿಸಿದ್ದಾರೆಂದು ಹಕ್ಕಿಪಕ್ಷಿಗಳು ಜೋರಾಗಿ ಕಿರುಚಿಕೊಳ್ಳತೊಡಗಿದವು. ಇತರೆ ಪ್ರಾಣಿಗಳು ಕಡುಕಪ್ಪುಕೂದಲಿನ ಈ ಹೆಂಗಸಿನ ಕಡೆ ವಿಚಿತ್ರವಾದುದೊಂದು ನೋಟ ಬೀರಿ ಫಂಗನೇ ನಗೆಯುತ್ತಾ ಕಣ್ಮರೆಯಾಗುತ್ತಿದ್ದವು. ಸ್ವಲ್ಪವೇ ಕೂಗಳತೆ ದೂರದಲ್ಲಿ ಊರು ಕಾಣುತ್ತಿದ್ದು ಬಸ್ಸುಕಾರುಗಳು ಓಡಾಡುವ ಶಬ್ದ ಕೇಳಿಸುತ್ತಿತ್ತು. ಯಾವ ಊರಿರಬಹುದೆಂದುಕೊಳ್ಳುತ್ತಾ ಊರಿನ ಬಾಗಿಲಿಗೇ

ಬಂದು ನಿಂತಳು. ಹೆಬ್ಬಾಗಿಲ ಬಳಿ ನಿಂತ ಅವಳಿಗೆ ಬೀದಿಯಲ್ಲಿ ಯಾರೂ ಕಣ್ಣಿಗೆ ಬೀಳಲಿಲ್ಲ. ಎಲ್ಲಿತ್ತೋ... ಒಂದು ಬೀದಿನಾಯಿ ಗಲ್ಲಿಯೊಳಗಿಂದ ನುಸುಳಿ ಬಂದಿದ್ದೇ ಇವಳನ್ನು ಕಂಡು ಉಗ್ರರೂಪ ತಾಳಿ ಜೋರಾಗಿ ಬೊಗಳತೊಡಗಿ ಅದು ಬಂದ ರಭಸಕ್ಕೆ ಕಚ್ಚಿಯೇ ಬಿಡುತ್ತದೋ ಏನೋ ಎಂದು ಸಣ್ಣಗೆ ಬೆವರಿದಳು. ನಾಯಿ ಬೊಗಳಿದ ಶಬ್ದ ಕೇಳಿ ಮಟಮಟ ಮಧ್ಯಾಹ್ನದಲಿ ಯಾರಿರಬಹುದೆಂದು ಕೆಲವರು ಮನೆಯಿಂದ ಹೊರಕ್ಕೆ ಬಂದರು. ಅಬ್ಬಾ! ಎಂಥಾ ಚೆಲುವು! ಫಳಫಳ ಮಿನುಗುವ ಅಬೋಧ ಕಣ್ಣುಗಳು, ಕಡುಕಪ್ಪು ಮೊಳಕಾಲದವರೆಗೂ ಇಳಿಬಿದ್ದ ಕೂದಲು ನಿರ್ಲಜ್ಜೆಯಿಂದ ನಿರ್ವಿಕಾರವಾಗಿ ನಿಂತ ಭಂಗಿಯನ್ನು ಕಂಡ ಅವರು ಹಾಗೇ ಬಿಟ್ಟ ಕಣ್ಣು ಬಿಟ್ಟುಕೊಂಡು ತಮ್ಮನ್ನು ಮರೆತಂತೆ ಅವಳನ್ನೇ ನೋಡಹತ್ತಿದರು. 'ಕಲ್ಯಾಣಕ್ಕೆ ಬಸ್ ಬರುತ್ತದೆಯೇ... ಎಂಬ ಅವಳ ಮಾತಿಗೆ ಎಚ್ಚರಗೊಂಡ ಅವರು ಹೌದು ಎನ್ನುವಂತೆ ತಲೆಯಲ್ಲಾಡಿಸಿ ಬಸ್ಟ್ಯಾಂಡ್ ಕಡೆ ದಾರಿ ತೋರಿದರು. ಮುಂದುವರೆದ ಅವಳನ್ನು ಯಾರೂ ಮಾತನಾಡಿಸುವ ಧೈರ್ಯ ಮಾಡದೆ ಕುತೂಹಲದಿಂದ ಅವಳ ಹಿಂದೆ ನಡೆದರು.

ಈ ಸೋಜಿಗವನ್ನು ನೋಡಲು ಅಕ್ಕಪಕ್ಕದಲ್ಲಿ ಜನ ನೆರೆದರು. 'ಅಯ್ಯೋ ಪಾಪ, ಯಾವೂರ ಹೆಂಗಸೋ... ಇಂಥಾ ಚಂದುಳ್ಳಿ ಹೆಂಗಸಿಗೆ ಹುಚ್ಚು ಹಿಡಿವಂತೆ ಮಾಡಲು ಆ ದೇವರಿಗಾದರೂ ಹೇಗೆ ಮನಸು ಬಂತು ಎಂದು ಕೆಲವು ಹೆಂಗಸರು ಮಾತನಾಡಿಕೊಂಡರೆ ಕೆಲವರು ಅವಳಿಂದ ಸಮ್ಮೋಹನಕ್ಕೊಳಗಾದವರಂತೆ ಅವಳ ಸೌಂದರ್ಯವನ್ನು ಕದ್ದೂಮುಚ್ಚಿ ನೋಡತೊಡಗಿದರು. ತನ್ನ ಸುತ್ತಮುತ್ತ ಯಾರೂ ಇಲ್ಲವೇನೋ ಎಂಬಂತೆ ಅದೇ ನಿರ್ವಿಕಾರ ಭಾವದಿಂದ ಮನದಲ್ಲಿ ಚನ್ನಮಲ್ಲಿಕಾರ್ಜುನನನ್ನು ನೆನೆಸಿಕೊಂಡು ಬಸ್ಟ್ಯಾಂಡಿಗೆ ಬಂದ ಅವಳಿಗೆ ಯಾವ ಬಸ್ಸು ಹತ್ತುವುದೆಂದು ಗೊಂದಲವಾಗಿ ಸುಮ್ಮನೆ ಸುತ್ತ ಕಣ್ಣಾಡಿಸುವಾಗ ಯಾವುದೋ ಮೂಲೆಯಲ್ಲಿದ್ದ ಬಸ್ ಕಂಡಕ್ಟರ್ ಜೋರಾಗಿ "ಯಾರ್ರೀ ಕಲ್ಯಾಣ... ಯಾರ್ರೀ ಕಲ್ಯಾಣ..." ಎಂದು ಕೂಗತೊಡಗಿದುದು ಕೇಳಿಸಿ ಆ ಕಡೆ ನಡೆದು ಬಸ್ ಹತ್ತಿದಳು. ಇವಳ ಮುಖವನ್ನೇ ಗುರುಗುಟ್ಟಿದ ಕಂಡಕ್ಟರ್ ಏನೂ ಮಾತನಾಡದೆ ಸುಮ್ಮನಾದ. ಇವಳು ಹತ್ತಿದ ನಂತರ ಹಲವಾರು ಜನ ಹತ್ತಿದರೂ ಕೂಡ ಇವಳ ಪಕ್ಕ ಕೂರಲು ಏನೋ ಒಂಥರಾ ಆಗಿ ಯಾರೂ ಬಳಿ ಕೂರಲಿಲ್ಲ. ವಿಚಿತ್ರ ಕುತೂಹಲದಿಂದ ನೋಡಿ ಮರುಗುವವರೆ.

ಕಿಟಕಿ ಕಡೆ ಮುಖ ಮಾಡಿ ಕುಂತ ಇವಳು ತನ್ನ ಪಾಡಿಗೆ ತಾನು ಕೂದಲನ್ನು ನೀವಿಕೊಂಡು ಕುಂತಳು. ಅಲ್ಲಿದ್ದವರಿಗೆ ಅಯ್ಯೋ ಪಾಪ ಎನ್ನಿಸಿತು. ಟಿಕೆಟ್ ಕೇಳಿದ ಕಂಡಕ್ಟರನಿಗೆ ಯಾರೋ ದೊಡ್ಡ ಮನುಷ್ಯರು ಹೋಗಲಿ ಬಿಡಿ ಎಂದು

ತಾನೇ ಕಲ್ಯಾಣಕ್ಕೆ ಒಂದು ಟಿಕೆಟ್ ತೆಗೆದುಕೊಟ್ಟನು. ತಾನು ಅವಳ ಪಕ್ಕದಲ್ಲೇ ಕುಳಿತು ಮಾತನಾಡಲು ಪ್ರಯತ್ನಿಸಿ ವಿಫಲವಾದನು. ಅವಳು ಬೇರೆ ಏನನ್ನೋ ಯೋಚಿಸುತ್ತಿದ್ದಳು. ಕಲ್ಯಾಣದ ಮಹಾಮನೆ, ಬಸವಣ್ಣ, ಅಲ್ಲಮ ಮುಂತಾದವರ ಬಗ್ಗೆ ಕೇಳಿದ್ದಳು. ಆಗಾಗ್ಗೆ ಬರುತ್ತಿದ್ದ ಅವರ ಸಂದರ್ಶನಗಳು, ಪತ್ರಿಕೆ ಸುದ್ದಿಗಳು ಮುಂತಾದುವು ಅವರು ಬಹು ಎತ್ತರಕ್ಕೇರಿದ ದೊಡ್ಡಮನುಷ್ಯರು, ಸಾಧಕರೆಂದು ಪ್ರತಿಬಿಂಬಿಸಿದ್ದವು. ಹೇಗಾದರೂ ಅವರನ್ನು ಕಂಡು ಚೆನ್ನಮಲ್ಲಿಕಾರ್ಜುನನ ವಿಳಾಸ ಪಡೆದು ಅವನನ್ನು ಸೇರಿಕೊಳ್ಳುವ ಹಂಬಲ ಇವಳಿಗಿತ್ತು. ಕೊನೆಗೆ ಅವನ ಫೋನ್ ನಂಬರಾದರೂ ಸಿಗಬಹುದೆಂಬ ಆಸೆಯಿತ್ತು. ಈ ಭರವಸೆಯಿಂದ ತನ್ನ ಲೌಕಿಕ ಬದುಕಿನ ದಾಂಪತ್ಯವನ್ನು ಮುರಿದು ಕಲ್ಯಾಣದ ಕಡೆ ಹೊರಟಿದ್ದಳು.

ಕಲ್ಯಾಣದಲ್ಲಿ ಇಳಿದ ಅವಳಿಗೆ ಎತ್ತ ಹೋಗಬೇಕೆಂದು ತಿಳಿಯದೆ ದಿಕ್ಕು ತಪ್ಪಿದವಳಂತೆ ನಿಂತಳು. ಸುತ್ತಲೂ ಎತ್ತರವಾದ ಗಗನಚುಂಬಿ ಕಟ್ಟಡಗಳು, ರಸ್ತೆ ದಾಟುವುದಕ್ಕೆ ಅವಕಾಶ ಕೊಡದೆ ನಿರಂತರವಾಗಿ ಓಡಾಡುವ ಸಾವಿರಾರು ವಾಹನಗಳು, ಅಪಾರವಾದ ಜನ ಜಂಗುಳಿಯ ನಡುವೆ ಅವಳಿಗೆ ಏನು ಮಾಡಬೇಕೆಂಬುದೇ ತಿಳಿಯಲಿಲ್ಲ. ಪಕ್ಕದಲ್ಲೇ ಹುಡುಗರ ಗುಂಪೊಂದು ಇವಳನ್ನೇ ದುರುಗುಟ್ಟಿಕೊಂಡು ನೋಡುತ್ತಾ 'ಎಂಥಾ ಫಿಗರಮ್ಮಾ!' ಎಂದದ್ದು ಅವಳಿಗೆ ಕೇಳಿಸಿತು. ಸುತ್ತಮುತ್ತಲಿನ ಎಲ್ಲರೂ ತನ್ನನ್ನೇ ಗಮನಿಸುತ್ತಿದ್ದಾರೆಂಬ ಅರಿವು ಮೂಡಿ ಭಯ ಶುರುವಾಯಿತು. ಆದರೂ ಧೈರ್ಯ ಮಾಡಿ ಮಹಾಮನೆ ಎಲ್ಲಿದೆ ಎಂದು ಅಲ್ಲಿದ್ದಾತನೊಬ್ಬನನ್ನು ಕೇಳಿದಳು. ವಿಚಿತ್ರವಾಗಿ ನೋಡಿದ ಅವನು ಎದುರಿಗಿದ್ದ ವಿಶಾಲವಾದ ರಸ್ತೆಯ ಕಡೆ ಕೈ ತೋರಿದ. ಅವನು ಕೈ ತೋರಿಸಿದ ದಿಕ್ಕಿನಲ್ಲಿಯೇ ಮುಂದುವರೆದ ಅವಳಿಗೆ ವಿಶಾಲವಾದ ಅರಮನೆಯಂಥ ಬೃಹತ್ ಬಂಗಲೆ ಕಾಣಿಸಿತು. ಹೇಳದೆ ಕೇಳದೆ ಹೀಗೆ ಗೇಟಿನತ್ತ ನುಗ್ಗಿದ ಈ ಅಪರಿಚಿತ ಮಹಿಳೆಯನ್ನು ಕಂಡು ಗೇಟ್‌ಕೀಪರ್ "ಯಾರಮ್ಮ ನೀನು? ಯಾರು ಬೇಕಿತ್ತು" ಎಂದ. "ಅಣ್ಣನನ್ನು ನೋಡಬೇಕಿತ್ತು..." ಮರುಮಾತನಾಡದೆ ಆತ ದಾರಿಬಿಟ್ಟ. ವರಾಂಡಕ್ಕೆ ನುಗ್ಗಿದ ಅವಳು ಸಭಾಂಗಣದ ಎದುರಿನಲ್ಲಿ ನಿಂತಳು. "ದಯವೇ ಧರ್ಮದ ಮೂಲವಯ್ಯಾ... ಕಾಯಕವೇ ಕೈಲಾಸ..." ಎಂಬ ವಾಕ್ಯಗಳು ದಪ್ಪಕ್ಷರದಲ್ಲಿ ಬರೆದಿರುವುದು ಕಾಣಿಸಿತು.

ಹಿಂದೂ ಮುಂದೂ ಯೋಚಿಸದೆ ಸೀದಾ ಒಳಗಡೆ ನುಗ್ಗಿಬಿಟ್ಟಳು. ದಿಢೀರ್ ಅಂತ ಒಳನುಗ್ಗಿದ ಈ ಅಪೂರ್ವ ಸೌಂದರ್ಯರಾಶಿಯನ್ನು ನೋಡಿದ ಶರಣ ಸಮೂಹ ನಿಬ್ಬೆರಗಾಗಿ ಅವಳನ್ನೇ ದಿಟ್ಟಿಸಿದವು. ಎತ್ತರವಾದ ಖುರ್ಚಿಯ ಮೇಲೆ ಕುಳಿತಿದ್ದ ಪ್ರಭುದೇವರು ಸುತ್ತ ಒಮ್ಮೆ ಕಣ್ಣಲ್ಲೇ ಗದರಿದರು. ಈಗ ಶರಣರಿಗೆ ತಾವು ಶರಣರೆಂಬ ನೆನಪಾಗಿ ತಮ್ಮ ತಲೆತಗ್ಗಿಸಿ ಕುಳಿತರಾದರೂ ಮತ್ತೊಮ್ಮೆ ಅವಳನ್ನು

ನೋಡಬೇಕೆಂಬ ಆಸೆಯುಂಟಾಗಿ ಕಣ್ಣೂಮುಚ್ಚಿ ನೋಡುತ್ತಿದ್ದರು. ಯಾರು ತಾಯಿ? ಏನಾಗಬೇಕಿತ್ತು? ಗಂಭೀರವಾಗಿ ಸಭಾಪತಿಯಾದ ಅಲ್ಲಮ ಕೇಳಿದರು. ಕಂಚಿಗೆ ಕಂಚು ತಾಗಿಸಿದಂತೆ ಹೊರಟ ಅವರ ಪ್ರಶ್ನೆಯಿಂದ ಕೊಂಚ ಅಧೀರಳಾದರೂ ನಾನು ಚನ್ನಮಲ್ಲಿಕಾರ್ಜುನನನ್ನು ಹುಡುಕಿಕೊಂಡು ಬಂದಿದ್ದೇನೆ ಎಂದಳು. ಅಲ್ಲಿದ್ದ ಶರಣ ಸಮೂಹವೆಲ್ಲ ಒಮ್ಮೆಲೆ ನಗೆಗಡಲಲ್ಲಿ ತೇಲಾಡಿತು. ಮತ್ತೊಮ್ಮೆ ಗದರಿದ ಅಲ್ಲಮ ಸಭೆಯನ್ನು ಉದ್ದೇಶಿಸಿ ಸದ್ದು... ಸದ್ದು... ಎಂದನು. ಸಭೆ ತಣ್ಣಗಾಯಿತು. ಅಲ್ಲಮನ ಕೆಳಗೆ ಅನತಿ ದೂರದಲ್ಲಿ ಕಿರೀಟ ಧರಿಸಿ ಕುಳಿತಿದ್ದವನನ್ನು ಕಂಡು ಈತ ಅಣ್ಣನಿರಬೇಕೆಂದುಕೊಂಡಳು. ಯಾವೂರು ತಾಯಿ ನಿನ್ನದು? ನಿಮ್ಮ ತಂದೆ ತಾಯಿ ಯಾರು? ಮತ್ತೊಮ್ಮೆ ಅಲ್ಲಮರ ಪ್ರಶ್ನೆ. ಈಗ ಏನೂ ಮಾತಾಡಲಿಲ್ಲ ಅವಳು. ಹೋಗಲಿ ನಿನ್ನ ಪತಿದೈವ ಯಾರು? ಪಟ್ಟನೆ ಚೆನ್ನಮಲ್ಲಿಕಾರ್ಜುನ ಎಂದಳು. ನಾನು ಕೇಳಿದ್ದು ತಾಳಿ ಕಟ್ಟಿದ ಗಂಡ ಮತ್ತೆ ಅಲ್ಲಮರ ಪ್ರಶ್ನೆ... ಓಹೋ... ಅವನಾ? ಕೌಶಿಕ ಮಹಾರಾಜ. ಮತ್ತೇಕೆ ಅವನನ್ನು ಬಿಟ್ಟು ಬಂದೆ? ಅವನು ಈ ಲೋಕದ ಗಂಡ. ನಾನು ಮನಸ್ಸಲ್ಲಿ ಆರಾಧಿಸುತ್ತಿರುವ ಆರಾಧ್ಯದೈವವಾದ ಚೆನ್ನಮಲ್ಲಿಕಾರ್ಜುನನೇ ನಿಜವಾದ ಗಂಡ. ಸರಿತಾಯಿ ನೀನು ಗಂಡನನ್ನು ಹೀಗೆ ಬಿಟ್ಟು ಬಂದುದು ಸರಿಯಾ? ಇದು ಪತಿವ್ರತಾ ಧರ್ಮವೇ? ಅಲ್ಲಿಯವರೆಗೂ ಸುಮ್ಮನಿದ್ದ ಅಣ್ಣ ಪ್ರಶ್ನಿಸಿದರು. ಬಲವಂತಕ್ಕೆ ನನ್ನ ಮದುವೆ ಮಾಡಿಕೊಂಡದ್ದು ಧರ್ಮವಾ? ಅವಳ ಪ್ರಶ್ನೆ. ಈ ಉತ್ತರ ಕೇಳಿದ ಅಣ್ಣ ಒಮ್ಮೆ ಮದುವೆಯಾದರೆ ಮುಗಿಯಿತು. ಆತನೊಡನೆಯೇ ಬಾಳುವುದು ಧರ್ಮವೆಂದರು. ನಾನು ಇಷ್ಟ ಪಟ್ಟವನೊಂದಿಗೆ ಬಾಳುವುದೇ ನಿಜವಾದ ಧರ್ಮ ಅವಳ ದಿಟ್ಟ ಉತ್ತರ.

ಇವರ ಸಂವಾದವನ್ನು ಶರಣರು ನಿಶ್ಯಬ್ದವಾಗಿ ಕೇಳುತ್ತಿದ್ದರು. ಕೊನೆಗೆ ಅಲ್ಲಮನೇ... ಹೇಳು ತಾಯಿ ನಮ್ಮಿಂದೇನಾಗಬೇಕು? ನನ್ನನ್ನು ಅವನಲ್ಲಿಗೆ ಸೇರಿಸಿ ಎಂದಳು. ಏನೂ ಮಾತನಾಡಲು ತೋಚದ ಅಲ್ಲಮನು ಸರಿತಾಯಿ... ಆತನನ್ನು ನಾವು ಹುಡುಕುವವರೆಗೂ ಈ ಮಹಾಮನೆಯಲ್ಲೇ ತಾವು ಇರಿ ಎಂದು ಅಣ್ಣನ ಮಡದಿ ನೀಲಾಂಬಿಕೆಗೆ ಅವಳನ್ನು ಒಪ್ಪಿಸಿ ಜೋಪಾನವಾಗಿ ನೋಡಿಕೊಳ್ಳಲು ತಿಳಿಸಿದರು. ತನ್ನ ಕಾರ್ಯದರ್ಶಿ ಸಿದ್ಧರಾಮನನ್ನು ಕರೆದು ಪತ್ರಿಕೆಗಳಿಗೆ, ಟೀವಿ ಚಾನೆಲ್ಲುಗಳಿಗೆ ಚೆನ್ನಮಲ್ಲಿಕಾರ್ಜುನನ ಕುರಿತು ಮಾಹಿತಿಗೆ ಜಾಹೀರಾತು ಕೊಡಲು ತಿಳಿಸಿದರು.

ಎರಡು ಮೂರು ದಿನ ಮಹಾಮನೆಯಲ್ಲಿ ಅವಳು ಸಂತೋಷವಾಗೇ ಇದ್ದಳು. ಅಣ್ಣನ ಮಡದಿ ನೀಲಾಂಬಿಕೆ ಯಾಕೋ ಇತ್ತೀಚಿಗೆ ಸರಿಯಾಗಿ ಗಮನಿಸುತ್ತಿರಲಿಲ್ಲ. ಏನಾದರೂ ಸಹಾಯ ಮಾಡಲು, ಕೇಳಲು ಬರುವ ಗಂಡಸರು ಬೇಕೆಂತಲೇ ಮೈಕೈ ತಾಗಿಸುವುದು, ತಿಂದುಬಿಡುವಂತೆ ಗುರುಗುಟ್ಟಿಕೊಂಡು ನೋಡುವುದು, ತನ್ನನ್ನೇ

ಹಿಂಬಾಲಿಸುವುದನ್ನು ಕಂಡು ಮಹಾಮನೆಯಲ್ಲಿರಲು ರೇಜಿಗೆ ಉಂಟಾಗತೊಡಗಿತು. ಅದೂ ಅಲ್ಲದೆ ಒಂದು ವಾರವಾದರೂ ಕೂಡ ಈ ಮಹಾಮನೆಯವರು ತನ್ನ ಪತಿದೇವನ ಕುರಿತು ಚಕಾರವೆತ್ತದಿದ್ದುದು ಕಂಡು ಅಣ್ಣನಾದಿಯಾಗಿ ಅಲ್ಲಮನ ಮೇಲೂ ಬೇಸರವುಂಟಾಯಿತು. ಒಂದು ದಿನ ಅಣ್ಣ, ಅಲ್ಲಮನನ್ನು ಸಂಧಿಸಿ ಅದರ ಕುರಿತು ಕೇಳಿಯೂ ಬಿಟ್ಟಳು. ಯಾವುದೋ ಬ್ಯುಸಿಯಲ್ಲಿದ್ದ ಅಣ್ಣ ರೇಗಿಬಿಟ್ಟಿದ್ದರು. ಖೇದಗೊಂಡ ಅವಳು ಇನ್ನು ತಾನು ಇಲ್ಲಿರುವುದು ಸರಿಯಲ್ಲವೆಂದು ತೀರ್ಮಾನಿಸಿ ಒಂದು ರಾತ್ರಿ ಯಾರಿಗೂ ಹೇಳದೆ ಮಹಾಮನೆಯಿಂದ ಹೊರಟೇ ಬಿಟ್ಟಳು.

ಬೀದಿಯಲ್ಲಿ ಸೋಲಾರ್ ದೀಪದ ಬೆಳಕು ಚೆಲ್ಲಿತ್ತು. ಸದ್ದಡಗಿ ನಗರ ಮಲಗಲು ಅಣಿಯಾಗುತ್ತಿತ್ತು. ದಾರಿ ಗೊತ್ತಿದ್ದರಿಂದ ಸೀದಾ ಬಸ್ಟ್ಯಾಂಡ್ ಬಳಿಗೇ ಬಂದು ಯಾವುದಾದರೂ ಬಸ್ ಶ್ರೀಶೈಲಕ್ಕೆ ಹೋಗುತ್ತದೇನೋ... ಎಂದು ವಿಚಾರಿಸಿದಳು. ಯಾವ ಬಸ್ಸೂ ಹೊರಡುವುದರ ಸೂಚನೆ ಕಾಣಲಿಲ್ಲ. ದೂರದಲೊಂದು ಕಾರು ನಿಂತಿತ್ತು. ಕಾರಿನ ಬಳಿ ನಾಲ್ಕಾರು ಯುವಕರು ಸಿಗರೇಟು ಸೇದುತ್ತಾ ಏನೋ ಮಾತಾಡಿಕೊಂಡು ನಿಂತಿದ್ದರು. ಅವರನ್ನಾದರೂ ಕೇಳೋಣವೆಂದು "ಅಣ್ಣಾ... ಶ್ರೀಶೈಲಕ್ಕೆ ಬಸ್ ಯಾವುದಿದೆ?" ಎಂದಳು. ಒಬ್ಬರ ಮುಖ ಒಬ್ಬರು ನೋಡಿಕೊಂಡ ಅವರು "ಈಗ ಯಾವ ಬಸ್ಸೂ ಇಲ್ಲ. ಬೆಳಗಿನ ತನಕ ಕಾಯಬೇಕು. ನಾವೂ ಅಲ್ಲಿಗೆ ಹೋಗುತ್ತೇವೆ. ಜೊತೆಯಲ್ಲಿ ಬೇಕಿದ್ದರೆ ಬನ್ನಿ" ಎಂದರು. ಮಹಾಮನೆಯಲ್ಲಿ ರೋಸಿ ಹೋಗಿದ್ದ ಅವಳು ಶ್ರೀಶೈಲಕ್ಕೆ ತಲುಪಿ ಹೇಗಾದರೂ ಅವನನ್ನು ಸೇರಿಕೊಳ್ಳಬೇಕೆಂದು ಕೊಂಡರೂ ಕಾರನ್ನು ಹತ್ತಲಿಲ್ಲ. ಅವಳ ಅನುಮಾನ ಗಮನಿಸಿದ ಒಬ್ಬಾತ ಕಾರಿನಲ್ಲಿ ಮತ್ತೀರ್ವರು ಹೆಂಗಸರು ಕುಳಿತಿರುವುದನ್ನು ತೋರಿಸಿ ಅವರೂ ಕಲ್ಯಾಣದವರೇ... ಶ್ರೀಶೈಲಕ್ಕೆ ಬರುವವರು... ಬೇಕಾದರೆ ಕೇಳಿ ಎಂದು ತೋರಿಸಿದ. ಅನುಮಾನ ಸಡಿಲಗೊಂಡ ಅವಳು ಧೈರ್ಯ ಮಾಡಿ ಕಾರಿನೊಳಕ್ಕೆ ಹತ್ತಿ ಕೂತಳು. ಅವಳನ್ನು ಹತ್ತಿಸಿಕೊಂಡ ಕಾರು ವೇಗವಾಗಿ ಬೆಳಕನ್ನು ಕಳೆದುಕೊಳ್ಳುತ್ತಾ ಕತ್ತಲು ರಸ್ತೆಯ ಮೇಲೆ ಓಡತೊಡಗಿತು.

ಬೆಳಕಿನ ಚುಕ್ಕಿ ಮರೆಯಾಗುತ್ತಿರುವಂತೆ ಒಮ್ಮೆ ಅವಳ ಸ್ಮೃತಿಪಟಲದಲ್ಲಿ ಹಿಂದಿನ ಘಟನೆಗಳು ನೆನಪಿಗೆ ಬರತೊಡಗಿದವು. ಅಕ್ಕರೆಯ ಪ್ರೀತಿ ತೋರಿದ ತಂದೆತಾಯಿ, ಗುರುದೇವ, ತನ್ನನ್ನು ಬಯಸಿದ ಕೌಶಿಕ ಮಹಾರಾಜ, ಕಾಮುಕನಂತೆ ವರ್ತಿಸಿದ ಸನ್ಯಾಸಿ, ಸೋದರ ಸನ್ಯಾಸಿ ಮುಂತಾದವರು ಕಣ್ಮುಂದೆ ಬಂದರು. ತಂದೆ ತಾಯಿ ಬದುಕಿದ್ದಾರೋ ಹೇಗೋ? ರಾಜನ ಕತೆ ಏನಾಯಿತೋ? ಭಟರನ್ನು ಬಿಟ್ಟು ಹುಡುಕಿ ಹುಡುಕಿ ಸುಸ್ತಾದನೋ ಹೇಗೋ? ಪಾಪ ಅವನು ಮಾಡಿದ ತಪ್ಪಾದರೂ ಏನು? ನನ್ನನ್ನು ಬಯಸಿದ್ದು ತಪ್ಪೇ?

ಅವಳ ಯೋಚನೆಗಳಿಗೆ ಬ್ರೇಕು ಹಾಕಿದಂತೆ ಕಾರು ಗಕ್ಕನೆ ನಿಂತಿತು. ಯಾಕೆ ನಿಂತಿರಬಹುದು. ಶ್ರೀಶೈಲ ಏನಾದರೂ ಸಿಕ್ಕಿತೇ ಎಂದು ಅವಳು ಯೋಚಿಸುವ ಮೊದಲೇ ಇಬ್ಬರು ವ್ಯಕ್ತಿಗಳು ಅವಳ ತೋಳುಗಳನ್ನು ಹಿಡಿದು ಎಳೆದರು. ಹೇ... ಏನು ಮಾಡುತಿದ್ದೀರಿ... ಬಿಡ್ರೋ... ಪಾಪಿಗಳಾ... ಎಂದು ಜೋರಾಗಿ ಕಿರುಚಲು ಶುರುಮಾಡಿದ ಅವಳ ಬಾಯಿಗೆ ಮತ್ತೊಬ್ಬ ಕರ್ಚೀಫು ತುರುಕಿದ. ಅವರಿಂದ ಬಿಡಿಸಿಕೊಳ್ಳಲು ಹರಸಾಹಸ ಮಾಡುತ್ತಿದ್ದಳು. ಕಾರಿನಲ್ಲಿ ಕುಳಿತಿದ್ದ ಇಬ್ಬರು ಹೆಂಗಸರು ಗಹಗಹಸಿ ನಗುತ್ತಾ ಈಚೆಗೆ ಬಂದರು. ರಭಸದಿಂದ ಇಬ್ಬರು ಗಂಡಸರು ಎಳೆದುಕೊಂಡು ಮರಗಳ ನಡುವೆ ಮರೆಯಾದರು.

"ಸತ್ಯಮಂಗಲದ ಕಾಡಿನಲ್ಲಿ ಅಪರಿಚಿತ ಯುವತಿಯ ಮೃತದೇಹ ಪತ್ತೆಯಾಗಿದ್ದು ಸಾಮೂಹಿಕ ಅತ್ಯಾಚಾರವೆಸಗಿ ಅನಂತರ ಕೊಲೆ ಮಾಡಲಾಗಿದೆ ಎಂದು ಶಂಕಿಸಲಾಗಿದೆ" ಪತ್ರಿಕೆ ಮತ್ತು ಟೀವಿ ನ್ಯೂಸಿನಲ್ಲಿ ಬೆಳ್ಳಂಬೆಳಿಗ್ಗೆ ಸುದ್ದಿ ಬಿತ್ತರವಾಗುತ್ತಿತ್ತು.

"ಅಮೇಧ್ಯದ ಮಡಕೆ ಮೂತ್ರದ ಕುಡಿಕೆ
ಎಲುವಿನ ತಡಿಕೆ ಕೀವಿನ ಹಡಿಕೆ
ಸುಡಲೀ ದೇಹವ ಒಡಲವಿಡಿದು ಕೆಡದಿರು
ಚೆನ್ನಮಲ್ಲಿಕಾರ್ಜುನರೇ ಮರುಳೆ!

– ಅಕ್ಕಮಹಾದೇವಿ

●●●

ಭೂತ

ಈ ಕಬ್ಬಿಣದ ಸರಳುಗಳನ್ನು ಕಿತ್ತು ಎಲ್ಲಿ ತನ್ನ ಮೂಳೆಯಂತ ಕೈಗಳನ್ನು ಚಾಚಿ ಕತ್ತು ಹಿಸುಕಿ ಬಿಡುತ್ತೋ ಅಥವಾ ಯಾವುದಾದರೊಂದು ಚೂರು ಜಾಗ ಸಿಕ್ಕರೂ ಸಾಕು, ಹೊಗೆಯ ರೂಪ ತಾಳಿ ಅದೃಶ್ಯವಾಗಿ ಸದ್ದಿಲ್ಲದೆ ಬೆನ್ನ ಹಿಂದುಗಡೆ ನಿಂತು ತಲೆಯನ್ನು ತಿರುಚಿಬಿಡುವುದೋ... ಯಾವಾಗಲೂ ಗಲಿಬಿಲಿಯಿಂದ ತುಂಬಿರುತ್ತಿದ್ದ ಹಾಸ್ಟೆಲ್ಲಿನಲ್ಲಿ ಅದಕ್ಕೆ ಮುರಿದು ಕೊಳ್ಳಲು ಅನಾಯಾಸವಾಗಿ ಯಾವ ಗೋಣು ಸಿಕ್ಕುತ್ತಿರಲಿಲ್ಲ. ಈವತ್ತು ಏಕಾಂಗಿಯಾಗಿ ಒಬ್ಬನೇ ಇರುವಂಥ ಸಮಯವನ್ನು ಭತ್ರಿ ಅದು ಉಪಯೋಗಿಸಿಕೊಳ್ಳದೆ ಬಿಟ್ಟು ಬಿಡುವುದೇ... ಯಾಮಾರಿಸಲು ಯಾವ ರೂಪದಲ್ಲಿ ಬರುವುದೋ... ಯಾರ ಪರಿಚಿತ ಧ್ವನಿಯಿಂದ ಕೂಗಿ ಹೊರಗಡೆ ಕರೆಸಿಕೊಂಡು ರಕ್ತ ಕಾರಿ ಸಾಯುವಂತೆ ಮಾಡುವುದೋ!

ಇತ್ತೀಚೆಗ್ಯಾಕೋ ಸರಿಯಾಗಿ ನಿದ್ದೆ ಮಾಡುತ್ತಿರಲಿಲ್ಲ. ಮಾಡುತ್ತಿರಲಿಲ್ಲ ಅನ್ನುವುದಕ್ಕಿಂತ ಹಾಳಾದ್ದು ಅದು ನನ್ನ ಕಣ್ಣ ರಪ್ಪೆಯನ್ನು ಮುಚ್ಚುವಂತೆ ಮಾಡುತ್ತಿರಲಿಲ್ಲ ಎಂದೇ ಹೇಳಬೇಕು. ಮಲಗಬೇಕೆಂದು ಅಲ್ಲ, ನಿದ್ದೆ ಮಾಡಬೇಕೆಂದು ಎಷ್ಟೇ ಪ್ರಯತ್ನಿಸಿದರೂ ನಿದ್ರಾದೇವಿ ನನ್ನ ಮೇಲೆ ಕೃಪೆ ತೋರುವಂತೆ ಕಾಣುತ್ತಿರಲಿಲ್ಲ. ಅತಿಯಾಗಿ ನಿದ್ದೆಗೆಡುವವರು ಬುದ್ಧಿವಂತರೆಂದೋ, ಹಾರ್ಡ್‌ವರ್ಕರ್‌ಗಳೆಂದೋ ಭಾವಿಸಿಕೊಂಡಿದ್ದ ನನಗೆ ನಿದ್ದೆ ಮಾಡಬೇಕೆಂದು ಹಟವೂ ಇರಲಿಲ್ಲ. ಆದರೆ ಯಾವುದೇ ಕೆಲಸವಿಲ್ಲದೆ ಸುಮ್ಮನೇ ಕೂತಿರುವುದು ಕಂಡು ಖೇದ ಎನ್ನಿಸಿತಾದರೂ ಏನು ಮಾಡದೆ ಅದ್ಯಾವಾಗ ಬರುತ್ತೋ ಬರಲಿ ಎಂದು ಅದರ ಮೇಲೆ ದೃಷ್ಟಿಯುದ್ಧ ಹೂಡಿ ಸುಮ್ಮನೆ ಕುಳಿತುಬಿಟ್ಟಿದ್ದೆ. ಯಾಕಾದರೂ ಈ ಹಬ್ಬಗಳು ಬಂದು ಬಿಡುತ್ತವೋ...

ದೇವರು ದಿಂಡರು ಹಬ್ಬ ಮುಂತಾದವುಗಳನ್ನೆಲ್ಲಾ ಧಿಕ್ಕರಿಸಿ ಬೇಕೆಂದಾಗ ಊರಿಗೆ ಹೋಗಿ ಬರುವುದು ಮಾಮೂಲಿಯಾಗಿತ್ತು. ಹಾಸ್ಟೆಲ್ ಹುಡುಗರಿಗೆ ಹೆಚ್ಚು

ದಿನ ರಜೆ ಹಾಕಿ ಹಾಸ್ಟೆಲ್‌ನಿಂದ ಕಳಚಿಕೊಳ್ಳುವುದಕ್ಕೆ ಈ ಹಬ್ಬ ಹರಿದಿನಗಳು ಒಂದು ನೆಪ. ಗೂಬೆಗಳು ಚಾತಕ ಪಕ್ಷಿಗಳಂತೆ ಹಬ್ಬ ಬರುವುದಕ್ಕೇ ಕಾಯುತ್ತಿರುತ್ತವೆ.

ಈ ಹಬ್ಬಗಳು ಇರಲ್ಲವೆಂದರೆ ಹಾಸ್ಟೆಲ್ಲಿನಲ್ಲಿ ಎಲ್ಲರೂ ಇದ್ದು ಕುರಿದೊಡ್ಡಿಯ ಕುರಿಗಳಂತೆ ಕಚಪಿಚ ಎನ್ನುತ್ತಾ ಓಡಾಡುವುದು ಕಿತ್ತಾಡುವುದು ನಡೆಯುತ್ತಿರುತ್ತದೆ. ಈಗೇನಿದ್ದರೂ ದೊಡ್ಡ ಬಿಲ್ಡಿಂಗ್‌ನಲ್ಲಿ ನಮ್ಮ ಉಸಿರಾಟದ ಸದ್ದು ನಮಗೇ ಕೇಳಿಸುವಂತಹ ಅಸಹನೀಯವಾದ ಮೌನದೊಂದಿಗೆ ಇಡೀ ಹಾಸ್ಟೆಲ್ಲೇ ಖಾಲಿ ಖಾಲಿ. ಇದ್ದೊಬ್ಬ ಅಡುಗೆ ಭಟ್ಟ ಅಡುಗೆ ಮಾಡಿಟ್ಟು ಹರೀಶನೊಂದಿಗೆ ಟೆಂಟಿಗೆ ಸೆಕೆಂಡ್ ಶೋ ಸಿನಿಮಾಗೆ ಹೊರಟಿದ್ದ. ಮನಸಿಗೆ ಒಂದು ರೀತಿಯಾದಂತಹ ಬೇಸರ, ಅಭದ್ರತೆ ಜೊತೆಗೆ ಏನೇನೋ ಕೆಟ್ಟ ಕೆಟ್ಟ ನಾನ್‌ಸೆನ್ಸ್ ಯೋಚನೆಗಳು ಇದೇ ಟೈಮಿಗೆ ಬಂದು ಸುತ್ತ ಮುತ್ತ ತಲೆತಿನ್ನುವುದಕ್ಕೆ ಶುರುಮಾಡಿದವು. ಯಾವತ್ತೋ ನೋಡಿದ ಪೇಯಿ ಸಿನಿಮಾದ ನೆನಪುಗಳು ಮೆಲ್ಲನೆ ಬುರುಡೆಯಲ್ಲಿ ಎಪಿಸೋಡಿನ ರೀಲುಗಳಂತೆ ಸುರುಳಿ ಬಿಚ್ಚತೊಡಗಿದ್ದವು.

ಚೀರ್... ಚೀರ್... ಎನ್ನುವ ಎಂತದೋ ಒಂದು ಜಾತಿಯ ಕೀಟದ ಸ್ಟುಪಿಡ್ ಕಿರುಚಾಟ ಬಿಟ್ಟರೆ ಮಧ್ಯೆ ಮಧ್ಯೆ ಶಬ್ದ ಬರುತ್ತಿದ್ದುದು ಟ್ಯೂಬುಲೈಟಿನ ಕೆಳಗೆ ಚಿಟ್ಟೆ ಹಿಡಿಯಲು ಹೊಂಚು ಹಾಕಿ ಕುಳಿತ ಆ ಹಲ್ಲಿಯಿಂದಲೆ... ಮತ್ತೆ ನನ್ನ ಸಿನಿಮಾ ರೀಲಿನ ಜೊತೆ ಜೊತೆಯಾಗಿ ತಾಳ ಹಾಕುತ್ತಾ ಸಾಗುತ್ತಿದ್ದುದೆಂದರೆ ಗಡಿಯಾರದ ಟಿಕ್... ಟಿಕ್... ನರಳುವಿಕೆಯ ಶಬ್ದ ಮಾತ್ರ. ಇದ್ದಕ್ಕಿದ್ದಂತೇ ಐನ್ ಟೈಮಿನಲ್ಲಿ ಕೈ ಕೊಡುವ ಜೊತೆಗಾರನಾದ ಧೈರ್ಯ ಕರಗುತ್ತಾ ಬರುತ್ತಿದ್ದ ಮೈಯಲ್ಲೇನೋ ಸಿಗಿತ ಉಂಟಾಗಿ ರೋಮ ರೋಮಗಳು ಭಯದಿಂದ ನಿಮಿರಿ ನಿಂತುಬಿಟ್ಟಿದ್ದವು. ಕಿಟಕಿ ಕಡೆ ನೋಡಿದರೆ ಎಲ್ಲಿ ಹೊರಗಿನ ಕತ್ತಲನ್ನು ಕಂಡು ಮತ್ತಷ್ಟು ಭಯ ಬೀಳುತ್ತೇನೋ ಎಂದು ಅಪರಾಧಿಯಂತೆ ಸುಮ್ಮನೆ ತಲೆತಗ್ಗಿಸಿ ಕುಳಿತಿದ್ದೆ.

ಈ ಹಾಳು ಗೌರ್ಮೆಂಟಿನವರು ಕಬ್ಬಿಣದ ಕಿಟಕಿಗೆ ಬದಲಾಗಿ ಎಲ್ಲ ಕಾಣಿಸುವ ಗಾಜಿನ ಕಿಟಕಿಗಳನ್ನು ಹಾಕಿಸಿಬಿಟ್ಟಿದ್ದರು. ಇಷ್ಟಕ್ಕೂ ಕತ್ತಲನ್ನು ಕಂಡು ನಾನ್ಯಾಕೆ ಭಯ ಬೀಳಬೇಕು ಎನ್ನಿಸಿತಾದರೂ ಅದನ್ನು ನೋಡುವ ಧೈರ್ಯವಾಗುತ್ತಿರಲಿಲ್ಲ. ಈ ಕತ್ತಲಿಗೂ ಮತ್ತು ಭಯಕ್ಕೂ ಇರುವ ಅನನ್ಯವಾದ ಸಂಬಂಧ ಯಾವುದಿರಬಹುದು... ಜನ ಯಾಕೆ ಬೆಳಕಿಗಿಂತ ಕತ್ತಲೆಗೆ ಹೆದರುತ್ತಾರೆ? ಮಗು ಚಿಕ್ಕದಿರುವಾಗಲೇ ನಾವು ಕತ್ತಲನ್ನು ತೋರಿಸಿ 'ನೋಡು... ಗುಮ್ಮ ಕೂತವನೇ' ಎಂದು ಅಲ್ಲಿಂದಲೇ ಯಾಕೆ ಆ ಮಗುವಿಗೆ ಕತ್ತಲೆಯ ಭಯವನ್ನು ಪರಿಚಯಿಸುತ್ತೇವೆ? ಮತ್ತು ನನಗೆ ಯಾವಾಗಿನಿಂದ ಈ ಕತ್ತಲನ್ನು ನೋಡಿ ಭಯ ಶುರುವಾಯಿತು?

"ರಾತ್ರಿ ಹೊತ್ತು ದೆವ್ವ ಓಡಾಡ್ತವಂತೆ. ಯಾರ್ಗೂ ಅದು ಕಾಣಲ್ವಂತೆ.

ಅಂಜುವವರನ್ನು ಕಂಡುಹಿಡಿದು ಹೆಬ್ಬೆಟ್ಟಿನ ಕೊನೇ ಮೂಲಕ ನಮ್ಮ ಮೈಯನ್ನು ಸೇರಿಕೊಂಡು ಕೊನೆಗೆ ಕಾಡಿಸಿ ಪೀಡಿಸಿ ಓಲಾಡಿಸಿ ನಮ್ಮನ್ನೇ ಮುರ್ಕೊಳ್ಳುತ್ತಂತೆ". ಆಗಾಗ ನಮ್ಮೂರಿನ ಸಿದ್ದಜ್ಜಿ ಹೇಳುತ್ತಿದ್ದ ಇಂಥವೇ ಮಾತುಗಳು ನೆನೆಪಿಗೆ ಬಂತು. ಈ ದೆವ್ವದ ಬಗ್ಗೆ ನಮ್ಮೂರಿನಲ್ಲಿ ಅನೇಕ ರೀತಿಯಲ್ಲಿ ಹೇಳುವುದನ್ನು ಕೇಳಿದ್ದೇನೆ. ವಾರಕ್ಕೊಮ್ಮೆಯಾದರೂ ಇಂತಹದೊಂದು ಸುದ್ದಿ ಬಂದು ಜನರನ್ನು ಆಗಾಗ್ಗೆ ಎಚ್ಚರಗೊಳಿಸುತ್ತಿದ್ದುದಂತೂ ಗ್ಯಾರಂಟಿಯಾಗಿತ್ತು. ತಮ್ಮ ತಮ್ಮ ಘಟನೆಗಳಿಗೆ ಉಪ್ಪುಖಾರ ಮಸಾಲೆ ಬೆರೆಸಿ ಹೇಳುತ್ತಿದ್ದರೆ ಅಲ್ಲಿ ಕುಳಿತು ಕೇಳುತ್ತಿದ್ದ ನಮಗೆಲ್ಲಾ ಮೈ 'ಜುಂ' ಎನ್ನಿಸಿಬಿಡುತ್ತಿತ್ತು. ಯಾಕೆ ಎಲ್ಲಾರೂ ಇಂತಹುದೇ ಸುದ್ದಿಯನ್ನು ವಿಶೇಷವಾಗಿ ಹೇಳುತ್ತಾರಲ್ಲಾ ಎಂದುಕೊಂಡು ಮಿಕ ಮಿಕ ಕಣ್ಣು ಬಿಟ್ಟುಕೊಂಡು ಕುತೂಹಲಕಾರಿಯಾಗಿ ಕೇಳುತ್ತಿದ್ದೆವು. ಕಪ್ಪುಕಲ್ಲಿಗಾಗಿ ಭೂಮಿಯನ್ನು ಅರ್ಧ ಭಾಗ ಸೀಳಿ ಆಳವಾಗಿ ತೋಡಿ ಇನ್ನರ್ಧ ಗುಡ್ಡದ ಭಾಗವನ್ನು ಯಾವುದೋ ಗಲಾಟೆಯಿಂದ ಮುಂದುವರೆಸದೆ ಹಾಗೇ ಬಿಟ್ಟ ಕರೀಕಲ್ಲುಕೋರೆಯನ್ನು ಕಂಡರೆ ಎಲ್ಲರಿಗೂ ಒಂದು ತರಹದ ಭಯವಿತ್ತು. ಆನೇ ಗಾತ್ರದ ಕಪ್ಪು ಕರೀಕಲ್ಲಿನ ಬಂಡೆಗಳು ಮಾತ್ರ ಯಾವುದಕ್ಕೂ ಜಗ್ಗದೆ ತಮ್ಮ ಪಾಡಿಗೆ ತಾವು ನಿಂತಿದ್ದವು.

ಹಗಲು ಹೊತ್ತು ನೋಡಲು ಖುಷಿ ಎನ್ನಿಸುತ್ತಿದ್ದ ಆ ಬಂಡೆಗಳು ರಾತ್ರಿ ಹೊತ್ತಿನಲ್ಲಿ ಎದೆ ನಡುಗಿಸುವಂತೆ ಕಾಣುತ್ತಿತ್ತು. ಅದರ ಸುತ್ತಲೂ ಬೃಹದಾಕಾರವಾಗಿ ಬೆಳೆದು ನಿಂತ ಜಿಡ್ಡಿಯ ಪೊದೆಗಳು. ಒಳನುಗ್ಗಲು ಒಂದು ಕಿರಿದಾದ ದಾರಿಯೊಂದನ್ನು ಬಿಟ್ಟು ಮಿಕ್ಕೆಲ್ಲಾ ಕಡೆ ಗುಪ್ಪೆಯಂತೆ ಹರಡಿಕೊಂಡಿದ್ದವು. ಬೇಸಿಗೆಯಲ್ಲಿ ಕಾಡಿಗೆ ಎಮ್ಮೆ ಹೊಡೆಯಲು ಉಪಯೋಗಿಸುತ್ತಿದ್ದ ಅದು ಇತ್ತೀಚಿಗೆ ಎಮ್ಮೆ ದನಕರುಗಳನ್ನು ದೊಡ್ಡಿಗೆ ಓಡಿಸುತ್ತಿದ್ದರಿಂದ ಅದನ್ನು ಯಾರೂ ಉಪಯೋಗಿಸದೆ ಯಾವುದೋ ಕಾಲದಲ್ಲಿ ಇಲ್ಲಿ ದಾರಿಯಿತ್ತು ಎಂಬಷ್ಟೇ ಕುರುಹನ್ನು ಉಳಿಸಿ ಪೊದೆ ಬೆಳೆದುಕೊಂಡಿತ್ತು. ರಾತ್ರಿಯ ಹೊತ್ತು ಎದೆ ಝಲ್ಲೆನ್ನಿಸುವ ವಿಚಿತ್ರ ರೀತಿಯ ಸದ್ದು ಬರುತ್ತಿದ್ದುದು ಇಲ್ಲಿಂದಲೇ. ಆ ಓಣಿಯನ್ನು ದಾಟಿಕೊಂಡು ಒಬ್ಬನೇ ಬಂದರೆ ನಮಗೆಲ್ಲಾ ಆತನೊಬ್ಬ ಹೀರೋ. ಈ ಶಬ್ದದಿಂದ ಜನ ಹೆದರಿಕೊಂಡು ಅಲ್ಲಿ ದೆವ್ವ ಇದೆ ಎಂದಷ್ಟೇ ಹೇಳಿ ಹೆಚ್ಚೇನೂ ಗಮನ ವಹಿಸದೇ ಇರುತ್ತಿದ್ದುದು ಕಂಡು ನಮಗೆ ಮಾತ್ರ ಕುತೂಹಲವುಂಟಾಗುತ್ತಿತ್ತು. ನಾವು ನಾಲ್ಕೈದು ಹುಡುಗರು ಗುಂಪು ಕಟ್ಟಿಕೊಂಡು ಏನಾಗುತ್ತದೋ ಹೋಗಿ ನೋಡುತ್ತೇವೆಂದು ಹೇಳಿದರೆ "ಅಯ್ಯೋ... ಹೋಗ್ಬ್ಯಾಡ್ರಿ... ಸೋಲಿಗ್ರ ಮಾರಣ್ಣ ಇಂಗೇ ಅದನ್ನು ಹುಡುಕೋಕೆ ಹೋಗಿ ಸತ್ತ" ಎಂದು ಯಾವತ್ತೋ ನಡೆದುದನ್ನು ಹೇಳಿ ನಮ್ಮ ಮಹಾನ್ ಸಾಹಸಕ್ಕೆ ಭಂಗ ತರುತ್ತಿದ್ದರು. ಮಾರಣ್ಣ ಸತ್ತಿದ್ದು ದೆವ್ವದಿಂದಲ್ಲ, ಕರೀಕಲ್ಲು ಉರುಳಿ ಬಿದ್ದಿದ್ದರಿಂದ

ಎಂದು ಎಲ್ಲರಿಗೂ ಗೊತ್ತಿದ್ದರೂ ಅದನ್ನು ಉಳ್ಳಿಸಿದ್ದು ದೆವ್ವವೇ ಎಂದು ನಂಬಿದ್ದರು. ನಾವ್ ಕೂಡ ಭಯವಾಗಿ ಅದರ ಬಗ್ಗೆ ಯೋಚಿಸುವುದು ಬಿಟ್ಟೆವು.

ಹೀಗೆ ಕೆಲದಿನಗಳ ಹಿಂದೆ ಬೆಟ್ಟದ ಇನ್ಸ್‌ಪೆಕ್ಟ್ರು ಯಾರೋ ಭಟ್ಟಿ ಕಾಯಿಸುತ್ತಿದ್ದರು ಎಂದು ಅಲ್ಲಿಂದ ನಾಲ್ಕೈದು ಜನರನ್ನು ಹಿಡಿದುಕೊಂಡು ಹೋದರಂತೆ. ಸುಮಾರು ಹದಿನೈದು ಇಪ್ಪತ್ತು ವರ್ಷಗಳ ಹಿಂದಿನ ಮಾತು. ನಮ್ಮ ಮನೆಗೂ ನಾವು ಹೋಗುತ್ತಿದ್ದ ಶಾಲೆಗೂ ಒಂದು ಮೈಲಿಯ ಅಂತರ. ಇಸ್ಕೂಲಿನ ಹಿಂದಿನ ಒಂದು ಚಿಕ್ಕ ದಿಬ್ಬವನೇರಿ ಹುಣಸೇಮರದ ತೋಪಿನಲ್ಲಿ ಸ್ವಲ್ಪ ದೂರ ಹೋದರೆ ನಮ್ಮನೆ ಸಿಗುತ್ತಿತ್ತು. ಅಲ್ಲಿ ಬೃಹತ್ತಾದ ಹುಣಸೇ ಮರಗಳು ಬೃಹತ್ತಾಗಿ ಬೆಳೆದು ಆಕಾಶಕ್ಕೂ ಭೂಮಿಗೂ ಒಂದೇ ಎನ್ನುವಂತೆ ನಿಂತು ಅದರ ಕೆಳಗೆ ಒಬ್ಬರೇ ನಿಂತವರಿಗೆ ಒಂದು ಕ್ಷಣ ಎಂಥವರಾದರೂ ಎದೆ ಝುಲ್ಲೆನ್ನುತ್ತಿತ್ತು. ನಾವೆಲ್ಲಾ ಆ ದಾರಿಯಲ್ಲೇ ಸ್ಕೂಲಿಗೆ ಹೋಗುತ್ತಿದ್ದು, ಅದಕ್ಕೆ ಯಾವುದೇ ಪರ್ಯಾಯ ಮಾರ್ಗವಿರಲಿಲ್ಲ. ಯಾವಾಗಲೂ ನಮ್ಮಕ್ಕನ ಜೊತೆಯಾಗೇ ಬರುತ್ತಿದ್ದ ನಾನು ಆವತ್ತು ಸ್ಕೂಲಿನಲ್ಲಿ ಕೊಡುವ ಕಡಲೇ ಹಸಿಟ್ಟಿಗಾಗಿ ಕಿತ್ತಾಡಿಕೊಂಡು ಅವಳೊಂದಿಗೆ ಜಗಳವಾಡಿ ಅವಳನ್ನು ಬಿಟ್ಟು ಬಂದುಬಿಟ್ಟೆ.

ಮಾರನೇ ದಿವಸದಿಂದಲೇ ಅವಳಿಗೆ ಹುಷಾರ್ ತಪ್ಪಿ ಇದ್ದಕ್ಕಿದ್ದಂತೆ ಚಿಟ್ಟನೆ ಚೀರುವುದು, ರಾತ್ರಿಯಲ್ಲಿ ಒಮ್ಮೆಂದೊಮ್ಮೆಲೆ ಎದ್ದು ಅಳುವುದು, ನಿದ್ದೆಗಣ್ಣಲ್ಲಿ ಏನೇನೋ ಪೇಚಾಡುವುದು ಶುರುವಾಗಿತ್ತು. ಆಗ ಅವಳು ಆ ರೀತಿ ಆಡುತ್ತಿದ್ದರೆ ನನಗೆ ಒಂದು ರೀತಿಯಲ್ಲಿ ವಿನೋದದಂತೆ ಕಾಣುತ್ತಿತ್ತೇ ವಿನಹ ಏನೂ ಒಂದೂ ಅರ್ಥವಾಗುತ್ತಿರಲಿಲ್ಲ. "ಹುಣಸೇ ಮರದ ಪಂಡೆಗಳನ್ನು ಅಲ್ಲಾಡಿಸಿತಂತೆ ಮರದ ಮೇಲಿಂದ ಮರಳನ್ನು ಸುರೀತಂತೆ... ಗಾಳಿ ಹಿಡ್ಕೊಂಡ್ ಬಿಟ್ಟಿದೆ. ಮಂತ್ರವಾದೀನ ಕರೆಸಿ" ಎಂದು ಯಾರ್ಯಾರೋ ಏನೇನೋ ಮಾತಾಡಿಕೊಳ್ಳುತ್ತಿದ್ದರು. ಹಳೆ ಹಟ್ಟಿತಾವ ಚಿಕ್ಕಪ್ಪ ಸ್ವಾಲಿಗ್ರ ಬೋರಣ್ಣನನ್ನು ಮಂತ್ರ ಹಾಕ್ಸಕೆ ಕರ್ಕಂಬತ್ತಾವ್ರೆ ಎಂದ ಚಂದ್ರನ ಮಾತಿಗೆ ಎಲ್ಲರ ಗಮನ ಅತ್ತ ಹೋಗುತ್ತಿದ್ದಂತೆಯೇ ಸಹಜವಾಗಿ ನಾನು ಕೂಡ ಅವನತ್ತ ನೋಡಿದೆ. ಆತ ನೋಡಿದರೆ ನಾವು ಸಿನಿಮಾದಲ್ಲಿ ನೋಡುವ ಮಂತ್ರವಾದಿಯಂತೆ ಕಚ್ಚೆಪಂಚೆ ಹಾಕಿ ಮೈಗೆಲ್ಲಾ ಬೂದಿ ಬಳಿದುಕೊಂಡು ಮಾರುದ್ದ ಜುಟ್ಟು ಬಿಟ್ಟುಕೊಂಡು ಕೈಯಲ್ಲಿ ತಲೆಬುರುಡೆ ಹಿಡಿದು ಭಯಂಕರವಾಗಿರದೆ ಮಾಮೂಲಿ ಮನುಷ್ಯನಂತಿದ್ದ. ಕೈಲೊಂದು ಕಿಟ್ಟೆಕಟ್ಟಿದ ಹಳೆಯ ಬ್ಯಾಗಿಡಿದು ಕೊಂಡು ಪಡಸಾಲೆಯಲ್ಲಿ ಬಂದು ಕುಳಿತವನು ರಂಗಾಲಿಪುಡಿ ತರ್ತ್ರೀ... ಎಂದು ಅಜ್ಜಿಯ ಹತ್ತಿರ ರಂಗಾಲಿಪುಡಿ ತೆಗೆದುಕೊಂಡು ಬರೀ ನೆಲದ ಮೇಲೆ ನಾಲ್ಕಾರು ಗೀಟುಗಳನ್ನೆಳೆದ. ಬ್ಯಾಗಿನಿಂದ ನಾವು ಆಟ ಆಡಲು ಬಳಸುವಂತಹ ಡಬ್ಬಿಗಳನ್ನು ಹೊರತೆಗೆದು, ಗೀಟುಗಳ ಮಧ್ಯೆ ಅದರಲ್ಲಿದ್ದ ಪುಡಿಗಳನ್ನು ಹಾಕಿದ. ಒಂದು

ಬಾಂಡ್ಲಿಯನ್ನು ಕೇಳಿ ತರಿಸಿಕೊಂಡ. ಹುಚ್ಚೆಳ್ಳು ಕಡ್ಡಿಗಳನ್ನಾಕಿ ಬೆಂಕಿ ಹೊತ್ತಿಸಿದ. "ಶಿಶುಮಗವಾ ಕರ್‍ಕೊಂಡುಬನ್ನಿ" ಎನ್ನುತ್ತಾ ನಮ್ಮಕ್ಕನ ಕಡೆ ತಿರುಗಿದ. ಅವಳು ತನ್ನ ಪಾಡಿಗೆ ತಾನು ಏನೇನೋ ಮಾತಾಡಿಕೊಳ್ಳುತ್ತಿದ್ದಳು. ಅಪ್ಪ ಅಕ್ಕನ ಕೈ ಹಿಡಿದು ಕೊಂಡು ಪಡಸಾಲೆಗೆ ಎಳೆದು ತರಲು ಪ್ರಯತ್ನಿಸಿದಾಗ ಅವಳ ಕೊಸರಾಟ ಅವರಿಗೆ ತೊಂದರೆ ಕೊಟ್ಟಿತು. ನಂತರ ಬಂದ ಚಿಕ್ಕಪ್ಪ "ಬಾ ಪುಟ್ಟಿ... ಖಾಯ್ಲೆ ವಾಸಿ ಮಾಡ್ತಾರೆ" ಅಂತ ಏನೇನೋ ಉಬ್ಬಿಸಿ ಹೇಳಿ ಕರೆತಂದು ಕೂರಿಸಿದರು.

ಬೋರಣ್ಣ ಡಬ್ಬಿಯಲ್ಲಿದ್ದ ಕಪ್ಪನ್ನು ನಮ್ಮಕ್ಕನ ಹಣೆಗೆ ಹಚ್ಚಿ ಉರಿಯುತ್ತಿದ್ದ ಬೆಂಕಿಗೆ ಏನೇನೋ ಹಾಕಿ ಹೊಗೆ ಬರಿಸುತ್ತಾ ನವಿಲುಗರಿಗಳಿಂದ ನಮ್ಮಕ್ಕನನ್ನು ಹೊಡೆಯುತ್ತಾ ಹೋಗಾಚೆ... ಹೋಗಾಚೆ... ಎಂದು ಕಿರುಚುತ್ತಿದ್ದ. ನಮ್ಮಕ್ಕ ಮೊದಲು ಹೇಗಾಡುತ್ತಿದ್ದಳೋ ಈಗಲೂ ಹಾಗೇ ಆಡುತ್ತಿದ್ದಳು. ಹೀಗಾಗುವುದಕ್ಕೊ ಅದಕ್ಕೂ ಏನು ಸಂಬಂಧ? ಮತ್ತೆ ನಂಗೆ ಹಂಗಾಗಲಿಲ್ಲವಲ್ಲಾ? ಮುಂತಾದ ಅರ್ಥವಾಗದ ಪ್ರಶ್ನೆಗಳನ್ನು ಕೇಳಬೇಕೆನ್ನಿಸುತ್ತಿತ್ತಾದರೂ ಯಾಕೋ ಕೇಳುವ ಧೈರ್ಯವಾಗದೆ ಸುಮ್ಮನಿದ್ದೆ. ನಂತರ ಶನಿದೇವರ ಗುಡಿಗೆ ವಾಸಿ ಮಾಡಲು ಕರ್‍ಕೊಂಡು ಹೋಗುವಾಗ ನಡುದಾರಿಯಲ್ಲಿ ತೀರಿಕೊಂಡಳು. "ಮನೆಯಾಳ ಆ ಹುಬ್ಬ ಕರ್‍ಕೊಂಡ್ನಲ್ಲಪ್ಪೋ... ನನ್ಕಂದ್ನೇ ಈ ಪಾಪಿಗೆ ಬೇಕಾಗಿತ್ತೆ... ದೆವ್ವವಾಗಿ ಬಂದು ಅವಳನ್ನು ಜೊತೇಲಿ ಕರ್‍ಕೊಂಡು ಹೋದ್ಯಾ.... ಈಗ ನಿಂಗೆ ಸಮಾಧಾನವಾಯ್ತೆ..." ಇನ್ನೂ ಏನೇನೋ ಹಾಡಾಡಿಕೊಂಡು ಅಳುತ್ತಿದ್ದರು. ಆಗಿನಿಂದಲೇ ನನಗೆ ದೆವ್ವ ಅನ್ನೋ ಪ್ರಾಣಿ ಇದೆ ಅದು ಬೇರೆಯವರನ್ನು ಸಾಯಿಸುತ್ತೆ ಎಂದು ತಿಳುವಳಿಕೆ ಬಂದದ್ದು.

ಅದಾಗಿ ಸ್ವಲ್ಪದಿನ ಇಸ್ಕೂಲಿಗೆ ಕಳುಹಿಸುತ್ತಿರಲಿಲ್ಲ. ಎಲ್ಲಾ ಮರೆತು ಮೇಲೆ ನಮ್ಮನ್ನೆಲ್ಲಾ ಇಸ್ಕೂಲಿಗೆ ಕಳಿಸಲು ಶುರುಮಾಡಿದರು. ಅದೇ ದಾರಿಯಲ್ಲಿ ನಾವು ಬರುವಾಗ ಹುಣಸೇ ಮರದ ಮೇಲೆ ಲೆಕ್ಕಕ್ಕೇ ಸಿಗದಷ್ಟು ಕೋತಿಗಳಿದ್ದವು. ಒಂದೊಂದು ಪಂಡೆಯನ್ನು ಜೋರಾಗಿ ಅಲ್ಲಾಡಿಸಿ ಒಣಗಿದ ಹುಣಸೇ ಕಾಯಿಗಳನ್ನು ಬೀಳಿಸುವುದು ಕಂಡುಬಂತು.

ಯಾವಾಗಾದರೂ ಭಯವಾದರೆ ಈ 'ಕಪ್ಪ'ನ್ನು ಹಣೆಗೆ ಹಚ್ಚಿಕೋ ಎಂದು ನಾನು ಈ ಹಾಸ್ಟೆಲ್‌ಗೆ ಬರುವಾಗಲೇ ನಮ್ಮಜ್ಜಿ ಕೊಟ್ಟ 'ಕಪ್ಪು' ನೆನಪಾಗಿ ಕಬೋರ್ಡ್ ತೆಗೆದು ಕಪ್ಪನ್ನು ಹಣೆಗೆ ಹಚ್ಚಿಕೊಂಡು ದೂಳತವನ್ನು ಬಾಯಿಗೆ ಹಾಕಿಕೊಂಡೆ. ಹಣೆಗೆ ಕಪ್ಪಿಟ್ಟುಕೊಂಡೆ ಎನ್ನುವ ಭಾವನೆಗೋ ಯಾಕೋ ಸ್ವಲ್ಪ ಧೈರ್ಯ ಬಂದಿತ್ತು. ಬಾಯಾರಿಕೆಯಾಗಿ ಬಾಯೆಲ್ಲಾ ಒಣಗುತ್ತಿದ್ದರೂ ನೀರು ಕುಡಿಯಲು ರೂಮಿನಿಂದಾಚೆ ಹಾಲಿಗೆ ಹೋಗಬೇಕಲ್ಲ ಎಂದು ಬಾಯಾರಿಕೆಯನ್ನು ಶಪಿಸುತ್ತಾ ಸಹಿಸಿ ಕುಳಿತುಕೊಂಡಿದ್ದೆ.

ಹೊರ ಹೋಗಿದ್ದ ಅಡುಗೆಭಟ್ಟ ಹರೀಶ ಹನ್ನೆರಡಾದರೂ ಬಂದಿರಲಿಲ್ಲ. ಹೆಚ್ಚು ಕಡಿಮೆ ನನಗೆ ಪಿಯುಸಿಗೆ ಬರುವ ಹೊತ್ತಿಗೆ ದೆವ್ವದ ಭ್ರಮೆ ಕಡಿಮೆಯಾಗುತ್ತಾ ಬಂದಿತ್ತು. ನನಗಿನ್ನೂ ನಂಬಲಾಗದ ಒಂದು ವಿಚಿತ್ರ ಸಂಗತಿ ಎಂದರೆ ಕೆಂಚಪ್ಪ ಮತ್ತು ಸುಂದ್ರಣ್ಣನ ಘಟನೆ. ಆಗೆಲ್ಲಾ ರಾತ್ರಿ ಒಂಬತ್ತರ ಹೊತ್ತಿಗೆ ಕೊನೇ ಸಟ್ಲೊ ಬಸ್ ಬರುತ್ತಿತ್ತು ಮತ್ತು ಊರಿಗೆ ಅದೊಂದೇ ಬರುತ್ತಿದ್ದುದು. ಬೆಳಗಿನ ಸುದ್ದಿಯೆಲ್ಲಾ ಸಂಜೆ ಅದರಲ್ಲಿ ಬರುವ ಪೇಪರ್ ನೋಡಿ ತಿಳಿದುಕೊಳ್ಳಬೇಕಾಗಿತ್ತು. ಸುಂದ್ರಣ್ಣ ಮನೆಗೆ ಪೇಪರ್ ಹಾಕಿಸುತ್ತಿದ್ದುದರಿಂದ ಮತ್ತು ಊರಲ್ಲಿ ಅದು ಹೆಮ್ಮೆಯ ವಿಷಯವಾದ್ದರಿಂದ ತಾನೇ ಖುದ್ದಾಗಿ ಡ್ರೈವರನಿಂದ ಪೇಪರ್ ತೆಗೆದುಕೊಂಡು ಬರುವುದು ನಿಚ್ಚಾಸಂಗತಿಯಾಗಿತ್ತು. ಆವತ್ತು ಮುಖ್ಯವಾದುದೊಂದು ವಿಷಯ ಮಾತಾಡಬೇಕೆಂದು ಸುಂದ್ರಣ್ಣನೂ ಕೆಂಚಪ್ಪನೂ ಹುಣಸೇ ಮರದ ಕೆಳಗೆ ಕುಳಿತು ಮಾತನಾಡುತ್ತಿರಬೇಕಾದರೆ ದೂರದಲ್ಲಿ ಚಿಕ್ಕದಾದ ಬಿಳಿ ಆಕೃತಿಯೊಂದು ದೊಡ್ಡದಾಗುತ್ತಾ ಇವರ ಹತ್ತಿರವೇ ಬರುತ್ತಿತ್ತಂತೆ. ಪಕ್ಕದಲ್ಲೇ ಹಾದು ಹೋಗುವಾಗ ಕೈಲಿದ್ದ ಪೇಪರಿನಿಂದ ಸುಂದ್ರಣ್ಣ ಅದಕ್ಕೆ ಹೊಡೆದರಂತೆ. ಪೇಪರ್ ಅದಕ್ಕೆ ಬಿದ್ದು ಪುಟ ಹಾರಿ ಪುನಃ ವಾಪಾಸ್ ಬಿತ್ತಂತೆ. ಇದನ್ನು ಸುಂದ್ರಣ್ಣ ಪೇಪರ್ ತೋರಿಸಿಕೊಂಡು ಆ ದಿನ ರಾತ್ರಿಯೇ ಹೇಳುತ್ತಿದ್ದರೆ, ಬುರುಡೆ ಬಿಡುತ್ತಿದ್ದಾನೆನ್ನಿಸಿತಾದರೂ ಇಬ್ಬರೂ ಹೇಳಿದ್ದರಿಂದ ನಂಬಲೇ ಬೇಕಾಯಿತು.

ಆಗತಾನೆ ಮರೆಯಾಗುತ್ತಿದ್ದ ದೆವ್ವ ಎನ್ನುವ ಆಕೃತಿ ಮತ್ತೆ ಬಿಳಿ ಬಣ್ಣದೊಂದಿಗೆ ನನ್ನ ಮನಸ್ಸನ್ನು ಹೊಕ್ಕಿತ್ತು. ಆ ದಾರಿಯೇ ಸರಿಯಿಲ್ಲವೆಂದು ನಾನು ನನ್ನ ಗೆಳೆಯರು ಸೇರಿಕೊಂಡು ಒಂದು ಅಡ್ಡದಾರಿ ನಿರ್ಮಿಸಿಕೊಂಡಿದ್ದೆವು. ಹಬ್ಬದ ದಿನಗಳಲ್ಲಿ ಚಿಕ್ಕಪ್ಪ ಕುಡಿದು ಬರುತ್ತಿದ್ದುದು ರಾತ್ರಿ ಹನ್ನೊಂದರ ನಂತರವೇ... ಎಲ್ಲೆಂದರಲ್ಲಿ ತೂರಾಡುತ್ತಾ ಬೀಳುತ್ತಾ ಬರುತ್ತಿದ್ದ. ಎಷ್ಟೋ ಜನ ದಾರಿಯಲ್ಲಿ ಕುಡಿದು ಬಿದ್ದಿರುತ್ತಿದ್ದ ಇವನನ್ನೆ ದೆವ್ವ ಎಂದು ಕಿರುಚುತ್ತಾ ಓಡಿಹೋಗಿದ್ದರು. ಒಂದು ದಿನ ಆಕಾಶ ಭೂಮಿ ಒಂದು ಮಾಡುವಂತೆ ಹಾರಾಡುತ್ತಿದ್ದ ಬಿಳೀ ದೆವ್ವವನ್ನು ಕಂಡು ಹೆದರಿ ಚಪ್ಪಲಿಗಳನ್ನು ಬಿಸಾಡಿ ಮಂಡಿ ಒಡೆದುಕೊಂಡು ಮನೆಗೆ ಏದುಸಿರು ಬಿಡುತ್ತಾ ಬಂದಿದ್ದ. ಈ ದೆವ್ವಗಳೆಲ್ಲಾ ಯಾಕೆ ಬಿಳಿಯಾಗೇ ಇರುತ್ತವೋ ಗೊತ್ತಿಲ್ಲ. ಮಾರನೇದಿನ ಬೆಳಿಗ್ಗೆ ಹೋಗಿ ನೋಡಿದಾಗ ಅವರ ಹವಾಯಿ ಚಪ್ಪಲಿಗಳು ಉತ್ತರಕ್ಕೆ ಒಂದು ದಕ್ಷಿಣಕ್ಕೆ ಒಂದು ಬಿದ್ದಿದ್ದವು. ಅವುಗಳ ಮಧ್ಯದಲ್ಲೇ ಎತ್ತರದ ಒಂದು ಬಿದಿರಿನ ಗಳಕ್ಕೆ ಹಂದಿಗಳು ಅವರೆ ತಿನ್ನಲು ಬರದಿರಲೆಂದು ಹೆದರಿಸಲು ಬಿಳಿ ಬಟ್ಟೆಯ "ಬೆಚ್ಚು" ಕಟ್ಟಿದ್ದುದು ಕಾಣಿಸಿತು. ನಿನ್ನೆ ಎರಡು ಪಾಕಿಟ್ ಜಾಸ್ತಿ ಹಾಕಿರಬಹುದೆಂದು ಸಮಾಧಾನವಾಯಿತು.

ಇಷ್ಟೊತ್ತಾದರೂ ಹರೀಶ ಬಂದಿಲ್ಲವೆಂದು ಚಕಿತವಾಗಿ ತಡೆಯಲಾರದೆ ನಿಧಾನಕ್ಕೆ ತಲೆ ಎತ್ತಿ ಕಿಟಕಿ ಕಡೆ ನೋಡಿದೆ. ಸಾಲು ಸಾಲು ಲೈಟು ಕಂಬಗಳು ರಸ್ತೆಯ ಕೊನೆಯಂಚಿನವರೆಗೂ ದೀಪಗಳನ್ನು ಉರಿಸಿಕೊಂಡು ನಿಂತಿದ್ದವು. ಒಂದು ಕಂಬಕ್ಕೂ ಮತ್ತೊಂದು ಕಂಬಕ್ಕೂ ನಡುವಿನ ಜಾಗದಲ್ಲಿ ಕತ್ತಲೆ ಬಿದ್ದಿತ್ತು. ದೂರದಲ್ಲಿ ಮಿಣುಕು ಮಿಣುಕಾಗಿ ಕಾಣುತ್ತಿದ್ದ ಲೈಟ್‌ಗಳನ್ನು ಬಿಟ್ಟರೆ ಏನೂ ಕಾಣಿಸುತ್ತಿರಲಿಲ್ಲ. ಇಂಗ್ಲಿಷ್ ಸಿನಿಮಾದಲ್ಲಿ ಕಂಡಂತೆ ಆ ರಸ್ತೆ ಕಾಣುತ್ತಿತ್ತು. ಸ್ವಲ್ಪ ಹೊತ್ತು ಕಿಟಕಿ ಗೋಡೆಗಳ ಮಧ್ಯೆ ಇರುವುದು ಮರೆತು ಹೋಗಿ ಈ ಕಂಬಗಳ ಕೆಳಗೆ ನಾನೇ ನಿಂತಿದ್ದೇನೆ ಎನ್ನಿಸಿ ಭಯವಾಗುತ್ತಿತ್ತು. ಈ ಹಾಸ್ಟೆಲ್‌ಗಳನ್ನು ಯಾಕೆ ಊರಿಂದ ಆಚೆ ಕಟ್ಟಿರುತ್ತಾರೋ... ಊರ ಮಧ್ಯದಲ್ಲಿರಬಾರದೇ ಎಂದು ಅನೇಕ ಬಾರಿ ಅಂದು ಕೊಂಡಿದ್ದೇನೆ ಸದ್ಯ ಅಕ್ಕ ಪಕ್ಕ ಯಾವುದೇ ಹುಣಸೇ ಮರಗಳು ಇಲ್ಲದಿರುವುದು ಗಮನಕ್ಕೆ ಬಂದು ಮತ್ತಷ್ಟು ಧೈರ್ಯ ಬಂದಿತು. ಇಷ್ಟೊತ್ತೂ ತಡೆದಿದ್ದ ಬಾಯಾರಿಕೆಯನ್ನು ಇನ್ನು ಮುಂದೆ ತಡೆಯಲು ನನ್ನಿಂದ ಅಸಾಧ್ಯವೆನ್ನಿಸಿತು. ಈ ದೈಹಿಕಬಾಧೆಗಳ ಮುಂದೆ ಯಾವ ದೆವ್ವ? ಯಾವ ಭಯ? ಭಂಡ ಧೈರ್ಯ ತಂದುಕೊಂಡು ಮಧ್ಯೆ ನಿಲ್ಲಬಾರದೆಂದು ಬಾಗಿಲು ತೆರೆದ ತಕ್ಷಣ ನಲ್ಲಿಯ ಬಳಿ ಓಡಿದೆ. ನೀರು ಕುಡಿದದ್ದೂ ಗೊತ್ತಾಗಲಿಲ್ಲ. ಅಷ್ಟೇ ಅವಸರವಾಗಿ ವಾಪಸ್ ಬಂದು ಕುಳಿತೆ. ಹಲ್ಲಿ ಲೊಚ್ ಲೊಚ್ ಎಂದು ನಾನೂ ಕೂಡ ನಿನ್ನ ಜೊತೆಗಿದ್ದೇನೆ ಎಂಬುದನ್ನು ನೆನಪಿಸಿತು.

ನಾನಾಗ ಸೆಕೆಂಡ್ ಪಿಯುಸಿ ಓದುತ್ತಿದ್ದೆ. ಪ್ರತೀ ವರ್ಷ ಶಿವರಾತ್ರಿ ಸಮಯದಲ್ಲಿ ಮಾದೇಶ್ವರ ದೇವಸ್ಥಾನದಲ್ಲಿ "ಮಾರ್ಗಳ್ಳಿ" ಅಂತ ರಾತ್ರಿಯೆಲ್ಲಾ ಜಾಗರಣೆ ನಡೆಸುವುದು ರೂಢಿ. ಅಲ್ಲಿಗೆ ಹೋಗಬೇಕೆಂದರೆ ಆ ಕರೀಕಲ್ಲು ಓಣಿ ದಾಟಿಕೊಂಡೇ ಹೋಗಬೇಕು. ಇಲ್ಲಿ ಒಬ್ಬರೇ ಹೋಗುವುದಂತೂ ಅಸಾಧ್ಯವಾದ ಮಾತು. ದೇವಸ್ಥಾನದ ಬಳಿ ಏನೋ ಮಾತಿಗೆ ಕೋಪಿಸಿಕೊಂಡ ನನ್ನ ತಮ್ಮ ಟಾರ್ಚು ಇಲ್ಲದೆ ಮನೆಗೆ ಹೊರಟುಬಿಟ್ಟ. ಏನೋ ಇಲ್ಲೇ ಎಲ್ಲೋ ಇರಬೇಕು ಹುಡುಗ ಮುಂಡೇದು ಎಂದು ಹುಡುಕುವುದಕ್ಕೆ ಹೋದರೆ ಅವನು ಮನೆಯಲ್ಲೇ ಸಿಕ್ಕಿದ್ದು! ಏನೋ ನಿಜವಾಗ್ಲೂ ನೀನು ಆ ದಾರೀಲಿ ಒಬ್ಬನೇ ಬಂದ್ಯಾ... ಎಂದು ಕೇಳಿದರೆ ಮಾದೇಶ್ವರನ ಆಣೆ ಮಾಡಿ ಹೇಳಿದ. ಕರೀಕಲ್ಲಿನ ಮೇಲೆ ಬಿಳೀ ಆಕೃತಿ ನಿಂತಿದ್ದು ಜೋಡು ತೋರಿಸಿದರೆ ಹೋಗುತ್ತದೆಂದು ತಾನು ಚಪ್ಪಲಿ ಹಿಡಿದು ತೋರಿಸಿದ್ದಕ್ಕೆ ಆಮೇಲೆ ಚಿಕ್ಕದಾಗುತ್ತಾ ಹೊರಟು ಹೋಯ್ತಂತೆ. ಬಹುಶಃ ನಾನಾಗಿದ್ದರೆ ಅಲ್ಲೇ ಎದೆ ಒಡೆದುಕೊಂಡು ಜ್ವರ ಬಂದು ನಮ್ಮಕ್ಕನ ಹಾಗೆ ಸತ್ತು ಹೋಗುತ್ತೇನೇನೋ ಎನ್ನಿಸಿತ್ತು.

ಎಲ್ಲದಕ್ಕಿಂತ ತಮಾಷೆ ಎಂದರೆ ರಾತ್ರಿ ಹೊತ್ತು ಎಲ್ಲಿಂದಲೋ ಮನೆಗೆ ಬಂದು ಬಿದ್ದಕಲ್ಲನ್ನು ದೆವ್ವ ಹಾಕಿತೆಂದೂ ಆ ಕಲ್ಲನ್ನು ಬೆಂಕಿಯಲ್ಲಿ ಕಾಯಿಸಿದರೆ ಆ ದೆವ್ವ ಎದುರಿಗೆ ಬಂದು ಸಾಯುತ್ತದೆಂದು ಒಂದು ವಾರದ ತನಕವೂ ಬೆಂಕಿಯಲ್ಲಿ ಕಲ್ಲು ಕಾಯಿಸಿದೆವು. ಕಾದು ಕಾದು ಕಲ್ಲು ಒಡೆಯಿತೇ ಹೊರತು, ದೆವ್ವ ಬರಲಿಲ್ಲ.

ಒಂದು ದಿನ ನಾನು ಬಚ್ಚಲು ಮನೆಗೆ ಹೋದ ಸಮಯಕ್ಕೆ ಸರಿಯಾಗಿ ಕರೆಂಟ್ ಹೋಗಿತ್ತು. ಕಾಲಿನ ಬಳಿ ಏನೋ ಸವರಿಕೊಂಡು ಹೋದಂತಾಗಿ ಭಯವಾಗಿ ಭಂಡಧೈರ್ಯದಿಂದ ಏನೋ ಗಾಬರಿಯಾಗಿ ನನ್ನೆರಡೂ ಕೈಗಳಿಂದ ಅದನ್ನು ಜೋರಾಗಿ ಅದುಮಿ ಹಿಡಿದುಕೊಂಡೆ ತಪ್ಪಿಸಿಕೊಂಡು ಹೋಗಬಾರದೆಂದು. ಅದು ಮೇ... ಎಂದು ಜೋರಾಗಿ ಕಿರುಚಿದ್ದು ಕೇಳಿಸಿ ಅಕ್ಕ ಪಕ್ಕದ ಮನೆಯವರೆಲ್ಲಾ ಬ್ಯಾಟರಿ ತಂದು ನೋಡಿದರು. ನಾನು ಮೇಕೆ ಮರಿಯ ಕುತ್ತಿಗೆಯನ್ನು ಸರಿಯಾಗೇ ಹಿಡಿದಿದ್ದೆ. ಥೂತ್ತರಿಕೆ...ಇದ್ಯಾಕೆ ಇಲ್ಲಿ ಬಂತು ಎಂದು ನನಗೆ ಅವರೆಲ್ಲರೆದುರು ಅವಮಾನವಾದಂತಾಗಿ ಕುಗ್ಗಿಹೋದೆ. ಅವರು ಬರುವುದು ತಡವಾಗಿದ್ದರೆ ಅನ್ಯಾಯವಾಗಿ ಪಾಪ ಆ ಮೇಕೆಮರಿ ಸತ್ತು ಬಿಡುತ್ತಿತ್ತು.

ಮನುಷ್ಯರ ಕಣ್ಣಿಗೆ ಬಿಳಿ ಬಣ್ಣದಂತಹ ಆಕೃತಿ ಕಾಣುವುದನ್ನು ಹಲವಾರು ಕಾರಣಗಳಿಂದ ಓದಿದ್ದ ನನಗೆ ಅವುಗಳನ್ನೆಲ್ಲಾ ಇಲ್ಲಿ ಅನ್ವಯಿಸುವುದು ಅಷ್ಟು ಸುಲಭವಲ್ಲ ಎನ್ನಿಸಿತು. ಆದರೂ ಈ ಜನಗಳು "ದೆವ್ವ" ನೋಡಿದ್ದೇನೆ ಎಂದು ಹೇಳುವುದನ್ನು ಒಂದು ದೊಡ್ಡಸ್ತಿಕೆ ಎಂದುಕೊಂಡಿದ್ದಾರೇನೋ... ಯಾಕೆಂದರೆ ನಮಗೆ ಒಮ್ಮೆಯೂ ಅದು ಸಿಕ್ಕಿರಲಿಲ್ಲ. ಆದರೂ ಅದರ ಬಗ್ಗೆ ವಿಚಿತ್ರ ಭಯ ಇತ್ತು. ಕೆಲವನ್ನು ನೆನೆಸಿಕೊಂಡರೆ ಸೋಜಿಗ ಎನ್ನಿಸುತ್ತಿತ್ತು. ಎದುರು ಮನೆಯ ಗಂಗಾ ಆಂಟಿಗೆ ದೆವ್ವ ಹಿಡಿದುಕೊಂಡು, ಆ ವ್ಯಕ್ತಿಯನ್ನು ಅವಳು ಹತ್ತಿರದಿಂದ ಕಂಡವಳೇ ಅಲ್ಲ, ಆದರೂ ಅವನ ತಮಿಳಿನಲ್ಲೇ ಮಾತಾಡುತ್ತಿದ್ದಳು. ಅವನಂತೆ ವರ್ತನೆಯನ್ನು ಮಾಡುತ್ತಿದ್ದಳು. ಅದನ್ನು ನೋಡಿದವರು ಎಂಥವರಾದರೂ ನಂಬಲೇಬೇಕು. ನಂಬದೆ ಇದ್ದರೆ ಅದಕ್ಕೆ ಕಾರಣ ಏನು ಎಂಬುದನ್ನೂ ಅವರೇ ಹೇಳಬೇಕು. ರಾತ್ರಿ ಹನ್ನೆರಡು ಗಂಟೆಯಲ್ಲಿ ಕ್ರಿಕೆಟ್ ಚೆಂಡಿನಾಕಾರದ ಕಲ್ಲುಗಳನ್ನು ಯಾರು ಎಸೆಯುತ್ತಿದ್ದರು? ಮಧ್ಯರಾತ್ರಿಯಲ್ಲಿ ನಡುರಸ್ತೆಯಲ್ಲಿ ಉರಿ... ಉರಿ... ತಾಳಲಾರೆ ಎಂದು ಕಿರುಚುತ್ತಾ ಓಡಾಡುವವರು ಯಾರು? ಅದು ಹೋಗ್ಲಿ ಒಂದೂ ಸಿಹಿ ತಿಂಡಿಯನ್ನು ತಿನ್ನುವುದಕ್ಕೆ ಸಾಧ್ಯವಾಗದ ನಮ್ಮ ಅತ್ತೆಗೆ ಮೈಮೇಲೆ ದೆವ್ವ ಬಂದು ಒಂದು ಮಂಕರಿ ಕಜ್ಜಾಯವನ್ನು ತಿನ್ನುವುದಾದರೂ ಹೇಗೆ?

ಹೀಗೆ ಗೊತ್ತುಗುರಿ ಇಲ್ಲದ ಅನೇಕ ಪ್ರಶ್ನೆಗಳು ಈ ಸಂದರ್ಭದಲ್ಲೇ ಯಾಕೆ ಬೇಡವೆಂದರೂ ನನ್ನಲ್ಲೇ ಗಿರಕಿ ಹೊಡೆಯುತ್ತವೆ ಎನ್ನಿಸಿತ್ತು. ಕಾಲು ಬೆರಳುಗಳು

ನಡುಗದಂತೆ ಗಟ್ಟಿಯಾಗಿ ಹಿಡಿದು ಕುಳಿತುಕೊಂಡೆ. ಮತ್ತೊಮ್ಮೆ ಕಿಟಕಿ ನೋಡಿದೆ. ಅನಾಥವಾಗಿ ಕಂಬಗಳು ಬೆಳಕ ಉಗಿಯುತ್ತಾ ನಿಂತಿದ್ದವು. ದೆವ್ವ ಇಲ್ಲವೇ ಇಲ್ಲ ಎನ್ನಿಸಿದರೂ ಯಾವುದೋ ಅವ್ಯಕ್ತ ಭಯ ನನ್ನನ್ನು ಆವರಿಸಿದಂತಾಗಿ ನಡುಗುತ್ತಾ ಕುಳಿತೆ. ಮತ್ತೆ ಹಲ್ಲಿಯಿಂದ ಲೊಚ್ ಲೊಚ್ ಶಬ್ದ ಕೇಳಿಸಿತು. ಪಾಪ... ಹಲ್ಲಿ ಪಿಳಿಪಿಳಿ ಕಣ್ಣು ಬಿಟ್ಟುಕೊಂಡು ನನ್ನ ಜೊತೆ ಅದೂ ಕೂಡ ನಿದ್ದೆಗೆಡುತ್ತಿದೆಯಲ್ಲ ಎನ್ನಿಸಿ ಅದರ ಮೇಲೆ ಕನಿಕರವುಂಟಾಯಿತು. ಲೈಟ್ ಆರಿಸಿ ಮಲಗೋಣ ಎಂದರೆ ಅಷ್ಟೊಂದು ದಿಲ್ ಎಲ್ಲಿಂದ ಬರಬೇಕು? ಹಿಂದೆಯಾದರೆ ಭಯವಾಗಿ ಬೆವರಿದಂತೆಲ್ಲಾ ಬೆನ್ನಿಗೆ ಕೈ ಇಟ್ಟುಕೊಂಡು ರೆಪ್ಪೆ ಬಡಿಯದೆ ಕಣ್ಣು ಬಿಟ್ಟುಕೊಂಡೇ ಮಲಗಿರುತ್ತಿದ್ದೆ. ಪುನಃ ಅಜ್ಜಿ ಕೊಟ್ಟ ಕಪ್ಪು ಹಣೆಗೆ ಹಚ್ಚಿಕೊಂಡು ಮೇಜಿನ ಮೇಲೆ ಬೋರಲು ಬಿದ್ದಿದ್ದ ಪುಸ್ತಕವನ್ನು ಓದೋಣ ಎಂದು ತೆಗೆದುಕೊಂಡರೆ ಅದು ಪೂರ್ಣಚಂದ್ರ ತೇಜಸ್ವಿಯ ಡೇರ್ ಡೇವಿಲ್ ಮುಸ್ತಫಾ... ಹೇಳಿ ಕೇಳಿ ಅದೂ ಕೂಡ ದೆವ್ವದ್ದೇ. ಈಗ ಮತ್ತಷ್ಟು ಅಧೀರನಾದೆ. ಕೈಯಿಂದ ಕಣ್ಮುಚ್ಚಿಕೊಂಡು ಎರಡೂ ಕಾಲನ್ನು ಖುರ್ಚಿ ಮೇಲಕ್ಕೆ ತಂದುಕೊಂಡು ಕುಳಿತೆ. ಯಾವುದೋ ಎರಡು ಮೂಳೆ ಕೈ ನನ್ನ ಭುಜ ಹಿಡಿದು ಗಟ್ಟಿಯಾಗಿ ಅಲ್ಲಾಡಿಸಿತು. ಬೆಚ್ಚಿಬಿದ್ದು ಗಕ್ಕನೆ ಹಿಂದಕ್ಕೆ ತಿರುಗಿದೆ. ಹರೀಶ ನಗುತ್ತಾ ನಿಂತಿದ್ದ.

●●●

ಹೀಗೊಂದು ಭೂಮಿಗೀತ

"ಹಂಗಾರ ಮಾಡಿ ಈವತ್ತು ಈ ಬಡ್ಡೆತ್ತೋವ್ನ ಹೊಲಕ್ನುಗ್ದಂಗೆ ತಡೆದ್ಬುಟ್ರೆ... ಕೈಗೆ ಬಂದ ತುತ್ತು ಬಾಯಿಗೆ ಬಂದಂಗೇ..." ಅಟ್ಟದ ಮೇಲಿಂದ ಒಂದು ಉಂಡೆ ತಂತಿ ತೆಗೆದುಕೊಳ್ಳುತ್ತಾ ಏಣಿ ಇಳಿಯುತ್ತಿದ್ದ ನಾಗಣ್ಣ ತನಗೆ ತಾನೇ ಮಾತಾಡಿಕೊಳ್ಳುವವನಂತೆ ಗೊಣಗುತ್ತಿರುವಾಗ; ಹಿತ್ತಲಲ್ಲಿ ಎಮ್ಮೆಗೆ ಕಲಗಚ್ಚು ಕುಡಿಸುತ್ತಿದ್ದ ಸಾವಿತ್ರವ್ವ "ಏನಾ... ಕರೆದಾಂಗಾಯ್ತು... ಅಂತ ಅರ್ಧಕ್ಕೇ ನಿಲ್ಲಿಸಿ ಒಳಬಂದು ಏಣಿ ಇಳಿಯುತ್ತಿದ್ದ ಗಂಡನೆದುರು ನಿಂತಾಗ "ಹೋಗು ಮೂದೇವಿ ಅತ್ಲಾಗೆ ನಾನ್ಯಾಕೆ ಕರೀಲಿ... ನಿನ್ನ" ಎನ್ನುತ್ತಾ ತಂತಿ ಉಂಡೆಗಳನ್ನು ಎಣಿಸತೊಡಗಿದ. "ಅಯ್ಯೋ... ಅದ್ಯಾಕಂಗೆ ಉರಿಸಿಂಗಿ ಆಡ್ದಂಗೆ ಆಡ್ತಾರಿ... ಇಲ್ಲ ಅಂದ್ರೆ ಮುಗೀತಪ್ಪ..." ಅದೇನೋ ಹೇಳ್ತಾರಲ್ಲ ಮಾಡೋ ಕೆಲ್ಸ ಬುಟ್ಬುಟ್ಟು ಆಡೋ ದಾಸಯ್ನಿಂದೆ ಬಂದ್ರಂತೆ... ಹಂಗಾಯ್ತು... ತಾನೂ ಏನೂ ಕಡಿಮೆ ಇಲ್ಲವೆಂಬಂತೆ ಗಂಡನಿಗೆ ಒಂದು ಆವಾಜು ಹಾಕಿ ಕಲಗಚ್ಚು ಕಲಸಲು ಹೋದರು.

ತಂತಿ ಉಂಡೆ ಎಣಿಸಿ ಕಟ್ಟಿಹಾಕಿ ನಾಗಣ್ಣ ಹೊರಕ್ಕೆ ಇಣುಕುತ್ತಾ... ಆರ್‌ಗಂಟೆ ಆಯ್ತು ಬೇಗ ಹೋದ್ರೆ ವಸಿ ತಂತಿನಾದ್ರು ಬುಡಬೋದು ಎಂದುಕೊಳ್ಳುತ್ತಾ ತನ್ನ ಪಾರಾಗಾನ್ ಹವಾಯಿ ಚಪ್ಪಲನ್ನು ಕಾಲಿಗೆ ತೂರಿಸಿಕೊಂಡು ಪಟಪಟ ಸದ್ದು ಮಾಡುತ್ತಾ ಕೆಂಚನ ಮನೆ ದಿಕ್ಕಿಗೆ ನಡೆದರು. 'ಅಯ್ಯೋ... ಈವತ್ತೇನೂ ಬೇಗ ವೋಯ್ತಾವ್ರಲ್ಲಾ... ಏನೂ ತಿಂದೇನೇ ಹೋಯ್ತಾರಲ್ಲ ತಾನೆಲ್ಲೋ ತಿರುಗಿ ಮಾತಾಡಿದ್ದಕ್ಕೆ ಕೋಪ ಮಾಡಿಕೊಂಡು ಹೊಂಟರೇನೋ...' ಎಂದು ಗಾಬರಿಯಾಗಿ ಸಾವಿತ್ರವ್ವ ಸರಸರನೆ ಈಚೆ ಬಂದು "ರೀ... ಇಟ್ಟೆಸರಿಟ್ಟಿವ್ನಿ... ಮುದ್ದೆ ಜಡಿದುಬಿಡ್ತೀನಿ ಉಂಡೋಗ್ರಿ..." ಎಂದ ಸದ್ದಿಗೆ ತಿರುಗಿದ ನಾಗಣ್ಣ "ಬತ್ತೀನಿರಮ್ಮಿ ಈವತ್ತೊಸಿ ಕರೆಂಟ್ ಬುಡುದದೆ... ಜಾತಿ ನುಗ್ದಂಗೆ ಮಾಡಿಬತ್ತೀನಿ..." ಎನ್ನುತ್ತಾ ಹಾಗೇ ಪಟಪಟ ಸದ್ದು ಮಾಡುತ್ತಾ ಹೊರಟು ಹೋದರು.

ಮುಸ್ಸಂಜೆ ಹೊತ್ತು ಬೆಳಕು ಕರಗಿ ಕತ್ತಲು ಉರಿಯುವ ಸಮಯ. ಮನೆ ಗವ್ ಎನ್ನುತ್ತಿದ್ದುದ ನೋಡಿ ಸಾವಿತ್ರವ್ವ ದೇವರ ಮನೆಯಲ್ಲಿದ್ದ ದೀಪ ಹಚ್ಚಿಬಂದು

ಅಡ್ಡಗೋಡೆ ಮೇಲಿಟ್ಟಿದ್ದ ಸೀಮೆಎಣ್ಣೆ ಬುಡ್ಡಿ ಬತ್ತಿ ಎಳೆದು ಹಚ್ಚಿಟ್ಟರು. ಸುಣ್ಣದ ಗೋಡೆ ಮೇಲೆ ಬಿದ್ದ ಬೆಳಕಿಗೆ ಮನೆ ಫಳ್ಳನೆ ಹೊಳೆದಂತಾಯ್ತು. ನಾಕು ಕಂಬಗಳ ತೊಟ್ಟೀಮನೆ ದೊಡ್ಡದಿದ್ದರೂ ಮನೆತುಂಬ ಆಳುಗಳಿರದೆ ಬಿಕೋ ಎನ್ನುತ್ತಿತ್ತು. ಹಿತ್ತಲಿನಲ್ಲಿ ಎಮ್ಮೆ ಕಲಗಚ್ಚು ಮುಗಿಸಿರಬೇಕು ಬುಸ್‌ಗುಡುವ ಸದ್ದು. ಎದ್ದು ಹೋಗಿ ಪಾತ್ರೆ ಬಳಿದುಕೊಂಡು ಮೂಲೆಯಲ್ಲಿ ಕುಕ್ಕರಿಸಿ ಹಜಾರಕ್ಕೆ ಬಂದರೆ ಎಂತದೋ ಕೀಟ ಚೀರ್ ಚೀರ್ ಎನ್ನುತ್ತಾ ವಿಚಿತ್ರ ಸದ್ದುಮಾಡಿ ಆತಂಕವನ್ನುಂಟು ಮಾಡುತ್ತಿತ್ತು. ಗಂಡ ಬಂದ ಮೇಲೆ ಮುದ್ದೆ ಜಡಿಯುವಾ ಎಂದು ಒಲೆ ಮೇಲಿದ್ದ ಪಾತ್ರೆ ಇಳಿಸಿ ಬಂದು ಅಡ್ಡಗೋಡೆ ಎದುರು ಕುಳಿತುಕೊಂಡರು. ಗೋಡೆ ಮೇಲೆ ಬಿದ್ದ ತನ್ನದೇ ನೆರಳು ದೊಡ್ಡದಾಗುತ್ತಾ... ಸಣ್ಣದಾಗುತ್ತಾ... ಅತ್ತಿತ್ತ ಹೊಯ್ದಾಡುತ್ತಾ ಕುಣಿಯಲಾರಂಭಿಸಿತು. ಸಾವಿತ್ರವ್ವನ ಮನಸ್ಸಲ್ಲಿ ತಳಮಳ ತೊಯ್ದಾಡಿದಂತೆ, ನರಮನ್ಸಾನ ಜೀವಾನು ಇಂಗೇ ತಾನೆ... ಅವ್ನು ಆಡಿಸ್ದಂಗೆ ಆಡುದು.

ಯಾಕೋ ಸಾವಿತ್ರವ್ವನವರ ಮನಸ್ಸಿಗೂ ನೆಮ್ಮದಿ ಇಲ್ಲದಂತಾಗಿತ್ತು. ಹಿಂದೆ ಆದರೆ ಇಷ್ಟೊಂದು ಬೇಸರವಾಗುತ್ತಿರಲಿಲ್ಲ. ಮಗ ಮನೆ ಬಿಟ್ಟು ಕೋಪಿಸಿಕೊಂಡು ಹೋಗಿ ವಾರ ಆಯ್ತು. ಎಲ್ಲಿದ್ದಾನೋ... ಏನು ಮಾಡ್ತಿದ್ದಾನೋ? ಇಷ್ಟುದಿನ ಕೋಪ ಮಾಡ್ಕೊಂಡು ಹೋದ್ರೂ ಎರಡು ದಿನ ನೆಂಟರಿಷ್ಟರ ಮನೇಲಿದ್ದು ಮೂರನೇ ದಿನಕ್ಕೆ ಮನೆಗೆ ಬಂದು ಬಿಡುತಿದ್ದ. ಈ ಸಲ ವಾರ ಆದರೂ ಪತ್ತೆ ಇಲ್ಲ. ಎಲ್ಲಾ ಕಡೆ ವಿಚಾರಿಸಿ ಆಯ್ತು. ಸುಳಿವೇ ಇಲ್ಲ. ಆಗಾಗ್ಗೆ ಮಾತುಕತೆ ಆಡಲು ಬರುವ ಊರವರು ಮಾತ್ರ "ಯಾಕೆ ಯೋಚ್ನೆ ಮಾಡ್ತಿ ಬುಡವ್ವ... ಎಲ್ಲಾರ ಇದ್ದು ಬರ್ತಾನೆ..." ಮತ್ಯಾರೋ... ಕೊಂಗರ ಮರ ಕಡಿಯೋರ ಗುಂಪಲ್ಲಿ ಕಾಡಲ್ಲಿದ್ನಂತೆ... ಎನ್ನುತ್ತಿದ್ದರು. ಕಾಡಲ್ಲಿದ್ನಂತೆ ಅಂದರೆ ಯಾಕೋ ಎದೆ ಬಾಯಿಗೆ ಬಂದಂತಾಗುತ್ತಿತ್ತು. ಎಷ್ಟೋ ಸಾರಿ ದೇವರ ಮನೆಯಲ್ಲಿ ಕುಂತು... ಶಿವನೆ... ಎಲ್ಲೋ ಒಂದ್‌ತಾವ್ ಚನ್ನಾಗಿ ಬದುಕ್ಲಿ... ನಿದಾನಕ್ಕೇ ಬರ್ಲಿ... ವೀರಪ್ಪನ್ ಸವಾಸ ಮಾತ್ರ ಮಾಡಿಸ್ಬೇಡ ಶಿವನೆ ಎಂದು ಸಾವಿತ್ರಮ್ಮ ಗೋಳಾಡುತ್ತಿದ್ದರು. ಊರಲ್ಲಿ ಕೇಮೀಗೇಯದ ಸೋಮಾರಿ ಐಕಳು ವೀರಪ್ಪನ್ ಸಂಗ್ಡ ಸೇರ್ಕೊಂಡು ಆನೆ ಹೊಡೆಯೋದ್, ಗಂಧ ತರಿಯೋದ್ ಮಾಡಿ ಎಸ್ಟೀಎಫ್‌ನೋರ್ಗೆ ಸಿಕ್ಕಾಕೊಂಡು ಬೂಟುಕಾಲಲ್ಲಿ ಒದೆಸಿಕೊಂಡು ಜೀಪಲ್ಲಿ ಎಳೆದುಕೊಂಡು ಹೋಗೋದನ್ನ ಕಣ್ಣಾರೆ ಕಂಡಿದ್ದ ಸಾವಿತ್ರವ್ವನಿಗೆ ತನ್ನ ಮಗನನ್ನು ಆ ಸ್ಥಾನದಲ್ಲಿ ನೆನೆಸಿಕೊಂಡು... ಇದು ನಿಜವೇ ಎನ್ನುವಂತೆ ಭ್ರಮೆ ಉಂಟಾಗಿ ಭಯವಾಗಿ ಬಿಡುತ್ತಿತ್ತು. ಆದರೂ ಮನಸಿನ ಮೂಲೆಯಲ್ಲೆಲ್ಲೋ... ಮಠದಲ್ಲಿ ಓದಿರೋ ಹುಡುಗ... ಹಂಗೆಲ್ಲಾ ಮಾಡುದಿಲ್ಲ... ಎಲ್ಲೋ ನಾಕ್‌ದಿನ ಇದ್ದು ಬರಬೋದು ಅನ್ನಿಸುತ್ತಿತ್ತು. ಆದ್ರೆ ಒಮ್ಮೊಮ್ಮೆ ಸೋಲಿಗ್ರ ಕೇರಿ ಮಾರ ಹೇಳಿದ

ಮಾತು ನೆನೆಸಿಕೊಂಡ್ರೆ ಮಾತ್ರ ಮೈ ಉರಿಯುತ್ತಿತ್ತು. ಸೋಲಿಗ ಹುಡುಗೀರ ಜೊತೆ ನಿಜರಲ್ಲಿ ತಿರುಗಾಡ್ತಿದ್ನಂತೆ ಎಂದು ಸಣ್ಣೈದ ಹೇಳಿದಾಗಲೆಲ್ಲಾ ಸಾವಿತ್ರವ್ವ ಅದರ ಕುರಿತು ಮಾತು ಮುಂದುವರೆಸದೆ ಬೇರೆಡೆಗೆ ತಿರುಗಿಸುತ್ತಿದ್ದರು.

ಈ ಅಪ್ಪ ಮಗನ ಜಗಳ ಯಾವಾಗ ನಿಲ್ಲುತ್ತೋ ಅವ ಹೇಳ್ದಂಗೆ ಇವ ಕೇಳಲ್ಲ... ಇವ ಹೇಳ್ದಂಗೆ ಅವ ಕೇಳಲ್ಲ. ಮಧ್ಯ ಸಿಕ್ಕಾಕೊಂಡು ಸಾಯೋ ಎಡಬಿಡಂಗಿ ಆಗೋದೆ ನಾನು... ಪಾತ್ರೆ ಉರುಳಿದ ಸದ್ದು... ದಡಾರನೆ ಎದ್ದ ಸಾವಿತ್ರವ್ವನಿಗೆ ಹಿತ್ತಲ ಬಾಗಿಲು ಹಾಕದೆ ಹಾಗೆ ಬಂದದ್ದು ನೆನಪಾಗಿ ಓಡಿ ಹೋಗಿ ನೋಡಿದರೆ ಎರಡು ಕಾಲನ್ನು ಹೊಸ್ತಿಲೊಳಗೆ ಹಾಕಿ ಮೂತಿಯನ್ನು ಪಾತ್ರೆಯಲ್ಲಿ ಸಿಕ್ಕಿಸಿಕೊಂಡು ತಳದಲ್ಲಿ ಉಳಿದುದ್ದ ನೆಕ್ಕಲು ಹರಸಾಹಸ ಮಾಡುತ್ತಿದ್ದ ಎಮ್ಮೆ ಅತ್ತಿಂದಿತ್ತ ತಲೆ ಆಡಿಸಿ ಸದ್ದು ಮಾಡತೊಡಗಿತ್ತು. ಹಾಳಾದ್ದು ಎಮ್ಮೆ ಬುಟ್ರೆ ಪಾತ್ರೇನೆ ತಿಂದ್ಬುಡ್ತದೆ ನನ್‌ಮಗಂದು... ಎಂದು ಗದರಿಸುತ್ತಾ ಎಮ್ಮೆಯನ್ನು ಹಿತ್ತಲಿಗೆ ಓಡಿಸಿ ಗೊತ್ತಿಗೆ ಕಟ್ಟಿ ಅಗುಳಿ ಹಾಕಿಕೊಂಡು ಒಳಗೆ ಬಂದರು.

ಮಲೆನಾಡಲ್ಲ. ಮಲೆನಾಡಿನಂಥ ಊರು. ಸುತ್ತ ಬೆಟ್ಟಗುಡ್ಡಗಳಿಂದ ಸುತ್ತುವರೆದು ನಡುವೆ ಇದ್ದ ಪುಟಾಣಿ ಊರು. ಮುವ್ವತ್ತೋ... ನಲವತ್ತೋ... ಮನೆಗಳು. ಊರಿಗೂ ಸೇರಿದ್ದು ಅನ್ನುವ ಹಾಗಿಲ್ಲ. ಕಾಡಿಗೆ ಸೇರಿದ್ದೂ ಅನ್ನುವ ಹಾಗಿಲ್ಲ. ಬೆಳೆ ಹಾಕಿದ ಕಾಲಕ್ಕೆ ಕಾಡುಪ್ರಾಣಿಗಳು ಮೊದಲು ನುಗ್ಗುವುದೇ ನಾಗಣ್ಣನ ತೋಟಕ್ಕೆ. ತೋಟವೆಂದರೆ ಇಲ್ಲಿ ಮಾವಿನ ತೋಪೋ ಅಥವಾ ಮತ್ಯಾವುದೋ ಹಣ್ಣಿನ ತೋಪಲ್ಲ. ಹತ್ತಾರು ತೆಂಗಿನ ಮರಗಳು ಮತ್ತು ಪಂಪುಸೆಟ್ಟು ಇದ್ದರೆ ಅದನ್ನೆ ತೋಟ ಅಂತಲೇ ಕರೆಯುವುದು. ಪಂಪ್‌ಸೆಟ್ ಇದ್ದ ಕೆಲವೇ ತೋಟಗಳಲ್ಲಿ ನಾಗಣ್ಣನದೂ ಒಂದು. ನಾಗಣ್ಣನ ಪಕ್ಕದ ಜಮೀನೇ ಕೆಂಚನದು. ಈ ಕಡೆ ಪೂರ್ತಿ ಕಾಡುಮನುಷ್ಯನೂ ಅಲ್ಲದ... ಆ ಕಡೆ ಊರಮನುಷ್ಯನೂ ಅಲ್ಲದ... ನಡುವಿನ ಕಡಕಲಿನಂತವನು. ಹೆಚ್ಚು ಕಡಿಮೆ ತನ್ನ ತಿಕ್ಕಲುತನದಿಂದ ನಾಗಣ್ಣನ ಮನಸ್ಸಿಗೆ ಬೇಜಾರು ಉಂಟು ಮಾಡುವುದರ ಜೊತೆಗೆ ತನ್ನ ಅಸಾಧಾರಣ ಮಾತಿನ ಚತುರತೆಯಿಂದ ಅವರ ಬ್ರೈನ್‌ವಾಷ್ ಮಾಡುವಷ್ಟರ ಮಟ್ಟಿಗೆ ಆತನ ಪ್ರಭಾವವಿತ್ತು. ನಾಗಣ್ಣ ಹಾಗಲ್ಲ. ತೂಕದ ಮನುಷ್ಯ... ಗಂಭೀರ ವ್ಯಕ್ತಿ. ನಾಕಾರು ಜನ ಇವರ ಮಾತು ಕೇಳುವಷ್ಟು ಗೌರವಸ್ಥ. ಮತ್ತು ಈ ಕಾರಣಕ್ಕಾಗಿಯೇ ಜಮೀನು ಬಿಟ್ಟು ಬೇರೆ ಊರಿಗೆ ಕೆಲಸಕ್ಕೆ ಅಂತ ಹೋದವರಲ್ಲ. ಸಾಲವೋ... ಸೋಲವೋ... ಆರಕ್ಕೇರದೆ ಮೂರಕ್ಕಿಳಿಯದೆ ಇದ್ದುದರಲ್ಲೇ ಸರಿತೂಗಿಸಿ ಜೀವನ ಸಾಗಿಸುವ ವ್ಯಕ್ತಿತ್ವ. ಕಾಡಾನೆ, ಕಾಡ್ಹಂದಿ ಓಡಿಸೋಕೆ ನಾಗಣ್ಣನಿಗೆ ಹೊಸ ಹೊಸ ಐಡಿಯಾಗಳನ್ನು ಹೇಳಿಕೊಟ್ಟು ಅವು ಹಳ್ಳ ಹಿಡಿದಾಗ ನೀವು ಮಾಡಿದ್ದು ಸರಿಯಿಲ್ಲ ಎಂದೂ... ಸಕ್ಸಸ್ ಆದಾಗ

"ನೋಡಿದ್ರಾ... ಅದ್ನೆ ಹೇಳುದು ಈ ಕೆಂಚನ ಮಾತೂ ವಸಿ ಕೇಳಿ ಅಂತ" ಎಂದು ಆರುಕಾಸು ಕೊಟ್ರೆ ಸೂಳೆ ಕಡೆ ಮೂರು ಕಾಸು ಕೊಟ್ರೆ ಮುತ್ತೈದೆ ಕಡೆ ಎನ್ನುವಂತೆ ಆಡುತ್ತಿದ್ದ ಕೆಂಚನನ್ನ ಬಿಟ್ಟರೆ ನಾಗಣ್ಣನಿಗೂ ಬೇರೆ ಗತಿ ಇಲ್ಲ.

ಸುತ್ತಮುತ್ತ ತಮ್ಮ ತಮ್ಮ ಹೊಲಗಳಲ್ಲಿ ಗುಡ್ಲು ಕಾಯೋರನ್ನ ಕೂಗಿ ಕರೆದರೂ ಕೇಳಿದಷ್ಟು ದೂರ. ಕೇಳಿಸಿದರೂ ಬರಲಾಗದಂತ ಜನ. ಹೀಗಿರುವಾಗ ಪಕ್ಕದಲ್ಲಿದ್ದುಕೊಂಡು ಸದಾ ಜೊತೆಯಲ್ಲೇ ಇರುವ ಕೆಂಚ ಏನು ಹೇಳಿದರೂ ಮಾಡೇ ಬುಡುವಾ... ಅಂತ ಕೈ ಜೋಡಿಸುತ್ತಿದ್ದ. ಮೊದಲಿಗೆ ಬಿದಿರಿನ ಬೇಲಿಯನ್ನು ಜಮೀನಿನ ತುಂಬಾ ಎಳೆದದ್ದಾಯ್ತು. ಕೆಳಗಿನ ಅಚ್ಚೆಯನ್ನು ಮೂತಿಯಿಂದ ಮೇಲೆತ್ತಿ ಅಡಿಯಲ್ಲಿ ಹಂದಿಗಳು ಸದ್ದಿಲ್ಲದಂತೆ ನುಗ್ಗಿ ಮೇಯ್ದು ಹೋಗಿ ಬಿಡುತ್ತಿದ್ದವು. ರಾಗಿಯಾದರೆ ಪರವಾಗಿಲ್ಲ. ಬ್ಯಾಟರಿ ಹಾಕಿದರೆ ಹಂದಿಗಳು ಕಾಣುತ್ತವೆ. ಒಂದು ಗದರು ಹಾಕಿದರೂ ಸಾಕು, ಗುಡುಗುಡು ಅಂತ ಓಡಿ ಬಿಡ್ತಾವೆ. ಜೋಳ ಆದರೆ ಕಷ್ಟ. ಮೆಳೆ ಒಳಗೆ ಸೇರಿಕೊಂಡರೆ ಹಗಲಲ್ಲಿ ಗಪ್ಪಂತ ಕುಳಿತು ರಾತ್ರಿಯಾಯಿತೆಂದರೆ ಇಡೀ ಪೈರನ್ನೇ ಮುಗಿಸಿ ಬಿಡುತ್ತವೆ. ಇನ್ನು ಆನೆಗಳಿಗೆ ಈ ಬಿದಿರಿನ ಬೇಲಿ ಯಾವ ಲೆಕ್ಕವೂ ಇಲ್ಲ. ಒಂದು ಕಾಲೆತ್ತಿ ಅಮುಕಿದರೆ ಮುಗೀತು, ಹಪ್ಪಳ ನುರುಕಿದಂತೆ.

ಹಂದಿ ತಡೆಯಲು ಈವರೆಗೆ ಮಾಡಿದ ಎಲ್ಲಾ ಉಪಾಯಗಳಿಗೂ ಅವು ಸೊಪ್ಪುಹಾಕಲಿಲ್ಲ. ಸದಾ ದಾರಿ ಮಾಡಿ ನುಗ್ಗುವ ಜಾಗದಲ್ಲಿ ತಂತಿಯಲ್ಲಿ ಮಾಡಿದ ಉರುಳುಹಾಕಿ... ಅದು ಸಿಕ್ಕಿದಾಗ... ಹಿಂದೆಯೇ ಓಡಿ ಅದನ್ನು ಹೊಡೆದು ಹಾಕುವುದೆಂದು ತೀರ್ಮಾನಿಸಿ ನಾಲ್ಕೈದು ಜಾಗದಲ್ಲಿ ಗುರುತು ಮಾಡಿ ಉರುಳುಬಿಟ್ಟು ಕಾಯತೊಡಗುವುದು. ಅಷ್ಟರಲ್ಲಿ ಏನರ ಸದ್ದು ಬಂದರೆ ತಕ್ಷಣ ಓಡುವುದು. ಆ ಸದ್ದು ಬೇರೆ ಯಾವುದೋ ಪ್ರಾಣಿಯದ್ದಾಗಿರುತ್ತದೆ. ಇಲ್ಲಾ... ಹಂದಿ ಉರುಳು ಸಹಿತ ಕಿತ್ತುಕೊಂಡು ದೂರ ಹಾರಿ ಬಿಟ್ಟಿರುತ್ತದೆ. ಆಗೆಲ್ಲಾ ಕೆಂಚ ಹೇ... ಗಡವಾ ಹಂದಿ ಬುಡಣ್ಣೋ... ನಾಳೆ ಗಟ್ಟೀದು ಉರುಳು ಹಾಕಿದ್ರಾಯ್ತು ಎಂದು ನಾಗಣ್ಣನ ಬೈಗುಳ ತಪ್ಪಿಸಿಕೊಳ್ಳುತ್ತಿದ್ದ.

ಇನ್ನು ಈ ಆನೆಗಳದ್ದು ಒಂಥರಾ ಕಥೆ. ಒಂದ್ಸಲ ರುಚಿ ಕಂಡ್ಬುಟ್ರೆ... ಜಪ್ಪಯ್ಯ ಅಂದ್ರೂ ಜಗ್ಗಲ್ಲ. ಒಂದಷ್ಟು ಕಲ್ಲಿಗೆ ಬಟ್ಟೆ ಸುತ್ತಿಕೊಂಡು ಸೀಮೆಣ್ಣೆ ಹಾಕಿ ಬೆಂಕಿ ಹಂಚಿ ಬೆಂಕಿಯ ಉಂಡೆಗಳನ್ನು ಆನೆಗಳತ್ತ ಎಸೆದರೆ... ಒಂಚೂರು ಭಯ ಬಿದ್ದು ಓಡುತ್ತಿದ್ದವು. ಇಲ್ಲಾ... ಅಂಚಿನಲ್ಲಿದ್ದ ಬಿದಿರ ಮೆಳೆ ಮೇಲೆ ಏರಿ ಬಿಡುವುದು, ಅದರ ಬೆನ್ನ ಮೇಲೆ ಸೀಮೆಣ್ಣೆ ಬಟ್ಟೆಯನ್ನು ಮೇಲಿಂದ ಎಸೆದು ಬಿಡುವುದು. ಉರಿ ತಾಳಲಾರದೆ ಅವು ಓಡುವುದು... ಇದು ಬೇಸಿಗೆಗೆ ಸರಿ... ಮಳೆಗಾಲಕ್ಕೆ... ಏನು ಮಾಡಿದರೂ ಉಹುಂ... ಆಗ ಇವರ ಪಾಡು ಹೇಳತೀರದು.

ಹಿಂದೆ ಬಾಳೆ ಹಾಕಿ ಈ ಹಾಳು ಗವರ್ನಮೆಂಟಿನವರು ಸರಿಯಾಗಿ ಕರೆಂಟು ಕೊಡದೆ ರಾತ್ರಿ ಎರಡು ಗಂಟೇಲಿ ನಿದ್ದೆಗೆಟ್ಟುಕೊಂಡು ನೀರು ಕಟ್ಟಿ ಕಷ್ಟಪಟ್ಟು ಬೆಳೆದ ಬೆಳೆಗೆ ರೇಟು ಇಳಿದು ಲಾಭಕ್ಕಿಂತ ಖರ್ಚೇ ಜಾಸ್ತಿ ಆಯ್ತು. ವರ್ಷದ ಬೆಳೆ ನಂಬಿಕೊಂಡ್ರೆ ಪಂಗನಾಮ ಎಂದು ಮೂರು ತಿಂಗಳಿಗೇ ಬರುವ ಜೋಳ ಹಾಕಿ ಕಷ್ಟಪಟ್ಟು ಬೆಳೆಸಿದರೆ ತೆನೆಬಿಟ್ಟ ಕಾಲಕ್ಕೆ ಸರಿಯಾಗಿ ಹಾಡಹಗಲೇ ಆನೆ ನುಗ್ಗಿ ಧ್ವಂಸ ಮಾಡಿಬಿಟ್ಟವು. ಊರವರ ಮಾತಿನಂತೆ ಒಂದು ಪೋಟೋ ತೆಗೆದು ಪರಿಹಾರಕ್ಕಾಗಿ ಬರೆದರೆ ರೇಂಜರಿಂದೆ... ಫಾರೆಸ್ಟ್ರ ಹಿಂದೆ ಖರ್ಚುಮಾಡಿಕೊಂಡು ಅಲೆದದ್ದಕ್ಕೆ ಎರಡೋ ಮೂರೋ ಸಾವಿರದ ಚೆಕ್ಕು ಕೊಟ್ಟು ಕೈ ತೊಳೆದುಕೊಂಡು ಬಿಡುತ್ತಿದ್ದರು. ಆಗ ನಾಗಣ್ಣನಿಗೆ ಸಿಟ್ಟು ಬಂದು ಮನೆಮಂದಿಯನ್ನೆಲ್ಲಾ ಸಾಯಿಸುವ ಈ ವ್ಯವಸಾಯವನ್ನು ಕೈ ಬುಡುವ ಯೋಚನೆ ಮಾಡಿದ್ದುಂಟು. ಸಾಲ ಜಾಸ್ತಿಯಾಗಿ ಬಡ್ಡಿ ತಲೆಗೆ ಏರಿ... ನಿದ್ದೆ ಇಲ್ಲದಂತಾಗಿತ್ತು. ಇದ್ದೊಬ್ಬ ಮಗ ಮಹಲಿಂಗನನ್ನ ಓದಿಸುವ ಹುಚ್ಚು. ಕೊನೆಗೆ ವಿಧಿ ಇಲ್ಲದೆ ಅದನ್ನೇ ಮುಂದುವರೆಸಿದರು. ಮುಂದೊಂದು ದಿನ ಬೆಳೆ ಕೈ ಹಿಡಿಯುತ್ತದೆಂಬ ನಂಬಿಕೆಯಿಂದ.

ಇದೆಲ್ಲಾ ರೇಜಿಗೆಯಿಂದ ಕೆಂಚ ಒಂದು ಐಡಿಯಾ ಕೊಟ್ಟಿದ್ದ. ಅಣ್ಣಾ... ಅರ್ಧ ಜಾವ ನೀವ್ ನೋಡ್ಕಳ್ಳಿ... ಮತ್ತರ್ಧ ನಾನ್ ನೋಡ್ಕತಿನಿ... ಸದ್ದಾದ್ ಕ್ಷಣ ಆಫ್ ಮಾಡಿದ್ರಾಯ್ತು...ಕರೆಂಟು ಕೊಟ್ಟಿಡುವ ಅಂದಾಗ... "ಕರೆಂಟು ಕೊಡೋದೇನು ದೊಡ್ಡ ವಿಷ್ಯ ಅಲ್ಲ... ಅಮ್ಮಮ್ಮಾ ಅಂದ್ರೆ ಎರಡು ರೌಂಡ್ ತಂತಿ, ಒಂದೈವತ್ ಗುಂಟ ಅಷ್ಟೇ... ಆದ್ರೆ ಕಣ್ಣಿಗೆ ಎಣ್ಣೆ ಬಿಟ್ಕೊಂಡ್ ಕಾಯ್ಬೇಕು... ಹಂದೀಪಂದೀ ಸಿಕ್ಕಿದ್ರೆ ಹೊಲೆರ್ಗೋ ಮಾದಿಗರ್ಗೋ ಕರೆದು ಕೊಡ್ಬೋದು. ಇಲ್ಲ ಗುಂಡಿ ತೋಡಿ ಊತಾಕ್ಬೋದು. ಅಪ್ಪೀ ತಪ್ಪೀ ಆನೆ ಸಿಕ್ಕಿದ್ರೆ... ಮುಗೀತು... ಇತ್ತ... ಊತಾಕೋಕು ಆಗಲ್ಲ... ಅತ್ತ ತಿನ್ನೋಕು ಆಗಲ್ಲ. ಕಷ್ಟವೋ... ಸುಖವೋ... ಕಾದು ಬಿಡುವಾ ಬಿಡ್ಲಾ... ಕೆಂಚನ ಮಾತನ್ನ ನಾಗಣ್ಣ ಒಪ್ಪದಿದ್ದಾಗ ತನ್ನ ಐಡಿಯಾ ಬಗ್ಗೆ ಅಪಾರ ನಂಬಿಕೆ ಇದ್ದ ಕೆಂಚ "ಹೇ... ನೀನ್ ಯಾಕ್ ಯೋಚ್ನೆ ಮಾಡ್ತಿ ಬುಡಣ್ಣಾ... ಹಂದಿಗಿಂದಿ ಸಿಕ್ರೆ ಸಾಯ್ಲಿ... ಮನುಷ್ಯರಂತೂ ಈ ಕಡೆ ತಲೆ ಹಾಕಲ್ಲ... ಅಷ್ಟೊತ್ತಲ್ಲಿ... ಇನ್ನು ಆನೆ ತಾನೆ... ಅದನ್ನ ನೋಡ್ಕಂಡಿದ್ದು... ಬರೋ ಟೈಮಲ್ಲಿ ಕರೆಂಟು ಹೊಡ್ಸಿ... ಆಫ್ ಮಾಡಿ ಓಡಿಸಿದ್ರಾಯ್ತು... ಎಂದು ಹೇಳಿದಾಗ 'ಇವ್ನು ಹೇಳೋದು ಒಂಥರಾ... ಸರಿ ಇದೆ... ಆನೆ ಒಂದೇ ಏಟಿಗೆ ಸಾಯಲ್ಲ... ನಾಲ್ಕೈದು ಸಾರಿ ಸದ್ದು ಮಾಡಿ ಬಾಳ ಹೊತ್ಗೆ ಸಾಯ್ತದೆ... ಅಷ್ಟೊತ್ತಿಗೆ ಆಫ್ ಮಾಡಿ ಓಡಿಸಿದ್ರಾಯ್ತು... ಎಂದು ನಾಗಣ್ಣನೂ ಕೂಡ ಕರೆಂಟು ಬಿಡುವ ತೀರ್ಮಾನಕ್ಕೆ ಬಂದು ಅವನ ಮಾತಿಗೆ ಒಪ್ಪಿಗೆ ಸೂಚಿಸಿದ್ದರು.

ಈಗ ನಾಗಣ್ಣ ತಂತಿ ಉಂಡೆ ಸುತ್ತಿಕೊಂಡು ಹೊರಟಿರುವುದೂ ಕರೆಂಟು ಬುಡಲು ತೀರ್ಮಾನಿಸಿ. ಕೆಂಚನ ಮನೆ ಮುಂದೆ ನಿಂತು ಆಯ್ತೆನ್ಲಾ ಕೆಂಚ ಅಂದರು. "ವಸಿ ಕುತ್ಗಾ ಅಣ್ಣ... ಮುದ್ದೆ ತಿಂದ್ ಬತ್ತೀನಿ... ಯಾರಮ್ಮೀ ಅದು... ನಾಗಣ್ಣಗೆ ವಸಿ ಟೀ ಕಾಯ್ಸಿಕೊಡು ಎಂದು ಹೇಳುತ್ತಾ ಉಣ್ಣುವುದರಲ್ಲಿ ಮಗ್ನನಾದ. ಈ ನನ್‌ಮಗಂದು ಯಾವಾಗ್ಲೂ ಇಂಗೆಯೇ... ಹೊತ್ತೂ ಗೊತ್ತೂ... ಒಂದೂ ಗೊತ್ತಿಲ್ಲ ಬಡ್ಡಿಮಗಂಗೆ... ಮನೆ ಎದುರು ನಾಕು ಇಟ್ಟಿಗೆ ಕೂರಿಸಿ ಕಡಪಾ ಹಾಕಿದ್ದ ಜಗುಲಿ ಮೇಲೆ ಬೈದುಕೊಳ್ಳುತ್ತಾ ಕುಳಿತುಕೊಂಡರು. ಎದುರುಗಡೆ ಗೊತ್ತಲಿನಲ್ಲಿ ಎಮ್ಮೆಗಳು ಸೊರ್ರ ಬರ್ರ ಎಂದು ಲಯಬದ್ಧವಾಗಿ ಕಲಗಚ್ಚು ಮೆಲ್ಲುತ್ತಿದ್ದವು. ದಿನಾ ಅದೇ ಮುಖ ನೋಡಿ ಅಪಾಯವಿಲ್ಲದ ಪ್ರಾಣಿ ಇದು ಎಂದುಕೊಂಡು ನಾಗಣ್ಣನನ್ನೇ ದುರುಗುಟ್ಟಿಕೊಂಡು ನೋಡುತ್ತಾ ಬಿದ್ದಿದ್ದ ಕೆಂಚನ ನಾಯಿ ರಾಮು. ಈ ಸಲ ಪಂಚಾಯ್ತಿಲಿ ಒಂದ್ ಮನೆ ಗ್ರಾಂಟ್ ಕೊಟ್ಬುಟ್ರೆ... ಅದನ್ನೂ ಸೇರಿಸಿ ಪೂರ್ತಿ ಮನೆಗೆ ಮೋಲ್ಡ್ ಹಾಕಿಸ್ತೀನಿ ಕಣಣ್ಣಾ ಎಂದು ಪದೇ ಪದೇ ಪಂಚಾಯ್ತಿ ಮೇಲೆ ಭರವಸೆ ಇಟ್ಟುಕೊಂಡು ಹೇಳುತ್ತಿದ್ದ ಕೆಂಚನ ಕೈ ಹೆಂಚಿನ ಮನೆ ಭದ್ರವಾದ ಮಳೆ ಬೀಳುವುದೋ ಎಂಬ ಭಯಭೀತಿಯಿಂದ ಸದ್ದಡಗಿ ನಿಂತಿತ್ತು. ಕೆಂಚನ ಹೆಂಡತಿ ತಾನಾಯಿತು... ತನ್ನ ಅಡುಗೆ ಮನೆಯಾಯಿತು ಎಂಬಂತೆ ದಡ್ಡಬುಡ್ಡ ಅಂತ ಪಾತ್ರೆಗಳನ್ನು ಸೌಂಡು ಮಾಡಿ ಏನೋ ಮಾಡುತ್ತಿದ್ದಳು. ಸ್ವಲ್ಪ ಹೊತ್ತಿಗೆ "ಅಣ್ಣಾ ಟೀ... ತಕ್ಕಳಿ" ಎನ್ನುತ್ತಾ ಬಿಸಿಬಿಸಿ ಗ್ಲಾಸನ್ನ ನೀಡಿದಳು.

ಟೀ ಹೀರುತ್ತಾ ಕುಳಿತ ನಾಗಣ್ಣನಿಗೆ ಇಡೀ ಮುಸ್ಸಂಜೆ ಒಂದು ನಿರ್ವಿಣ್ಣತೆಯಿಂದ ಕೂಡಿದೆ ಅನ್ನಿಸುತ್ತಿತ್ತು. ಬೇವಿನಮರದಿಂದ ಜೀರುಂಡೆಯ ಚೀರ್ ಶಬ್ದ... ಅದಾಗ ತಾನೆ ಅಲ್ಲಿಇಲ್ಲಿ ಸುತ್ತಾಡೋಕೆ ಹೋಗಿದ್ದ ಪಡ್ಡೆಹುಡುಗರು ತಮ್ಮ ತಮ್ಮ ಜೊತೆಗಾರರಿಗೆ "ಸರಿ ಕಣ್ಲಾ... ನಾಳೆ ಸಿಕ್ಕುವಾ..." ಎನ್ನುತ್ತಾ ಮನೆಗಳಿಗೆ ಸಾಗುತ್ತಿದ್ದರೆ ಅಲ್ಲೆಲ್ಲಾದರೂ ನಮ್ಮ ಮಹಲಿಂಗ ಮನೆಕಡೆ ಹೋಗ್ತಾನೇನೋ ಎನ್ನುವ ಆಸೆಗಣ್ಣಿನಿಂದ ಮನೆದಿಕ್ಕನೆ ನೋಡುತ್ತಾ ಕುಳಿತರು. ಇಡೀ ಬೀದಿ ಯಾರೂ ಇಲ್ಲದೆ ಬಿಕೋ ಎಂದಿತೇ ಹೊರತು ಮಗನ ಸುಳಿವಿಲ್ಲ... ಮಗನ ಮಾತನ್ನೂ ಕೇಳಬೇಕಿತ್ತು: ಅವ ಹೇಳುವುದರಲ್ಲೂ ನ್ಯಾಯ ಎನ್ನಿಸಿತು ನಾಗಣ್ಣನಿಗೆ. ಇದ್ದೊಬ್ಬ ಅಣ್ಣ, ಅಪ್ಪ ತೀರಿಕೊಂಡಾಗಲೇ ಅತ್ತಿಗೆ ಮಾತು ಕೇಳಿಕೊಂಡು ಭಾಗ ಕೇಳಿ ಇಸಕೊಂಡು ದೂರ ಹೋದವನು ತಮ್ಮ ಸತ್ತಿದ್ದಾನೋ... ಬದುಕಿದ್ದಾನೋ... ವಿಚಾರಿಸಲೇ ಇಲ್ಲ. ಅಣ್ಣನ ಮಗ ಮೂರ್ತಿ ಓದಿ ಕೆಲಸ ತಕ್ಕಬೇಕಾದ್ರೆ ನಾನೇ ತಾನೆ ತೋಟದಲ್ಲಿ ಕತ್ತೆ ಗೇದಂಗೆ ಗೇದು ಹಣಕಾಸು ಕೊಟ್ಟಿದ್ದವನು. ಅಣ್ಣ ಯಾವುದೋ ಎಂಎಮ್‌ಎಲ್ ಕ್ವಾರಿ ಕೆಲ್ಸ ಅಂತ ಬಳ್ಳಾರಿಗೆ ಹೋಗ್ಬಿಟ್ಟ. ನನ್ನ ಮಗ ಬೇರೆ ಅಲ್ಲ, ಅಣ್ಣನ ಮಗ ಬೇರೆ ಅಲ್ಲ ಅಂತ ಹಗಲೂ

ಇರುಳೂ ಕಷ್ಟಪಟ್ಟು ಓದಿಸಿದೆ. ಈಗ ಅವನಿಗೆ ದೊಡ್ಡ ನೌಕರಿ ಸಿಕ್ತು ಅಂತ ಅಣ್ಣಿ ವಾಲಂಟರಿ ಬರೆದು ಮಗನ ಜೊತೆ ಬೆಂಗ್ಳೂರು ಸೇರಿಕೊಂಡ. ಬಂದ ದುಡ್ಡಲ್ಲಿ ಒಂದ್‌ಕಾಸೂ ಕೊಡ್ಲಿಲ್ಲ. ಈಗ ನನ್ನ ಮಗ ಮಹಾಲಿಂಗ ಓದೋ ಟೈಮು. ನನ್ ಕೈನಲ್ಲಿ ಕಾಸಿಲ್ಲ... ನಾನೂ ಬುದ್ವಂತ ಆಗಿ ಕದ್ದೂಮುಚ್ಚಿ ಅಷ್ಟೋ ಇಷ್ಟೋ ಕಾಸು ಮಡಿಕಂಡಿದ್ರೆ... ಈವತ್ತು ಇಷ್ಟೊಂದು ಪಾಡು ಪಡಬೇಕಿರಲಿಲ್ಲ. ಅವನು ತಾನೆ ಏನಂದ ಪಾಪ...ಜಮೀನನ್ನ ಮಾರಿಬಿಡು ನಾವೂ ಬೆಂಗಳೂರಿಗೆ ಹೋಗಿಬಿಡುವಾ... ಅಂದ. ಅಷ್ಟಕ್ಕೇ ನಾನು ಅಪ್ಪನ ಆಸ್ತಿ ಅದು ಇದು ಅಂತ ರಂಪ ಮಾಡಿಬಿಟ್ಟೆ. ಮಹಲಿಂಗ ಹೋಗಿ ಒಂದ್ ವಾರ ಆಯ್ತು... ಅದೆಲ್ಲಾಗಿ ಹೋದ್ನೋ... ಅವನ್ಗೆ ಕೆಲ್ಸ ಕೊಡ್ಸೋಕೆ ಗೌಡ ನಿಂಗಣ್ಣನ ತಾವ ಒಂದ್ ಲಕ್ಷ ಸಾಲ ಕೇಳಾಗದೆ... ನಾಳೆ ಕೊಡ್ತೀನಿ ಅಂದವರೆ. ಇವ್ನ್ ಬೇರೆ ವಾರ ಆದ್ರೂ ಪತ್ತೆ ಇಲ್ಲ ಆಸಾಮಿ. ಇಷ್ಟ್‌ದಿನ ಮೂರ್ ದಿನಕ್ಕೆ ಬಂದುಬುಡ್ತಿದ್ದ. ಎಷ್ಟೇ ಕ್ವಾಪ ಇದ್ರೂ... ಈ ಸರ್ತಾ ಯಾಕೋ... ಒಂದ್ ವಾರ ಆಯ್ತು... ಅವನ್ನ ನೋಡದೆ ನಂಗೂ ಇರಕ್ಕಾಗಲ್ಲ... ಒಬ್ಬನೇ ಮಗ ಅಡ್ಡದಾರಿ ಹಿಡಿದ್ರೆ ಹಾಳಾಗ್ಬುಡ್ತಾನೆ ಅಂತ ವಸಿ ರಪ್ಪಾಗೇ ಮಾತಾಡ್ತಿದ್ದೆ... ನಾಗಣ್ಣನ ಕಣ್ಣಲ್ಲಿ ನೀರು ತುಂಬಿಕೊಂಡಿತು. ಕೆಂಚ ಟವಲ್ಲಿಂದ ಕೈ ವರೆಸಿಕೊಳ್ಳುತ್ತಾ ನೀರು ತುಂಬಿದ ಅವರ ಕಣ್ಣಾಲಿ ನೋಡಿ "ಅಯ್ಯೋ... ನಡಿಯಣ್ಣಾ... ಅದಕ್ಯಾಕೆ ಚಿಂತೆ ಮಾಡ್ತಿಯಾ... ಈವತ್ತಲ್ಲ ನಾಳೆ ಬತ್ತಾನೆ..." ಮುಂದೆ ಏನು ಮಾತನಾಡಬೇಕೆಂದು ತೋಚದೆ ನಾಗಣ್ಣನ ಕೈಲಿದ್ದ ತಂತಿಯನ್ನ ತಾನೇ ತೆಗೆದುಕೊಂಡು ಮೌನವಾಗಿ ಹೆಜ್ಜೆ ಹಾಕಿದನು.

ಕರೆಂಟು ಮನೆಯಿಂದ ಒಂದು ಜಿಂಕ್‌ವೈರನ್ನು ತಂದು ಗುಡಿಸಲಿನ ಬಳಿ ಒಂದು ಸ್ವಿಚ್ ಇಟ್ಟು ಅಲ್ಲಿಂದ ಮುಂದಕ್ಕೆ ನೆಟ್ಟಿದ್ದಂತಹ ಗಳಗಳಿಗೆ ತಂತಿ ಸುತ್ತುತ್ತಾ ಕೆಂಚ ಹೋದರೆ; ನಾಗಣ್ಣ ಪ್ಲಾಸ್ಟಿಕ್ ಗುಬ್ಬಿ ಬಿಗಿಯುತ್ತಾ ಸಾಗುತ್ತಿದ್ದರು. ಇಡೀ ತೋಟವನ್ನು ಒಂದು ಸುತ್ತು ಬಂದದ್ದಾಯಿತು. ಎಲ್ಲಾ ಸರಿಯಾಗಿದೆಯಾ ಅಂತ ಒಂದು ಸುತ್ತು ಚೆಕ್ ಮಾಡಿಕೊಂಡರು. ಎಲ್ಲಾ ಮುಗಿಯುವ ವೇಳೆಗೆ ರಾತ್ರಿ ಎಂಟಾಗಿತ್ತು. ಕೆಂಚ ಮುಸ್ಸಂಜೆ ಹೊತ್ತಿಗೆ ಗಡದ್ದಾಗಿ ಬಿಸಿಮುದ್ದೆ ಉಂಡುಕೊಂಡು ತೋಟಕ್ಕೆ ಬಂದರೆ ಮುಗೀತು ಮತ್ತೆ ಹೋಗುವ ಹಾಗಿಲ್ಲ. ನಾಗಣ್ಣ ಇನ್ನೂ ಊಟ ಮಾಡಿರಲಿಲ್ಲ. ಯಾಕೋ ಊಟ ಮಾಡಲು ಮನಸ್ಸಾಗದೆ "ಎತ್ಗ್ ಬಾರ್ಲಾ ಮೋಟ್ನ ಬೆಂಕಿ ಹಾಕುವ ಎಂದರು. "ಹೇ ಹೋಗಣ್ಣೋ... ನಾನಿಲ್ಲೆ ಇರ್ತಿನಿ ಊಟ ಮಾಡ್ಕಂಬಾ... ನೀವ್ ಬಂದ್ಮೇಲೆ ಕನೆಕ್ಷನ್ ಕೊಡುವಾ..." ಎಂದು ಎಷ್ಟು ಹೇಳಿದರೂ ನಾಗಣ್ಣ ಮಾತ್ರ... "ಪುನ: ಬರೋಗಂಟ ಹತ್ತಾಯ್ತದೆ... ಅಷ್ಟೊತ್ತಲ್ಲಿ ಯಾವೋನ್ ಬರೋನು ಮೂರುಗಂಟೇಲಿ ತಿಂದದ್ದು ಕಣ... ಏನೂ ಹಸಿಯದಿಲ್ಲ"

ಎಂದುಬಿಟ್ಟರು. ಕೆಂಚ ಮೋಟು ತಂದು ಬೆಂಕಿ ಹತ್ತಿಸಿದ. ನಾಗಣ್ಣ ಎದುರು ಕುಂತರು. "ಅಣ್ಣಾ ಈ ವತ್ತೇನಾರ ಹಂದಿ ಬಿದ್ರೆ... ನಾಳೆ ಗ್ಯಾರಂಟಿ ಹಬ್ಬದೂಟ ಕಣಣ್ಣಾ..." ಜೇಬಿನಿಂದ ಬೀಡಿ ಎಳೆದು ಕಚ್ಚಿದ ಕೆಂಚ ಅರ್ಧಂಬರ್ಧ ಹೊಗೆ ಮತ್ತು ಮಾತುಗಳನ್ನು ಜೊತೆಯಲ್ಲಿ ಬಿಟ್ಟುಕೊಂಡೇ ಹೇಳಿದ.

ಬೀಡಿ ಕೇಳಬಾರದು ಎಂದು ಎಷ್ಟೇ ಕಂಟ್ರೋಲ್ ಮಾಡಿಕೊಂಡಿದ್ದರೂ ತಡೆಯಲಾಗದೆ ಕೆಂಚನನ್ನು ಒಂದು ಬೀಡಿ ಕೊಡುವಂತೆ ಕೇಳಿದರು. "ತಡೀರಿ...ನಿಮ್ದು ಜಾಸ್ತಿ ಆತು ಅವ್ವಂಗೆ ಹೇಳ್ತಿನಿ..." ಕೇಳಿದಾಗಲೆಲ್ಲಾ ಬೀಡಿ ಕೊಡಬೇಕಾಗುತ್ತದೆ ಎಂಬ ಹತಾಶೆಯಿಂದಲೋ... ಅವರ ಮೇಲಿನ ಕಾಳಜಿಯಿಂದಲೋ ಸ್ವಲ್ಪ ಹೆದರಿಸಿ ಒಂದು ಬೀಡಿ ಎತ್ತಿಕೊಟ್ಟ. ಇವ ಯಾವಾಗಲೂ ಗೊಣಗಿಕೊಂಡು ಕೊಡುವುದು ಗೊತ್ತಿದ್ದ ನಾಗಣ್ಣ ಇವನ ಮಾತು ಮಾಮೂಲಿ ಎಂಬಂತೆ ಬೀಡಿ ಹಚ್ಚಿದರು. ಗಾಳಿ ಜೋರಾಗಿ ಬೀಸಿಬಂತು. ಕಾಡಿನ ಬಿದಿರ ಮೆಳೆ ಪಡಪಡ ಸದ್ದು ಮಾಡತೊಡಗಿದಾಗ ಆನೆ ಏನಾದ್ರೂ ಬಂದೀತಾ ಇಷ್ಟೋತ್ಗೆ ಅನ್ನುತ್ತಾ ಅತ್ತ ಬ್ಯಾಟರಿ ಹಾಯಿಸಿದರು... ಏನೂ ಕಾಣಲಿಲ್ಲ. ಸಣ್ಣಗೆ ಉರಿಯುತ್ತಿದ್ದ ಮೋಟನ್ನು ದೊಡ್ಡದು ಮಾಡಲು ಕೆಂಚ ಮತ್ತಷ್ಟು ಒಳತುರುಕಿದ, ಬೆಂಕಿಯ ಕಿಡಿಗಳು ಚಿರ್ರನೆ ಹಾರಿ ಹೊಗೆಯೊಂದಿಗೆ ಸೇರಿಕೊಂಡು ಒಂದು ಮಿಂಚುಹುಳದ ಗುಂಪು ಮಿಂಚಿ ಮರೆಯಾದಂತೆ ಕಂಡಿತು. ಬಿದಿರು ಮೆಳೆ ಲಟಾರನೆ ಮುರಿದ ಸದ್ದು... ಕೆಂಚ ಸದ್ದು ಬಂದ ದಿಕ್ಕಿಗೆ ತಿರುಗಿ ಮತ್ತೆ ಸದ್ದು ಬರುವುದೇನೋ ಎಂದು ಆ ಕಡೆ ಕಿವಿ ಕೊಟ್ಟು ದಮ್ಮು ಎಳೆಯತೊಡಗಿದ. ನಾಗಣ್ಣ ಏನೋ ಯೋಚಿಸುತ್ತಾ ತಮ್ಮ ಪಾಡಿಗೆ ತಾವು ಬೀಡಿ ಎಳೆಯುತ್ತಿದ್ದರು.

ಅಕ್ಕಪಕ್ಕದ ಜಮೀನಿನವರು ತಾವು ಕಾವಲಿಗೆ ಬಂದಿರುವುದನ್ನು ಖಾತ್ರಿ ಪಡಿಸಲು ಆ... ವೂ... ಎಂದು ಜೋರಾಗಿ ಸದ್ದುಮಾಡುತ್ತ ಬೆಂಕಿ ಉರಿಸತೊಡಗಿರುವುದು ಕಾಣಿಸಿತು, ಸಾಮಾನ್ಯವಾಗಿ ಅಂಚಲ್ಲಿ ಇದ್ದ ನಾಗಣ್ಣನ ಜಮೀನಿಗೆ ಹಾವಳಿ ಜಾಸ್ತಿ. ಉಳಿದವರ ಜಮೀನಿಗೆ ಹೆಚ್ಚೂಕಡಿಮೆ ನಾಗಣ್ಣನ ತೋಟ ಇಲ್ಲಾ ಕೆಂಚನ ಹೊಲವನ್ನು ದಾಟಿಕೊಂಡೇ ಹೋಗ ಬೇಕಿದ್ದರಿಂದ ಇವರಿಬ್ಬರಿಗೆ ಹಂದಿ ಆನೆ ಕಾಟ ಜಾಸ್ತಿ ಆಗುತ್ತಿತ್ತು. ಎಲ್ಲೋ ಬಳಸಿಕೊಂಡು ಬಂದು ಬಿಡುವ ಮಿಕಗಳಿಗೆ ಮಾತ್ರ ಅವರು ಹೆಚ್ಚು ತಲೆಕೆಡಿಸಿಕೊಳ್ಳುತ್ತಿದ್ದರು. ಉಳಿದಂತೆ ತಮ್ಮ ಪಾಡಿಗೆ ತಾವು ಮಲಗಿದಿದ್ದರೆ ನಾಗಣ್ಣನ ಕೂಗಿಗಾಗಲಿ ಕೆಂಚನ ಕೂಗಿಗಾಗಲಿ ಎಚ್ಚರವಾಗುತ್ತಿರಲಿಲ್ಲ. ರಾತ್ರಿ ಎಲ್ಲಾ ಎಚ್ಚರವಾಗಿ ನೋಡಿಕೊಳ್ಳಬೇಕಾದ ಹಿಂಸೆ ಇವರದ್ದಾದರಿಂದ ಪರಸ್ಪರ ಒಬ್ಬರ ಮೇಲೊಬ್ಬರು ಅವಲಂಬನೆಯಾಗಿ ಒಟ್ಟಿಗೆ ಕಾವಲು ಕಾಯುವುದು ಮಾಮೂಲಾಗಿತ್ತು.

ಬಿದಿರು ಮೆಳೆ ಕಟರ್ ಕಟರ್ ಎಂದು ತೂಗುವುದು ಬಿಟ್ಟರೆ ಸುತ್ತಲೂ ಕತ್ತಲ ಜೊತೆಗೆ ನಿಶ್ಯಬ್ದ ಆವರಿಸಿತ್ತು. ಆಗಾಗ್ಗೆ ಸುಯ್ಯನೆ ಬೀಸುವ ಗಾಳಿ ಮಾತ್ರ

ಬಿದಿರು ಮೆಳೆಯನ್ನು ಕೆಡವಿಬಿಡುವುದೇನೋ ಎನ್ನುವಂತೆ ಸದ್ದು ಮಾಡಿಸಿ ಹೊರಟುಹೋಗುತ್ತಿತ್ತು. ತಿಳಿಯಾಗಿದ್ದ ಆಕಾಶದ ತುಂಬಾ ನಿಧಾನವಾಗಿ ಮೋಡಗಳು ದಟ್ಟವಾಗಿ: ತೂರಲು ಶುರುವಾಗಿತ್ತು. ಕೆಂಚ "ಅಣ್ಣಾ ಹನಿ ಹಾಕುವಂಗದೆ... ಬೆಂಕಿ ಗುಡ್ಲೊಳಗೆ ಹಾಕುವಾ..." ಎಂದ. ನಾಗಣ್ಣ ಎದ್ದು ಎರಡೂ ಮೋಟುಗಳನ್ನು ಕೈಲಿಡಿದುಕೊಂಡು ಗುಡಿಸಲೊಳಕ್ಕೆ ಬಂದು ಮಧ್ಯಭಾಗದಲ್ಲಿಟ್ಟರು... ಕೆಂಚ ಉಳಿದ ಕೆಂಡವನ್ನು ಕಾಯಿಕಂಠದಲ್ಲಿ ತುಂಬಿ ಅದರ ನಡುವೆ ಸುರಿದು ಬೆಂಕಿ ಹೊತ್ತಿಸಿದ. ದೂಮ್ರಲು ಎರಚುತಿತ್ತೇ ವಿನಾ ದಪ್ಪಹನಿ ಬೀಳುತ್ತಿರಲಿಲ್ಲ. ಮತ್ತಷ್ಟು ಒಳಗೆ ಸೇರಿಕೊಂಡ ಇವರು ಬೆಂಕಿಯನ್ನು ಸಣ್ಣಗೆ ಮಾಡಿ ಕಾಸುತ್ತಾ ಕುಳಿತರು.

ನಿಜರಿನ ಕಡೆಯಿಂದ ಸರಕ ಸರಕ ಸದ್ದು. ಅತ್ತ ಜೋರಾಗಿ ಅಲ್ಲದ ಇತ್ತ ಕೇಳಿಸದೇ ಇರುವುದಲ್ಲದ ಅಸ್ಪಷ್ಟ ಸದ್ದು. ಏನೋ ಮಾತಾಡಲು ಶುರು ಮಾಡಿದ ನಾಗಣ್ಣನಿಗೆ ಕೈಯಿಂದಲೇ ಸುಮ್ಮನಿರುವಂತೆ ಸನ್ನೆ ಮಾಡಿ ಕಿವಿಗೊಟ್ಟು ಆಲಿಸಿದ. ಅಂತಹ ಸದ್ದೇನೂ ಕೇಳಿಸದ ನಾಗಣ್ಣ ಮಾಮೂಲಿ ಗೊದ್ದವೋ... ಹಾವೋ ಹರಿಯುತ್ತಿರುವ ಸದ್ದಿರಬೇಕೆಂದು ತಾನು ಆಲಿಸುತ್ತಾ ಕುಂತರು. "ಏ...ಬಾರ್ಲಾ...ಹೋಗಿ ನೋಡ್ಕಂಡೇ ಬಂದ್ ಬುಡುವಾ..." ಎಂದು ನಾಗಣ್ಣ ಬ್ಯಾಟರಿಗೆ ಕೈ ಹಾಕಿದರೆ ಅದನ್ನು ತಗೆದ ಕೆಂಚ "ಹೇ...ಸುಮ್ನಿರಣ್ಣ ಬಡ್ಡೀಮಗನ್ ಜಾತಿಗಳು ಮಳೆ ತ್ಯಾಮಕ್ಕೆ ಸದ್ದಿಲ್ಲದೆ ಬತ್ತಾ ಅವೆ. ಬ್ಯಾಟ್ರಿ ಬ್ಯಾಡ ಏನೂ ಬ್ಯಾಡ. ಕರೆಂಟ್ ಚುಚ್ಚಾಕಣ್ಣಾ ಸಾಕು... ಸಿಕ್ಕಿ ಸಾಯ್ಲಿ ಬಡ್ಡೆತ್ತೋವು... ಆಮೇಲೆ ನೋಡ್ಕಳ್ಳವಾ...". ತೂರಲು ಬರುತ್ತಿದ್ದರಿಂದ ಈ ಚಳಿಯಲ್ಲಿ ಯಾರು ಸುಮ್ಮನೆ ಸುತ್ತುವುದು... ಕರೆಂಟು ಕೊಟ್ಟಿರೋದೆ... ಸುತ್ತುವುದ ತಪ್ಪಿಸಲು ಎಂಬ ಯೋಚನೆಯಿಂದ ಹೇಳಿದ. ನಾಗಣ್ಣನಿಗೂ ಅವ ಹೇಳುವುದು ಸರಿ ಅನ್ನಿಸಿ ಕರೆಂಟು ಚುಚ್ಚು ಆನ್ ಮಾಡಿ ಸದ್ದು ಬಂದ ಕಡೆಗೇ ಆಲಿಸುತ್ತಾ ಕುಂತರು.

ಜೋರಾಗಿ ಬೀಸುವ ಗಾಳಿ... ತೂರಲು ಬೀಳುವ ಹನಿ ಎರಡೂ ಸೇರಿಕೊಂಡು ವಿಚಿತ್ರ ಸದ್ದು ಮಾಡುತ್ತಾ ಹೊರಗಿನಿಂದ ಬರುತ್ತಿದ್ದ ಸದ್ದನ್ನು ಗುಡ್ಲಿನೊಳಕ್ಕೆ ಬಿಡದೆ ತಡೆಯುತ್ತಿದ್ದವು. "ಬೆಂಕಿ ವಸಿ ಜೋರಾಗಿ ಹಾಕ್ಲಾ". ತಾವು ಕುಳಿತಲ್ಲಿಂದ ಎದ್ದು ಹೋದ ನಾಗಣ್ಣ ಒಂದಾ ಮಾಡಿ ಬಂದು ಕುಳಿತು "ಯಾಕೋ... ಈಗ ಹೊಟ್ಟೆ ಹಸಿದಂಗಾಯ್ತದೆ ಕಣ್ಲಾ..." ಎಂದರು. "ಅದ್ಕೆ ಕಣಣ್ಣಾ ನಾನು ಹೇಳಿದ್ದು... ಹೋಗಿ ಮಾಡ್ಕಂಬಾ ಅಂತ... ನೀವು ಕೇಳ್ಲಿಲ್ಲ... ಮನೆಗೆ ಹೋಗಿ... ಮಲಿಕ್ಕಳಿ... ನಾನು ಕರೆಂಟು ಆಫ್ ಮಾಡಿ ಸುತ್ತಾಕೋತ್ತಿನಿ..." ಎಂದ ಕೆಂಚ. ಕೆಂಚನನ್ನು ಒಬ್ಬನೇ ಬಿಟ್ಟು ಹೋಗಲು ಮನಸ್ಸಾಗದ ನಾಗಣ್ಣ ಇರ್ಲಿ ಬಿಡ್ಲಾ... ಎನ್ನುತ್ತಾ ಬೆಂಕಿ ಕಾಯಿಸಿದರು. ಗಾಳಿ ಕಡಿಮೆಯಾಗೋ ಲಕ್ಷಣ ಕಾಣಲಿಲ್ಲ. ಮಳೆ ಹನಿಯ ತೂರಲೂ ನಿಂತಿಲ್ಲ. ಏನು ಮಾಡುವುದೆಂದು ತೋಚದೆ ಮತ್ತೊಂದೊಂದು ಬೀಡಿ ಕಚ್ಚಿಕೊಂಡು

ಹೊಗೆ ಬಿಡುತ್ತಾ, ಬೆಂಕಿಗೆ ಆತುಕೊಂಡು ಕುಳಿತರು. ಹೊಟ್ಟೆಯಲ್ಲಿ ವಿಚಿತ್ರವಾದ ಸಂಕಟವಾಗಿ ಅದು ಹಸಿವಿಗೋ ಅಥವಾ ಪದೇ ಪದೇ ಬೀಡಿ ಸೇಯುವುದಕ್ಕೋ ಎಂದು ಅರ್ಥವಾಗದೆ ನಾಗಣ್ಣ ನೀರು ತೆಗೆದುಕೊಂಡು ನಾಲ್ಕಾರು ಗುಟುಕು ಕುಡಿದು ಚೊಂಬನ್ನು ಮತ್ತೆ ಅರವೆ ಮೇಲಿಟ್ಟರು.

ಹೂಂಕರಿಸಿದ ಸದ್ದು ಒಂದೇ ಸಲ ಜೋರಾಗಿ ಬಂದು ಥಟ್ಟನೆ ನಿಂತಿತು. "ಅಣ್ಣಾ... ಎತ್ಗಾ ಬಾ ಬ್ಯಾಟ್ರಿ... ಜಾತಿ ಸಿಕ್ಕಂಡದೆ" ಎಂದು ಕೆಂಚ ಹಂದಿ ದೊಣ್ಣೆ ಕೈಲೆತ್ತಿಕೊಂಡ. ಕರೆಂಟು ಸ್ವಿಚ್ಚು ಆಫ್ ಮಾಡಲು ಹೋದ ನಾಗಣ್ಣನ ತಡೆದ ಕೆಂಚ "ಹೇ... ಇನ್ನೂ ಸತ್ತಿರಲ್ಲ... ನಾವು ಈಗ್ಲೇ ಆಫ್ ಮಾಡಿದ್ರೆ ಓಡ್‌ಬುಡ್ತದೆ... ಆಫ್ ಮಾಡ್ಬೇಡ... ಬಾ ಅಣ್ಣ... ನಾವು ಹೋಗಗಂಟ ಸತ್ತಿರ್ತದೆ..." ಎಂದ. ನಾಗಣ್ಣ ಮಾತ್ರ ಅವನ ಮಾತು ಕೇಳದೆ ಆನೆಗೀನೆ ಸತ್ರೆ ಗತಿ ಏನು ಅಂತ ಆಫ್ ಮಾಡಿದರು. ಕೆಂಚ ಕೊಂಚ ಅಸಹನೆಯಿಂದ ಹಿಂಬಾಲಿಸಲು ಹೇಳಿ ಮುಂದೆ ನಡೆದ. ಮಳೆ ತೇವ... ತಲೆ ಮೇಲೊಂದು ಗೋಣಿ ಚೀಲ ಗುಬರು ಹಾಕಿಕೊಂಡು ಕೆಂಚನ ಹಿಂಬಾಲಿಸಿದರು. ಇಬ್ಬರೂ ತೆವರೆ ಮೇಲೆ ನಡೆಯುತ್ತ ಸುತ್ತಮುತ್ತ ಬ್ಯಾಟರಿ ಹಾಕುತ್ತ ಸದ್ದು ಬಂದ ನಿಜರಿನ ಕಡೆ ನಡೆದರು. ಬೇಲಿ ಸುತ್ತ ಬೆಳಕು ಹಾಯಿಸಿದರೆ ಯಾವೊಂದು ಮಿಕವೂ ಬಿದ್ದಿರಲಿಲ್ಲ. ತಂತಿ ಏನಾದರೂ ತುಂಡಾಗಿದೆಯಾ ಎಂಬ ಅನುಮಾನ ಬಂತು. ಹೆಜ್ಜೆ ಗುರುತೇನಾದರೂ ಇದೆಯಾ ಎಂದು ಗಮನಿಸಿದ ಕೆಂಚನಿಗೆ ಯಾವ ಪ್ರಾಣಿಯ ಹೆಜ್ಜೆ ಗುರುತೂ ಕಾಣಲಿಲ್ಲ. ಮತ್ತೆ ಹೂಂಕರಿಸಿದ್ದೇನು ಎಂದು ಕಡಕಲಿನ ಬಳಿ ತಿರುಗಿ ಬೆಳಕು ಹಾಯಿಸಿ ಗಪ್ಪನೆ ನಿಂತ. ಏನೋ ಅನ್ವೇಷಣೆ ಮಾಡಿಬಿಟ್ಟ ಕೆಂಚ ಅಂತ ಖುಷಿಯಾದ ನಾಗಣ್ಣ ಸ್ವಲ್ಪ ಹಿಂದಿದ್ದವರು ಸರಸರನೆ ಓಡಿಬಂದು ಬೆಳಕು ಬಿದ್ದ ಕಡಕಲು ಕಡೆ ನೋಡಿದರು.

ಕರೆಂಟು ಹೊಡೆಸಿಕೊಂಡು ಮೂರ್ಛೆ ಬಿದ್ದಿದ್ದ ಮಗ ಮಹಾಲಿಂಗನನ್ನು ತೊಡೆಮೇಲೆ ಮಲಗಿಸಿಕೊಂಡು ಕೂತಿದ್ದ ಸೋಲಿಗರ ಕುಸುಮಾಲೆ ಕಾಣಿಸಿದಳು.

●●●

ಅಡಿ ಟಿಪ್ಪಣಿ

ಎಸ್ಟೀಎಫ್ ಕಾಡುಗಳ್ಳ ವೀರಪ್ಪನ್‌ನನ್ನು ಹಿಡಿಯಲು ಸರ್ಕಾರ ನೇಮಿಸಿದ ವಿಶೇಷ ಪಡೆ

ನಿಜರು ಊರು ಮತ್ತು ಕಾಡನ್ನು ಬೇರ್ಪಡಿಸುವ ಜಾಗ

ಎಂಎಮ್ಮೆಲ್ ಸರ್ಕಾರಿ ಒಡೆತನದ ಗ್ರಾನೈಟ್ ಗಣಿಗಾರಿಕೆ ಕಂಪನಿ (ಮೈಸೂರು ಮಿನರಲ್ ಲಿಮಿಟೇಡ್)

ಕಡಕಲು ನಿಜರಿನಲ್ಲಿ ಹಾಕಿದ ತಡೆಬೇಲಿ

ಶಿವನಜ್ಜಿ

ಎರಡಂಕಣಕ್ಕಷ್ಟೇ ಹೊದ್ದಿಸಿ ಮಾಡಿಕೊಂಡಿರುವ ಆ ತೆಂಗಿನ ಗರಿಯ ಗುಡಿಸಲಿನೊಳಗೆ ಇನ್ನೇನು ಆರಿಯೇ ಹೋಗುತ್ತೇನೆ ಎನ್ನುವಂತೆ ಸೀಮೆಣ್ಣೆ ಬುಡ್ಡಿ ಉರಿಯುತ್ತಲಿತ್ತು. ಭರ್ರನೆ ಬೀಸುವ ಗಾಳಿಗೆ ಒಂಚೂರು ಜಾಗ ಸಿಕ್ಕರೆ ಸಾಕು ಗುಡಿಸಲಿನೊಳಕ್ಕೆ ರೊಯ್ಯನೆ ನುಗ್ಗಿ ಆಕಾಶದ ಕಡೆ ನೆಟ್ಟಗೆ ಮುಖಮಾಡಿ ಉರಿಯುತ್ತಿರುವ ಆ ಬುಡ್ಡಿಯ ಜ್ವಾಲೆಯನ್ನು ಅತ್ತಿಂದಿತ್ತ ಇಂತಿದತ್ತ ನಡುಗಿಸಿ ಬಿಡುತ್ತಿತ್ತು. ಬಿದಿರಿನ ತಡಿಕೆಗಳಿಂದ ಪೂರ್ತಿ ಮುಚ್ಚಿದ್ದರೂ ಕಳ್ಳ ಜಾಗಗಳಿಂದ ಗಾಳಿ ಒಳನುಸುಳುತ್ತಿತ್ತು. ಮೈ ಮೇಲೆ ದೇವರು ಬಂದವರಂಗೆ ವಾಲಾಡುತ್ತಾ ಉರಿಯುತ್ತಿದ್ದ ಬುಡ್ಡಿಯ ಬೆಳಕಿನಲ್ಲಿ ಮಣ್ಣಿನ ಗೋಡೆಯ ಮೇಲೆ ಒಮ್ಮೆ ಚಿಕ್ಕದಾಗಿ, ಮತ್ತೊಮ್ಮೆ ಹತ್ತಿರವೇ ಬರುವಂತೆ ಭೂತಾಕಾರವಾಗಿ, ಮಗದೊಮ್ಮೆ ಏನೂ ಇಲ್ಲವೇನೋ ಎಂಬಂತೆ ನೆರಳು ಮೂಡಿ ಮರೆಯಾಗುತ್ತಿರುವುದನ್ನು ಕಂಡು ಶಿವನಜ್ಜಿಗೆ "ಈ ನರಮನ್ಸಾನ ಜೀವ್ನಾನು ಇಂಗೇಯೇ" ಎನ್ನಿಸಿಬಿಟ್ಟಿತ್ತು.

ಈ ಗಾಳಿಗೆ ಹೆಂಗೆ ದೀಪದ ಕುಡಿ ಹೊಯ್ದಾಡುತ್ತಿದೆಯೋ ಹಂಗೆಯೇ ಈ ಕಷ್ಟ ಕೋಟಲೆಗಳಿಗೆ ನರಮನ್ಸಾನ ಜೀವವೂ ಒದ್ದಾಡುತ್ತದೆ ಎನ್ನಿಸಿ ಯಾವಾಗ ಗಪ್ಪಂತ ಆರಿಹೋಗುವುದೋ ತಿಳಿಯೂದಿಲ್ಲಾ ಆದರೂ ಎಷ್ಟೊಂದು ವದರಾಟ ಎಂದು ಅಜ್ಜಿಗೆ ಒಳಗೊಳಗೆ ತುಮುಲವಾಗುತ್ತಿತ್ತು. "ಈ ಬುಡ್ಡಿ ತಾನೆ ಯಾವಾಗ ಆರಿಹೋದಾತು ಅಂದುಕೊಂಡು ತನ್ನ ಕೃಶವಾದ ಶರೀರದತ್ತ ಒಮ್ಮೆ ನೋಡಿಕೊಂಡಳು. ವತ್ತಾರೆಯಾಗುತ್ತಲೇ ಏನು ಕಾದಿದೆಯೇ ಶಿವ್ನೇ..." ಎಂದು ಬೆಳಿಗ್ಗೆ ಆಗಿಹೋಗಿ ಬಿಡುವ ಅನಾಹುತವನ್ನು ಕುರಿತು ಚಿಂತಿಸುತ್ತಾ ನಿದ್ದೆ ಬರದೆ ಹಾಗೇ ಆ ಸೀಮೆಣ್ಣೆ ಬುಡ್ಡಿಯ ಎದುರಿಗೆ ಮಂಡಿಯೂರಿ ಕುಳಿತು ಅದರ ಕೆಂಪುಹಳದಿ ಜ್ವಾಲೆಯನ್ನೇ ಬಿಟ್ಟ ಕಣ್ಣುಗಳಿಂದ ನೋಡುತ್ತಾ ಕುಳಿತು "ಇದ್ದೊಬ್ಬ ಮಗ್ನಾರ್ರು ನ್ಯಾಯವಾಗಿದ್ದಿದ್ರೆ ನಂಗ್ಯಾಕೆ ಇಂತ ಸ್ಥಿತಿ ಬತ್ತಿತ್ತು" ಎಂದು ಮರುಗುತ್ತಿತ್ತು.

ಜೋರಾಗಿ ಗಾಳಿ ಬೀಸಿದುದರ ಪರಿಣಾಮವಾಗಿ ಉರಿಯುತ್ತಿದ್ದ ಬುಡ್ಡಿ ಆರಿಹೋಗಿ ಎಲ್ಲೆಲ್ಲೂ ಕಪ್ಪಗಿನ ಬಣ್ಣ ಆವರಿಸಿತು. ಇಡೀ ಊರೇ ಸದ್ದುಗದ್ದಲವಿಲ್ಲದೆ ತಣ್ಣಗೆ ನೆಮ್ಮದಿಯಿಂದ ಮಲಗಿದ್ದರೆ ಈ ರಾತ್ರಿಯಲಿ ಹೀಗೆ ನೆಮ್ಮದಿ ಕಳೆದುಕೊಂಡು ಕುಳಿತಿರುವವಳು ನಾನೊಬ್ಬಳೆ ಪಾಪಿ ಏನೋ ಎನ್ನಿಸಿ ಮತ್ತೆ ಆರಿಹೋದ ಬುಡ್ಡಿಯ ಹಚ್ಚಲು ಮನಸಾಗದೆ ಕುಳಿತ ಜಾಗದಲ್ಲೇ ಕುಳಿತಿದ್ದಳು. ಯಾವ ಯೋಚನೆಯೂ ಇಲ್ಲದೆ ನೆಮ್ಮದಿಯಿಂದ ಮಲಗಿದ್ದ ನಾಯಿಗಳು ಯಾವುದೋ ಅವ್ಯಕ್ತ ಶಬ್ದಕ್ಕೆ ಥಟ್ಟನೆ ಎಚ್ಚರಗೊಂಡು ಮುಲುಗುಡುವ ಶಬ್ದ ಕೇಳಿಸಿತು. ಶಿವನಜ್ಜಿಗೆ ಇದು ಹೊಸತಲ್ಲ. ತನ್ನ ಗುಡಿಸಲಿನ ಹಿಂದೆ ಇಸ್ಕೂಲು ಮನೆ ಕಟ್ಟಿಸಿದಾಗಿನಿಂದಲೂ ಹೀಗೆಯೇ ಅರ್ಧರಾತ್ರಿಗೊಮ್ಮೆಯೋ ಅಥವಾ ಬೆಳಗಿನ ಜಾವದ ಹೊತ್ತಿಗೋ ಮಲಗಿರುತ್ತಿದ್ದ ನಾಯಿಗಳು ಮುಲುಗುಡುವುದು ವಾಡಿಕೆಯಾಗಿತ್ತು. ಖಾಲಿ ಬಿದ್ದಿರುತ್ತಿದ್ದ ಇಸ್ಕೂಲುಮನೆಯ ವರಾಂಡದಲ್ಲಿ ಊರಿನ ಎಲ್ಲಾ ಬೀದಿಯ ನಾಯಿಗಳು ರಾತ್ರಿಹೊತ್ತು ಅಲ್ಲೇ ವಾಸ್ತವ್ಯ ಹೂಡುತ್ತಿದ್ದವು.

ಒಂದು ರೀತಿಯಲ್ಲಿ ಶಿವನಜ್ಜಿಗೆ ಅದು ಅನುಕೂಲವೇ ಆಗಿತ್ತು. ಹಿತ್ತಲಿಗೆ ಯಾರಾದರೂ ನುಗ್ಗಿದರೂ ಅಥವಾ ಗಿಡಗಂಟೆಗಳಿಗೆ ಯಾವುದಾದರೂ ಕತ್ತೆ ಮೊದಲಾದ ಪ್ರಾಣಿ ಸದ್ದಿಲ್ಲದೆ ಬಂದು ಬಾಯಿ ಹಾಕಿದರೂ ಶಿವನಜ್ಜಿ ತಲೆಕೆಡಿಸಿಕೊಳ್ಳುವ ಗೋಜಿಗೆ ಹೋಗುತ್ತಿರಲಿಲ್ಲ. ಅಲ್ಲೇ ಬಿದ್ದಿರುತ್ತಿದ್ದ ನಾಯಿಗಳು ತಮ್ಮ ಅಡ್ಡೆಗೆ ಇದ್ಯಾರೋ ಹೊಸಬರು ಬಂದಿದ್ದಾರೆಂದುಕೊಂಡು ಕುಯ್ಯ ಮರ್ರೋ ಎಂದು ಬೊಗಳುತ್ತಾ ಆಚೆ ಓಡಿಸುತ್ತಿದ್ದವು. ಇದರಿಂದ ಶಿವನಜ್ಜಿಯ ನಿದ್ದೆಗೆ ಆಗಾಗ್ಗೆ ಭಂಗ ಬಂದಿತಾದರೂ ಈ ವಯಸ್ಸಲ್ಲಿ ಇನ್ನೆಷ್ಟು ನಿದ್ದೆಮಾಡೋದು ಸದ್ಯ ಎದ್ದುಹೋಗಿ ಅವುಗಳನ್ನು ಓಡಿಸುವ ಕಾಟ ತಪ್ಪಿತಲ್ಲಾ ಎಂದು ಹಾಗೇ ಕಣ್ಣುಬಿಟ್ಟುಕೊಂಡು ಹಾಸಿಗೆಯಲ್ಲೇ ಮಲಗಿಬಿಡುತ್ತಿದ್ದಳು. ತನ್ನನ್ನು ಯಾರೂ ಮಾತನಾಡಿಸದಿದ್ದರೂ ಸರಿಯೇ ತನ್ನ ಗುಡಿಸಲಿಗೆ ಯಾರೂ ಬರದಿದ್ದರೂ ಸರಿಯೇ ಶಿವನಜ್ಜಿಗೆ ಬೇಸರವಾಗುತ್ತಿರಲಿಲ್ಲ. ಯಾವಾಗಾದರೊಮ್ಮೆ ಶಾಲಾ ವರಾಂಡದಲ್ಲಿ ನಾಯಿಗಳು ಇರುತ್ತಿರಲಿಲ್ಲವೋ ಆ ದಿನ ಮಾತ್ರ ಅಜ್ಜಿಗೆ ಎಲ್ಲೋ ತನ್ನ ಜೊತೆಗಾರರನ್ನು ಕಳೆದುಕೊಂಡು ಏಕಾಂಗಿಯಾಗಿ ಬಿಟ್ಟೆನೇನೋ ಎನ್ನಿಸಿ ಬಿಡುತ್ತಿತ್ತು. ಅಷ್ಟರಮಟ್ಟಿಗೆ ಆ ಬೀದಿ ನಾಯಿಗಳು ಅಜ್ಜಿಗೆ ಜೊತೆಯಾಗಿ ಅಜ್ಜಿಯ ಗುಡಿಸಲಿಗೆ ಕಾವಲಾಗಿ ಅಜ್ಜಿಯ ಮನಸ್ಸನ್ನು ಗೆದ್ದುಬಿಟ್ಟಿದ್ದವು. ಬೀದಿಯಲ್ಲಿ ಎಲ್ಲೋ ಹೊಟ್ಟೆ ತುಂಬಿಸಿಕೊಂಡು ಬರುತ್ತಿದ್ದವಾದರೂ ಹೆಡಗೆಯಲ್ಲಿ ಎತ್ತಿಕೊಂಡು ಊರಿನ ಬೀದಿಯಲ್ಲೆಲ್ಲಾ ಮಾರಿ ಕೊನೆಗೆ ಉಳಿಯುತ್ತಿದ್ದ ಇಡ್ಲಿಗಳನ್ನು ಶಿವನಜ್ಜಿ ರಾತ್ರಿ ಹೊತ್ತು ಗುಡಿಸಲಿನ ಹಿಂದೆ ಇರುವ ಕಲ್ಲಿನ ಮೇಲೆ ಅಲ್ಲಲ್ಲಿ ನಾಕು ನಾಕು ಚೆಲ್ಲಿಬಿಟ್ಟರೆ ತಮ್ಮ ಪಾಲಿನದನ್ನು ತಾವು ತಿಂದು ಸುಮ್ಮನೆ ಹೋಗಿ ಮಲಗಿಬಿಡುತ್ತಿದ್ದವು.

ಹಾಗೆ ನೋಡಿದರೆ ಶಿವನಜ್ಜಿ ಈ ಗುಡಿಸಲಿನಲ್ಲಿ ಏಕಾಂಗಿಯಾಗಿ ಪರದೇಶಿಯಂತೆ ಇರುವ ಪ್ರಸಂಗವೇ ಇರುತ್ತಿರಲಿಲ್ಲ. ಇದ್ದೊಬ್ಬ ಮಗ ಶಂಕರನಿಗೆ ಮದುವೆ ಮಾಡಿ ಮದುವೆಯಾದ ಒಂದು ವರ್ಷಕ್ಕೆ ಮೊಮ್ಮಗನನ್ನು ಕಂಡು ಮಗ ಸೊಸೆಯರ ಜೊತೆಯಲ್ಲೇ ಇರುತ್ತಿದ್ದ ಅಜ್ಜಿಗೆ, ಮಗ ದುಡಿಯದೆ ಪೋಲಿ ತಿರುಗಿಕೊಂಡು ರಾಜಕೀಯದವರೊಂದಿಗೆ ಆವಾಗೊಂದು ಈವಾಗೊಂದು ಎಲೆಕ್ಷನ್ನಿನಲ್ಲಿ ಓಡಾಡಿಕೊಂಡು ಕುಡಿದು ಮನೆಗೆ ಬರುತ್ತಿದ್ದ ಮಗನನ್ನು ಒಂದು ದಾರಿಗೆ ಹಚ್ಚಬೇಕೆಂದು ತಾನು ಮಾಡಿದ ಪ್ರಯತ್ನವೆಲ್ಲಾ ವ್ಯರ್ಥವಾಯಿತು. ಇದ್ದ ಎರಡೆಕರೆ ಹೊಲವನ್ನು ಹಸನು ಮಾಡಿ ಉತ್ತಿ ಬಿತ್ತಿದ್ದ ಫಲವನ್ನು ಮಗ ಕಾವಲು ಕಾದು ಭದ್ರಮಾಡಲಿಲ್ಲ. ಇತ್ತ ಮನೆಯಲ್ಲಿ ಕಟ್ಟಿಕೊಂಡವಳನ್ನೂ ಪೋಲಿ ದನ ಮೇಯದಂತೆ ಭದ್ರವೂ ಮಾಡಲಿಲ್ಲ. ಗಂಡ ಊರೂರು ತಿರುಗುವುದನ್ನೇ ಬಂಡವಾಳ ಮಾಡಿಕೊಂಡ ಸೊಸೆ ಮನೆಗೆ ಯಾರ್‍ಯಾರನ್ನೋ ಬರಮಾಡಿಕೊಳ್ಳುತ್ತಿದ್ದುದ್ದು ಕಂಡು ಶಿವನಜ್ಜಿ ಯಾರಿಗೂ ಹೇಳಲೂ ಆಗದೆ ತಾಳಲೂ ಆಗದೆ, ಹೇಳಿಕೊಂಡರೆ ತನ್ನ ಮನೆಯ ಮಾನವೇ ಬೀದಿ ಪಾಲಾಗುವುದೆಂದು ತಿಳಿದು ಒಳಗೊಳಗೇ ಕುದಿಯುತ್ತಾ ಕಾರಣವಿಲ್ಲದೆ ಆಗೊಮ್ಮೆ ಈಗೊಮ್ಮೆ ಸೊಸೆಯ ಮೇಲೆ ತನ್ನ ಸಿಟ್ಟನ್ನು ಪ್ರದರ್ಶಿಸುತ್ತಿದ್ದಳು. ಈಗ ಕಾರಣವಿಲ್ಲದೆ ಅಜ್ಜಿ ಕೋಪಿಸಿಕೊಂಡು ಮಾತನಾಡುವುದನ್ನೇ ನೆಪಮಾಡಿಕೊಂಡ ಸೊಸೆ "ನೋಡ್ರಿ ಅತ್ತೆನಾ... ಮಗ ಇಂಗೆ ಹದಗೆಟ್ಟು ಹೋದ ಅಂತ ಅಜ್ಜಿಗೆ ತಲೆ ಕೆಟ್ಟೋಗಿದೆ. ಏನೇನೋ ಬಡ ಬಡಿಸುತ್ತೆ" ಅಂತ ಅಕ್ಕ ಪಕ್ಕದವರಿಗೆ ತೋರಿಸಿ ವರದಿ ಒಪ್ಪಿಸಿ ತನ್ನ ಮೇಲೆ ತಿರುಗಬೇಕಿದ್ದ ಸಂಶಯದ ಕಣ್ಣುಗಳನ್ನು ಉಪಾಯವಾಗಿ ಅಜ್ಜಿಯ ಕಡೆ ತಿರುಗಿಸಿದ್ದಳು.

ಚಿನ್ನದಂತ ಒಬ್ಬ ಮೊಮ್ಮಗನನ್ನು ಉಪೇಕ್ಷಿಸಿ ದಿನದಿಂದ ದಿನಕ್ಕೆ ಹೆಚ್ಚಿದ ಸೊಸೆಯ ರಾವಡಿ ಕಂಡು ಅಜ್ಜಿ ಸಹಿಸದೆ ಹೆಚ್ಚು ಹೆಚ್ಚು ರಂಪಮಾಡ ತೊಡಗಿದಳು. ಸೊಸೆಗೆ ಈಗ ಅಜ್ಜಿಯ ಕಾಟ ಸಹಿಸದಾಗಿ ಮನೆಗೆ ಬಂದ ಗಂಡ ಶಂಕರನಿಗೆ ಇಲ್ಲದ್ದು ಇದ್ದದ್ದೂ ಎಲ್ಲ ಸೇರಿಸಿ ಶಿವನಜ್ಜಿಯ ಮೇಲೆ ಚಾಡಿ ಹೇಳಿ ಅಕ್ಕ ಪಕ್ಕದವರಿಂದಲೂ ಚಾಡಿ ಹೇಳಿಸಿ "ನಿಮ್ಮವ್ವನಿಗೆ ತಲೆಕೆಟ್ಟೋಗಿದೆ. ವಸಿ ಆಸ್ಪತ್ರೆಗಾದ್ರೂ ತೋರಿಸಪ್ಪಾ" ಎನ್ನುವ ಮಟ್ಟಿಗೆ ಅಕ್ಕಪಕ್ಕದವರು ಮಾತಾಡತೊಡಗಿದಾಗ "ಇದ್ರೆ ಸುಮ್ನೆ ಎರಡೊತ್ತು ಮನೇಲಿ ತಿನ್ಕೊಂಡು ಬಿದ್ದಿರು, ಇಲ್ಲಾಂದ್ರೆ ಎಲ್ಲಾದ್ರೂ ಹೋಗಿ ಸಾಯಿ" ಎಂದುಬಿಟ್ಟನು. ಹೀಗೆ ಮಗನೇ ಹೆಂಡತಿ ಮಾತ್ ಕೇಳಿ ಈಗ ಈಂಗೆ ಮಾತಾಡಿದ್ ಮೇಲೆ ಮಹಾಸ್ವಾಭಿಮಾನಿಯಾದ ಶಿವನಜ್ಜಿ "ಹೌದು ಕಣೋ ನನ್ಮಗನೆ... ನಿಂಗೆ ಎದೆ ಹಾಲು ಕೊಟ್ಟು ಸಾಕಿದ್ನಲ್ಲಾ ನೋಡು ಅದ್ಕೆಯೇ ಈವತ್ತು ನೀ ಇಂಗೆ ಮಾತಾಡ್ತಿರೂದು... ನಿನ್ನೆಂಡ್ತಿ ಹಾದ್ರನಾದ್ರೂ ಮಾಡ್ಲಿ... ಇಲ್ಲ ಮಿಂಡನ್ನ ಮನೇಲ್ಲೇ

ತಂದಿಟ್ಕೊಳ್ಳಿ ನಂಗೇನೂ... ನಾನಿಲ್ಲಿರೂದಿಲ್ಲ" ಎನ್ನುತ್ತಾ ಕೈಗೆ ಸಿಕ್ಕ ಪಾತ್ರೆ ಪಗಾಡೆ ತಕ್ಕೊಂಡು ಊರ ಮಧ್ಯದ ಬಸ್ಟ್ಯಾಂಡಿನ ಪಕ್ಕದಲ್ಲಿ ತನ್ನ ನಾಕುಕುಂಟೆ ಜಾಗಕ್ಕೆ ಹೋಗಿ ಗುಡಿಸಲು ಹಾಕ್ಕೊಂಡಿದ್ದಳು. ಇಬ್ಬರಿಗೂ ಬುದ್ಧಿ ಹೇಳಿ ರಾಜಿಮಾಡಿಸಲು ಹೋದವರೊಂದಿಗೆಲ್ಲಾ ಅಜ್ಜಿ ಸ್ಪಷ್ಟವಾಗಿ ಆ ಮನೆಗೆ ಕಾಲಿಡುದಿಲ್ಲ ಅಂತಲೇ ವಾದಿಸಿ ಕಳುಹಿಸಿಬಿಡುತ್ತಿತ್ತು. ದಿನಾ ಇಡ್ಲಿ ಬೇಯಿಸಿಕೊಂಡು ಒಂದು ದೊಡ್ಡ ಹೆಡಗೆಯಲ್ಲಿ ಹೊತ್ತುಕೊಂಡು ಊರಿನ ನಾಕೂ ಬೀದಿಗಳಲ್ಲಿ ಮಾರಿಕೊಂಡು ಜೀವನ ಸಾಗಿಸಿಕೊಳ್ಳುವ ಕಾಯಕಕ್ಕೆ ಗಂಟು ಬಿದ್ದಳು. ಮಾತುಗಾತಿ ಶಿವನಮ್ಮ ಎಂಬ ಬಿರುದು ಹೋಗಿ ಈಗ ಇಡ್ಲಿ ಶಿವನಮ್ಮ ಎಂಬ ಹೆಸರು ರೂಢಿಗೆ ಬಂದಿತು.

ಇಂಥಾ ಸಂದರ್ಭದಲ್ಲೇ ಊರಿಗೊಂದು ಇಸ್ಕೂಲು ಸಾಂಗ್‌ಷನ್ ಆಗಿ ಸರ್ಕಾರದಿಂದ ಒಂದು ಬಿಲ್ಡಿಂಗೂ ಮಂಜೂರಾಯಿತು. ಶಾಲಾ ಕಟ್ಟಡ ಕಟ್ಟಿಸಲು ಮಾತ್ರ ತಾ ಮುಂದು ನಾ ಮುಂದು ಎಂದು ಬರುತ್ತಿದ್ದ ಆ ಊರಿನ ರಾಜಕೀಯ ಧುರೀಣರು ಇಸ್ಕೂಲು ಮನೆಗೆ ಜಾಗ ಕೊಡಲು ಮಾತ್ರ ಮುಂದೆ ಬರಲಿಲ್ಲ. ಎಲ್ಲರೂ ಒಂದು ಕಡೆ ಕೂತು ಇಸ್ಕೂಲು ಕಟ್ಟಲು ಜಾಗದ ತಲಾಸೆಯಲ್ಲಿರಲು ತಕ್ಷಣವೇ ಅವರಿಗೆ ಬಸ್ಟ್ಯಾಂಡ್ ಪಕ್ಕದಲ್ಲೇ ಇರುವ ಶಿವನಜ್ಜಿಯ ಜಾಗ ಗಮನಕ್ಕೆ ಬಂದು; ಸುಲಭಕ್ಕೆ ಆ ಅಜ್ಜಿ ಒಪ್ಪುವುದೂ ಇಲ್ಲ... ಏನು ಮಾಡುವುದೆಂದು ಯೋಚನೆಗೆ ಈಡಾದರೂ "ಈ ಬಿಲ್ಡಿಂಗ್‌ನ ಕಾಂಟ್ರಾಕ್ಟು ಕೆಲ್ಸ ನನಗೆ ಕೊಟ್ರೆ ನಾನು ಶಿವನಜ್ಜಿಯನ್ನು ಒಪ್ಪಿಸುವುದಾಗಿ ಮುಂದೆ ಬಂದ ಶಿವನಜ್ಜಿಗೆ ಸಂಬಂಧಿಕನೂ ಆದ ಪಂಚಾಯ್ತಿ ಅಧ್ಯಕ್ಷ ಬೋರೇಗೌಡ ಹೇಳಲು ಅದೇ ಪಕ್ಷದಲ್ಲಿ ಸದಸ್ಯನೂ ಬೋರೇಗೌಡ ಅಧ್ಯಕ್ಷ ಆಗಲು ಕಾರಣನಾದವನೂ ಆದ ಶಿವಣ್ಣನು ಈ ಕೆಲಸ ತನಗೇ ಬೇಕೆಂದನು. ಪರಸ್ಪರರಲ್ಲಿ ವಾದ ವಿವಾದಗಳಾದ ನಂತರ ಮುಂದೆ ಬರುವ ಯಾವುದಾದರೂ ಕಾಂಟ್ರಾಕ್ಟು ಕೆಲಸವನ್ನು ಶಿವಣ್ಣನು ವಹಿಸಿಕೊಂಡು ಮಾಡುವುದು ಮತ್ತು ಈ ಇಸ್ಕೂಲು ಬಿಲ್ಡಿಂಗ್‌ನ ಕೆಲಸವನ್ನು ಅಧ್ಯಕ್ಷ ಬೋರೇಗೌಡನೇ ಮಾಡಿಸುವುದಾಗಿಯೂ ತೀರ್ಮಾನಿಸಲಾಯಿತು.

ಅದರಂತೆ ಬೋರೇಗೌಡನು ಶಿವನಜ್ಜಿಯ ಮಗನನ್ನು ಮನವೊಲಿಸಿ ಶಿವನಜ್ಜಿ ಬಳಿ ಜಾಗ ಕೇಳಲು ಬಂದರು. "ಮನೆಹಾಳ್ರ ನನ್ ಜಾಗನೇ ಬೇಕೆ ನಿಮ್ಗೆ ಇದು ನಮ್ಮಪ್ಪ ಸಂಪಾದ್ಸಿದ್ದು... ನಾ ಕೊಡಾಕಿಲ್ಲ..." ಎಂದಳು. ಹಾಗಲ್ಲ ಅಜ್ಜಿ ಇಸ್ಕೂಲು ಮನೆ ಅಂದ್ರೆ ಬಸ್ಟ್ಯಾಂಡ್ ಹತ್ತಿರ ಊರಮಧ್ಯೆ ಇದ್ರೇ ಚಂದ. ನಾವೇನೂ ನಿನ್ನ ಪೂರ್ತಿ ಜಾಗ ಕೇಳಿದ್ವೆ... ನಿನ್‌ಗುಡಿಸಲ ಹಿಂದೆ ಇರೋ ಜಾಗದಲ್ಲಿ ಒಂಚೂರು ಕೊಟ್ರೆ ಸಾಕು... ಮುಂದೆ ನಿನ್ ಮೊಮ್ಮಕ್ಳೇ ತಾನೇ ಓದ್ದೂದು... ಎಂದು ಬೋರೇಗೌಡ ಮನವೊಲಿಸಲು ಪ್ರಯತ್ನಿಸಿದನು. ಆಗಲೂ ಅಜ್ಜಿ ಒಪ್ಪದಿದ್ದಾಗ "ಅಯ್ಯೋ ಅಜ್ಜಿ

ಹೇಗಿದ್ರೂ ನೀನು ಮೊಮ್ಮಗನ್ನ ನಿನ್ನ ಸೊಸೆ ಇರೋತಂಕ ನೋಡೋಕಾಗಲ್ಲ. ಅದೇ... ಇಲ್ಲಿ ಇಸ್ಕೂಲಾದ್ರೆ ನಿನ್ ಮೊಮ್ಮಗನೂ ದಿನಾ ಇಸ್ಕೂಲಿಗೆ ಬತ್ತಾನೆ... ನೀನು ನಿನ್ ಕಣ್ತುಂಬ ಮೊಮ್ಮಗನ್ನ ನೋಡಿ ಮಾತಾಡಿಸಿ ಮುದ್ದಾಡಬಹುದು. ಅದೂ ಅಲ್ದೆ ಈ ಸಲ ನಿಂಗೆ ಒಂದು ಗೌರ್ಮೆಂಟು ಮನೆ ಹಾಕಿಸ್ಬಿಡ್ತೀನಿ. ಆಮೇಲೆ ಆರಾಮಗಿರೋವಂತೆ" ಎಂದು ಪುಸಲಾಯಿಸಿದಾಗ ಪ್ರತಿದಿನ ಮೊಮ್ಮಗನ್ನ ನೋಡಬಹುದೆಂಬ ಆಸೆ ಅಜ್ಜಿಗೆ ಜಾಗ ಕೊಡಲು ಮನಸುಂಟಾಯಿತು. ಕಾಗದ ಪತ್ರಗಳನ್ನು ಕೊಟ್ಟು ಅಜ್ಜಿ ಯೋಚಿಸುತ್ತಿರುವಾಗಲೇ ಅನುಮತಿಗೂ ಕಾಯದೆ ಅಜ್ಜಿಯ ಎಡಗೈ ಹಿಡಿದು ಇಂಕ್ ಪ್ಯಾಡಿಗೆ ಒತ್ತಿ ಹೆಬ್ಬೆಟ್ಟು ಹಾಕಿಸಿಕೊಂಡನು.

ದಿನಕಳೆದಂತೆ ಇಸ್ಕೂಲು ಬಿಲ್ಡಿಂಗೂ ಆಗಿ ಇಸ್ಕೂಲಿಗೆ ಒಬ್ಬ ಮೇಸ್ಟರು ಅಂತ ಬಂದು ಹೈಕಳು ಬರುವುದಕ್ಕೆ ಶುರುಮಾಡಿದರು. ಆ ಹೈಕಳಲ್ಲಿ ತನ್ನ ಮೊಮ್ಮಗನೂ ಬರುತ್ತಿದ್ದುದ ಕಂಡು ಖುಷಿಯಾದ ಅಜ್ಜಿ ದಿನಾ ಅವನನ್ನು ಹತ್ತಿರಕ್ಕೆ ಕರೆದು ಮುದ್ದಿಸಿ, ಗುಡಿಸಲಿಗೆ ಕರೆದುಕೊಂಡು ಹೋಗಿ ಇಡ್ಲಿ ಬೋಂಡಾಗಳನ್ನು ತಿನ್ನಿಸಿ ಬಗೆಬಗೆಯ ತಿಂಡಿ ಕೊಟ್ಟು ಕಳುಹಿಸುತ್ತಿದ್ದಳು.

ದಿನಕಳೆದಂತೆ ಮೊಮ್ಮಗನ ಜೊತೆಯಲ್ಲಿ ಅವನ ತರಗತಿಯಲ್ಲಿ ಓದುವ ಇತರ ಹುಡುಗರೂ ಗುಡಿಸಲಿಗೆ ಬರುವುದಕ್ಕೆ ಶುರುಮಾಡಿದಾಗ ಅವರನ್ನು ಹೊರಕ್ಕೆ ಕಳಿಸಲಾಗದೆ ಇತ್ತ ಅವರೆಲ್ಲರನ್ನೂ ಬಿಟ್ಟು ಮೊಮ್ಮಗನಿಗೆ ತಿಂಡಿ ಕೊಡಲಾಗದೆ ಇರಿಸು ಮುರಿಸು ಉಂಟಾಗಿ ಮೊಮ್ಮಗನಿಗೆ "ನೀನೊಬ್ಬನೇ ಬಾ ಕಂದ" ಎಂದರೆ, ಅವನೋ ಅರ್ಥವಾಗದೆ "ಯಾಕೆ? ನಾವೆಲ್ಲಾ ಒಟ್ಟಿಗೆ ಬರುವುದು" ಎಂದು ಬಿಡುತ್ತಿದ್ದನು. ಅದೂ ಅಲ್ಲದೆ ಆಟಕ್ಕೆ ಬಿಟ್ಟಾಗ ಹೈಕಳೆಲ್ಲಾ ಒಟ್ಟಾಗಿ ಕಿರುಚೋದು, ಓಡಿಬಂದು ತಡಿಕೆಯನ್ನು ಬಡಿಯುವುದು; ಕಣ್ಣಾಮುಚ್ಚಾಲೆ ಆಡುವಾಗ ಗುಡಿಸಲಿನೊಳಕ್ಕೆ ನುಗ್ಗಿ ಬಾಗಿಲ ಸಂದಿಯಲ್ಲಿ ಅವಿತುಕೊಳ್ಳುವುದು, ಅಜ್ಜಿಯ ಪಾತ್ರೆಗಳನ್ನು ಕೆಡವುದರ ಜೊತೆಗೆ ಅಜ್ಜಿ ಮಲಗಿದ್ದಾಗ ಅವಳನ್ನು ಮಲಗಲೂ ಬಿಡುತ್ತಿರಲಿಲ್ಲ. ಇದರಿಂದ ರೋಸಿ ಹೋದ ಶಿವನಜ್ಜಿ ಮೊದ ಮೊದಲು ಬೈದು ಹೊರಕ್ಕೆ ಅಟ್ಟುತ್ತಿದ್ದರೆ ಅವು ಮತ್ತೆ ಸ್ವಲ್ಪ ಹೊತ್ತಾದ ಮೇಲೆ ಅದೇ ರೀತಿಯ ಆಟವನ್ನು ಶುರು ಹಚ್ಚಿಕೊಳ್ಳುತ್ತಿದ್ದರು. ಬರೀ ಆಟವಾಡಿದರೆ ಸಮಸ್ಯೆ ಇರುತ್ತಿರಲಿಲ್ಲವೇನೋ? ಹಿತ್ತಲಿನಲ್ಲಿದ್ದ ಹೂ, ಮೊಗ್ಗುಗಳನ್ನೆಲ್ಲಾ ಕೀಳುವುದು; ಗಿಡಗಳನ್ನೆಲ್ಲಾ ತುಳಿದು ಅಪ್ಪಚ್ಚಿ ಮಾಡುವುದು, ಮುಂತಾದ ಚೇಷ್ಟೆಗಳನ್ನು ಮಾಡಿದಾಗ ತಡೆಯಲಾಗದೆ ಮೇಸ್ಟರಿಗೆ ದೂರನ್ನಿತ್ತಳು. ತನ್ನ ಮೊಮ್ಮಗನಿಗೆ ಮಾತ್ರ ಹೊಡೆಯಬಾರದೆಂದು ಹೇಳುವುದನ್ನು ಮಾತ್ರ ಮರೆಯಲಿಲ್ಲ. ಎಲ್ಲಾ ಹೈಕಳನ್ನು ಕರೆದ ಮೇಸ್ಟರು ಹುಣಸೆ ಛಬಕೆಯಿಂದ ಹುಡುಗರ ಕುಂಡಿಯ ಮೇಲೆ ನಾಲ್ಕು ನಾಲ್ಕು ಕೊಟ್ಟರು. ಶಾಲೆ ಬಿಡುವ ಹೊತ್ತಲ್ಲೇ

ನಾಲ್ಕು ಬಿಗಿದದ್ದರಿಂದ ಹೈಕಳ ಕುಂಡಿಗಳಲ್ಲಿ ಕೆಂಪಗೆ ಬಾಸುಂಡೆ ಬಂದು ಕೆಳಗಡೆ ಕೂರಲಾಗದೆ ಒದ್ದಾಡುತ್ತಿರುವಾಗ ಅವರ ಅಪ್ಪಅಮ್ಮಂದಿರು ಚೆಡ್ಡಿ ಬಿಚ್ಚಿ ನೋಡಿದಾಗ ಕೆಂಪಗೆ ಕುಂಡಿ ಊದಿಕೊಂಡಿರುವುದ ಕಂಡು 'ಈ ಪಾಟಿ... ಹೊಡೆದು ಕಳಸವ್ನಲ್ಲಾ ಮೇಸ್ಟ್ರು... ವತ್ತಾರೆ ಆಗ್ಲಿ ಆವಯ್ಯಂಗೆ ಗಾಳಿ ಭೂತ ಬುಡುಸುವಾ...' ಅಂದುಕೊಂಡು ಮಾರನೆ ಬೆಳಗ್ಗೆ ಹಲವಾರು ಮಂದಿ ಶಾಲೆ ಬಳಿ ಜಮಾಯಿಸಿ ಮೇಸ್ಟರಿಗೆ ಹಿಗ್ಗಾಮುಗ್ಗಾ ಬೈದರು. ಮೇಸ್ಟರು ಏನೂ ಮಾತಾಡದೆ ಬೈಸಿಕೊಂಡು ಎಲ್ಲರನ್ನೂ ಸಮಾಧಾನ ಮಾಡಿ ಕಳುಹಿಸುವ ಹೊತ್ತಿಗೆ ಸಾಕು ಸಾಕಾಯಿತು.

ಒಂದೆರಡು ದಿನ ಏಟಿನ ಬಿಸಿಗೆ ಹೈಕಳು ಏನೂ ತಂಟೆ ಮಾಡಲಿಲ್ಲ. ಶಿವನಜ್ಜಿಗೆ ಸಮಾಧಾನವಾಯಿತು. ಆದರೆ ಮೂರನೇ ದಿನಕ್ಕೆ ಹುಡುಗರು ಎಲ್ಲಾ ಮರೆತು ಮತ್ತೆ ತಮ್ಮ ದಾಂಧಲೆ ಶುರುಮಾಡಿದಾಗ ಪುನಃ ಶಿವನಜ್ಜಿ ಮೇಸ್ಟರ ಬಳಿ ದೂರು ನೀಡಲು ಬಂದಾಗ 'ಇದೊಳ್ಳೆ ಗಾಚಾರಕ್ಕೆ ಬಂತಲ್ಲಪ್ಪ' ಎಂದು ಹುಡುಗರನ್ನು ಹೊಡೆಯಲು ಭಯವಾದ ಮೇಸ್ಟರು ಇದಕ್ಕೊಂದು ಪರಿಹಾರ ಮಾಡಬೇಕೆಂದು ಜಿಲ್ಲಾ ಪಂಚಾಯ್ತಿಗೆ ಶಾಲೆಗೆ ಕಾಂಪೌಂಡು ಬೇಕೆಂದು ಬರೆದು ಹಾಕಿದರು. ಕೊನೆಗೊಳ್ಳದ ಹೈಕಳ ಕಿತಾಪತಿಯಿಂದ ಚಿಟ್ಟು ಹಿಡಿದಂತಾಗಿ ಶಿವನಜ್ಜಿ ಅದಕ್ಕೊಂದು ಹೊಸ ಉಪಾಯವನ್ನು ಮಾಡಿದಳು. ಹೈಕಳು ಗುಡಿಸಲಿಗೆ ನುಗ್ಗಿದಾಗ ಇದ್ದಕ್ಕಿದ್ದಂತೆ ಮುಖವನ್ನು ವಿಕಾರ ಮಾಡಿಕೊಂಡು ಹೆದರಿಸಿ ಬಿಡುತ್ತಿದ್ದಳು. ಕೆಲವು ಭಂಡಧೈರ್ಯದ ಹುಡುಗರು ಅದಕ್ಕೂ ಜಗ್ಗದಿದ್ದಾಗ ಅವರನ್ನು ಗಬಕ್ಕನೆ ಹಿಡಿದುಕೊಂಡು ಬಾಯಿ ಅಗಲ ಮಾಡಿಕೊಂಡು ಹತ್ತಿರಕ್ಕೆ ಹೋಗಿ ಕಣ್ಣುಗುಡ್ಡೆ ಅಗಲಿಸಿ ಇನ್ನೇನು ತಿಂದು ಬಿಡುತ್ತೇನೆ ಎನ್ನುವ ಹಾಗೆ ನಟಿಸಿ ಗಪ್ ಅಂತ ತಳ್ಳಿಬಿಡುತ್ತಿದ್ದಳು. ಇದರಿಂದ ಹೆದರಿದ ಹುಡುಗರು ದೆವ್ವ... ದೆವ್ವ... ಎಂದು ಶಿವನಜ್ಜಿಯನ್ನು ಕಂಡರೆ ಮಾರುದೂರ ಹೋಗುತ್ತಿದ್ದವು. ತನ್ನ ಉಪಾಯ ಫಲಿಸಿದ್ದಕ್ಕಾಗಿ ಶಿವನಜ್ಜಿಗೆ ನೆಮ್ಮದಿ ಸಿಕ್ಕಂತಾಯಿತು. ಆದರೆ ಹುಡುಗರೆಲ್ಲಾ... ನಿಮ್ಮಜ್ಜಿ ದೆವ್ವ... ನಿಮ್ಮಜ್ಜಿ ದೆವ್ವ... ಎಂದು ಮೊಮ್ಮಗನನ್ನು ಛೇಡಿಸಲು ಶುರುಮಾಡಿದಾಗ ಅವನೂ ಕೂಡ ಅಜ್ಜಿ ಬಳಿ ಬರುವುದ ಕಡಿಮೆ ಮಾಡಿ... ಕೊನೆಗೆ ಅಜ್ಜಿಯ ಬಳಿಯೇ ಹೋಗುತ್ತಿರಲಿಲ್ಲ. ಅಜ್ಜಿ ಎಷ್ಟು ಹೇಳಿದರೂ ಕೇಳದೆ ಅಜ್ಜಿ ಕಂಡರೆ ಅವನೂ ಸಹ ದೂರ ಹೋಗಿಬಿಡುತ್ತಿದ್ದನು. ಛೆ... ಎಂಥಾ ಕೆಲಸ ಮಾಡಿಕೊಂಡು ಬಿಟ್ಟೆನಪ್ಪ... ಮೊಮ್ಮಗನೂ... ನನ್ನ ಬಳಿ ಬರುತ್ತಿಲ್ಲವಲ್ಲ" ಎಂದು ಅಜ್ಜಿ ತುಂಬಾ ನೊಂದುಕೊಂಡಳು.

ಈ ಬೇಜಾರಿನಲ್ಲಿ ಯಾರ ಜೊತೆ ಸರಿಯಾಗಿ ಮಾತಾಡುತ್ತಿರಲಿಲ್ಲ. ಮಕ್ಕಳು ಹೇಳಿದ ಮೇರೆಗೆ ಊರಿನ ಮಂದಿ ಶಿವನಜ್ಜಿಗೆ ತಿಕ್ಕಲು ಹಿಡಿದಿದೆ ಎಂದು

ತೀರ್ಮಾನಿಸಿ "ತಿಕ್ಕಲು ಶಿವನಜ್ಜಿ" ಎಂದೇ ಕರೆಯತೊಡಗಿದರು. ಇಷ್ಟರಲ್ಲೇ ಇಸ್ಕೂಲಿಗೆ ಕಾಂಪೌಂಡ್ ಸಾಂಗ್ಷನ್ ಆಯಿತು. ಜಿಲ್ಲಾ ಪಂಚಾಯ್ತಿಯಿಂದ ಮಂಜೂರಾದ ಕಾಂಪೌಂಡನ್ನು ಅದೇತಾನೇ ತನ್ನ ಅವಧಿಗೆ ಅಧ್ಯಕ್ಷನಾದ ಶಿವಣ್ಣ ತಾನೇ ಕಟ್ಟಿಸುತ್ತೇನೆಂದು ಮುಂದೆ ಬಂದನು. ಇಸ್ಕೂಲಿಗೆ ಜಾಗ ಕೊಡಿಸಿ ಬಿಲ್ಡಿಂಗು ಕಟ್ಟಿಸಿದವನು ನಾನೇ... ಹಾಗಾಗಿ ಕಾಂಪೌಂಡು ಸಹ ನನಗೇ ಕೊಡಬೇಕೆಂದು ಮಾಜಿ ಅಧ್ಯಕ್ಷ ಬೋರೇಗೌಡ ತಗಾದೆ ತೆಗೆದನು. ಕೊನೆಗೆ ಇಬ್ಬರೂ ತನಗೇ ನೀಡಬೇಕೆಂದು ಜಗಳಕ್ಕೆ ಇಳಿದಾಗ ಮಧ್ಯವರ್ತಿಗಳು ಸಮಾಧಾನ ಮಾಡಿ ಶಿವಣ್ಣ ಕಟ್ಟಿಸುವಂತೆ ತೀರ್ಮಾನ ಮಾಡಿದರು. ಕಾಂಪೌಂಡು ಕಟ್ಟಿಸಲು ಜಾಗ ಅಳತೆ ಮಾಡಲು ಇಸ್ಕೂಲಿಗೆ ಸಂಬಂಧಿಸಿದ ಕಾಗದ ಪತ್ರಗಳನ್ನು ನೋಡುವಾಗ ಈ ಹಿಂದೆ ಬೋರೇಗೌಡ ಶಿವನಜ್ಜಿಯಿಂದ ಹೆಬ್ಬೆಟ್ಟು ಒತ್ತಿಸಿಕೊಂಡಿದ್ದ ಜಾಗದ ಪತ್ರ ಸಿಕ್ಕಿತು.

ಶಿವನಜ್ಜಿಯ ಇಡೀ ಪೂರ್ತಿ ಜಾಗವನ್ನು ಬೋರೇಗೌಡ ಪತ್ರದಲ್ಲಿ ನಮೂದಿಸಿ ಬಿಟ್ಟಿದ್ದ. ಇದನ್ನು ಗಮನಿಸಿದ ಶಿವಣ್ಣ ಬೋರೇಗೌಡನಿಗೆ ಬುದ್ಧಿಕಲಿಸಲು ಇದೇ ತಕ್ಕ ಸಮಯವೆಂದುಕೊಂಡು "ಇಸ್ಕೂಲಿಗೆ ಕಾಂಪೌಂಡು ಕಟ್ಟಿಸಬೇಕಾಗಿದೆಯೆಂದು ಈ ಜಾಗವನ್ನು ತಕ್ಷಣವೇ ಖಾಲಿ ಮಾಡಬೇಕೆಂದು" ಶಿವನಜ್ಜಿಗೆ ಹೇಳಿದನು. ಏನೊಂದೂ ಅರ್ಥವಾಗದ ಶಿವನಜ್ಜಿ "ನಾನ್ಯಾಕೆ ಗುಡಿಸಲು ಖಾಲಿ ಮಾಡ್ಬೇಕು... ಈ ಜಾಗ ನಂದು ಕಣಯ್ಯ..." ಎನ್ನಲು "ನಿಂದಾಗಿತ್ತು ಮೊದ್ಲು, ಈಗ ನಿಂದಲ್ಲ ನೋಡು. ನೀನೇ ಈ ಜಾಗ ಕೊಟ್ಟಿದ್ದೀನಿ ಅಂತ ಈ ಪೇಪರಿಗೆ ಹೆಬ್ಬೆಟ್ಟು ಒತ್ತಿದ್ದೀಯಾ..." ಎಂದು ಆ ಕಾಗದ ಪತ್ರ ತೋರಿಸಿದನು. ಹಾಗೆ ಬೋರೇಗೌಡ ನಿನಗೆ ಮೋಸ ಮಾಡಿದ್ದಾನೆ... ಎಂದು ಅಜ್ಜಿಗೆ ವಿವರಿಸಿ ಹೇಳುವುದನ್ನು ಮರೆಯಲಿಲ್ಲ.

ಆವತ್ತು ಬೋರೇಗೌಡ 'ಸುಮ್ನೆ ಅಧಿಕಾರಿಗೆ ತೋರ್ಸುಕೆ' ಅಂತ ಹೆಬ್ಬೆಟ್ಟು ಒತ್ತಿಸಿ ಕೊಂಡಿದ್ದು ಅಜ್ಜಿಯ ಜ್ಞಾಪಕಕ್ಕೆ ಬಂದು "ಮನೆಹಾಳ ಮುಂಡೆಮಗ... ನನ್ ಹಾಳ್ ಮಾಡಬುಟ್ನಲ್ಲಪ್ಪೋ... ನಂಬ್ಸಿ ಕುರಿ ಹೋತದ್ ಕತ್ ಕುಯ್ದಂಗ್ ನನ್ ಕತ್ ಕುಯ್ದು ಬುಟ್ನಲ್ಲಪ್ಪೋ..." ಎಂದು ಜೋರಾಗಿ ವದರುತ್ತಾ... "ನಿಂಗೆ ನಾಗರ್ಹಾವು ಕಚ್ಚಾ, ನಿನ್ ಮನೆಗೆ ಬೆಂಕಿಬೀಳ, ನಿನ್ ಕೈಗೆ ಲಕ್ವಾ ಹೊಡ್ಯಾ" ಎಂದು ಬೋರೇಗೌಡನಿಗೆ ಬೀದಿಯಲ್ಲೇ ನಿಂತು ಹಿಡಿಶಾಪ ಹಾಕಿದಳು. ವಿಷಯ ತಿಳಿದ ಬೋರೆಗೌಡನಿಗೆ ಆವತ್ತು ಯಾವುದೋ ಗ್ಯಾನದಲ್ಲಿ ಪೂರ್ತಿ ಜಮೀನಿನ ಅಳತೆ ಬರೆದು ಕೊನೆಗೆ ಅದನ್ನು ತಿದ್ದದೆ ಬುಟ್ಟಿದ್ದು ಗೊತ್ತಾಗಿ ತನ್ನ ತಪ್ಪಿನ ಅರಿವಾಯಿತು ಮತ್ತು ಇದನ್ನೇ ಬಂಡವಾಳ ಮಾಡ್ಕೊಂಡು ಆ ಶಿವಣ್ಣ ತನ್ನ ತುಳಿಯಲು ಪ್ರಯತ್ನಿಸುವುದನ್ನು ಕಂಡು ಅವನ ಮೇಲೆ ಕೋಪವೂ ಬಂದಿತು. ಸಮಾಧಾನ ತಂದುಕೊಂಡು "ಅಜ್ಜಿ ಏನೂ ಹೆದರ್ಬೇಡ... ಆ ಸೂಳೆಮಗ ನಿನ್ ಜಾಗಕ್ಕೆ ಅದೆಂಗೆ ಕಾಂಪೌಂಡ್ ಕಟ್ಟಿಸ್ತಾನೋ

ನೋಡ್ತಿನಿ" ಎಂದು ಆವತ್ತೇ ಇಸ್ಕೂಲು ಬಿಲ್ಡಿಂಗಿನ ಅಳತೆಯಷ್ಟು ಜಾಗ ಬಿಟ್ಟು ಉಳಿದುದಕ್ಕೆ ಬಿದಿರಿನ ಬೇಲಿ ಹಾಕಿಸಿಬಿಟ್ಟನು. ಅನ್ಯಾಯವಾಗಿ ಚಿನ್ನದಂಥ ಜಾಗ ಇಸ್ಕೂಲು ಪಾಲಾಗುತ್ತದೆಂದು ತಿಳಿದ ಅಜ್ಜಿಯ ಮಗ ಶಂಕರ ತನ್ನ ಸಂಬಂಧಿ ಬೋರೇಗೌಡನನ್ನು ಶಪಿಸುತ್ತಾ ಅವನೊಡಗೂಡಿಯೇ ಬರೆದು ಕೊಟ್ಟ ಪತ್ರವನ್ನು ಹೇಗೆ ಬದಲಾಯಿಸಬಹುದೆಂದು ತಾಲ್ಲೂಕು ಆಫೀಸಿನಲ್ಲಿ ವಿಚಾರಿಸುವುದಕ್ಕೆ ಮುಂದಾದನು.

ಬರೆದು ಕೊಟ್ಟ ಪತ್ರವನ್ನು ಬದಲಾಯಿಸಲು ಓಡಾಡುತ್ತಿದ್ದಾರೆ ಎಂಬುದನ್ನು ತಿಳಿದ ಶಿವಣ್ಣ ತಡಮಾಡದೆ ಆ ಪತ್ರದ ಒಂದೊಂದು ಪ್ರತಿಯನ್ನು ನಗರದ ಡೀಸಿ ಆಫೀಸಿಗೊಂದು, ಬೆಟ್ಟದ ಪೋಲಿಸ್ ಸ್ಟೇಷನ್ನಿಗೊಂದು ತಲುಪಿಸಿದನು. "ಈ ಮನೆ ಹಾಳ್ರು ಮೊಧ್ಲೆ ಪಂಚಾಯ್ತಿಯಿಂದ ಬಂದ್ ಮನೆ ಕಟ್ಸಿ ಕೊಟ್ಟಿದ್ರೆ ಸಾಕಾಯ್ತಿತ್ತು. ಬೇವಾರ್ಸಿಗಳು ಮನೆ ಕಟ್ಟಿಸಿ ಕೊಡ್ತೀನಿ ಅಂತ ಓಟು ಹಾಕಿಸಿಕೊಂಡು, ಮನೇನೇ ಮುರಿಯೋಕೆ ಬಂದವ್ರೆ" ಎಂದು ಶಿವನಜ್ಜಿ ನಟಿಕೆ ಮುರಿಯುತ್ತಾ ಬೈಯುತ್ತಿದ್ದಳು. ಈಗ ಇನ್ನೊಂದು ಖಾಲಿಪತ್ರಕ್ಕೆ ಹೆಬ್ಬೆಟ್ಟು ಒತ್ತಿ "ನನ್ನ ಮನೇಗೆ ಬಂದು ಇದ್ಬುಡು. ಬಾಕಿದೆಲ್ಲಾ ನಾನು ನೋಡ್ಕೋತೀನಿ" ಎಂದ ಮಗನಿಗೆ "ಆವತ್ತಿಂದ ಇಲ್ದಿದ್... ಈವತ್ತೇನಪಾ ಬಂತು? ಈ ಕಿತ್ತೋದ್ ಜಾಗಕ್ಕಾಗಿ ಆ ನನ್ ಸವತಿ ಮುಂಡೆ ಹತ್ರ ಬಂದು ಭಿಕ್ಷೆ ಬೇಡ್ಕೊಂಡು ನಿಂತ್ಗಾಬೇಕೇ? ಹೋಗೋಗು, ನಿನ್ ಕೆಲ್ಸಾ ನೋಡ್ಕಾ" ಎಂದು ಮಗನನ್ನು ಉಗಿದು ಅಟ್ಟಿದ್ದಳು. "ನಾಳೆ ಬೆಳಿಗ್ಗೆ ಆಗೋದ್ರೊಳಗೆ ಖಾಲಿ ಮಾಡದಿದ್ದರೆ ನಾಳೆ ಪೋಲಿಸ್ನೋರು ಬಂದು ಖಾಲಿ ಮಾಡಿಸುತ್ತಾರೆ... ಗುಡಿಸಲನ್ನ ಜೆಸಿಬಿಯಿಂದ ಹೊಡೆದು ಹಾಕಿಸ್ತಾರೆ... ಯೋಚ್ನೆ ಮಾಡಿ ಬೆಳಿಗ್ಗೆವೊಳ್ಗೆ ನೀನೇ ಖಾಲಿಮಾಡಿ ಬಿಡು" ಎಂದು ಹೇಳಿಹೋಗಿದ್ದ ಶಿವಣ್ಣ. ಅರ್ಜಿಯನ್ನು ಕೂಲಂಕಷವಾಗಿ ಪರಿಶೀಲಿಸಿದ ಡೀಸಿ ಅದನ್ನು ತೆರವುಗೊಳಿಸುವಂತೆ ಬೆಟ್ಟದ ಸ್ಟೇಷನ್ನಿನ ಇನ್ಸ್‌ಪೆಕ್ಟರಿಗೆ ಆಜ್ಞೆ ಮಾಡಿದ್ದ. ಸ್ಥಳಕ್ಕೆ ಬಂದು ನೋಡಿ ಹೋಗಿದ್ದ ಪೇದೆಗಳು ಬೆಳಿಗ್ಗೆ ಜೆಸಿಬಿ ಜೊತೆ ಬರುವುದಾಗಿಯೂ ಹೇಳಿ ಹೋಗಿದ್ದರು.

ಕೆಟ್ಟುಹೋದ ಬುಡ್ಡಿ ದೀಪದ ಮುಂದೆ ಕೂತ ಶಿವನಜ್ಜಿಗೆ ನಿದ್ದೆ ಬರಲೇ ಇಲ್ಲ. ಬೇಸಿಗೆಯಲ್ಲಿ ಬತ್ತಿಹೋದ ಕೆರೆಯಂತಿದ್ದ ಒಣಗಿದ ಕಣ್ಣುಗಳಿಂದ ಎರಡು ಹನಿ ಕಣ್ಣೀರು ಸುಕ್ಕುಹಿಡಿದ ಚರ್ಮದ ಸಂದಿಗಳಿಂದ ಹರಿದು ಮಂಡಿ ಹಿಡಿದುಕೊಂಡು ಕುಂತಿದ್ದ ಕೈ ಮೇಲೆ ಬಿತ್ತು. ಹೀಗೆ ಶಿವನಜ್ಜಿಗೆ ಮಗನ ಮನೆಯಿಂದ ಹೊರ ಬಿದ್ದಾಗಲೂ ನೀರು ಬಿದ್ದಿರಲಿಲ್ಲ. ಆಗ ಒಂದು ಹಟಕ್ಕೆ ಬಿದ್ದವಳಂತೆ ಸೊಸೆಗೆ ಸೆಡ್ಡು ಹೊಡೆದು ಬದುಕಬೇಕೆಂಬ ತಪನೆಯಿಂದ ಬಂದಿದ್ದಳು. ಈಗ ಯಾರ ಮೇಲೆ ಸೆಡ್ಡು ಹೊಡೆಯುವುದು – ಇದ್ದ ಸೂರೂ ಕಳಚಿ ತಲೆಯ ಮೇಲೆ ಒರಗುವಾಗ?

ಇರುವುದಕ್ಕೆ ತಾನೂ ತನ್ನದು ಅಂತ ಯಾರ ಹಂಗಿಲ್ಲದ ಜಾಗವಿತ್ತು. ಹೇಳದೆ ಕೇಳದೆ ಬಂದೆ. ಈಗ ಅಸಹ್ಯದ ಸೊಸೆಯ ಮುಂದೆ ಒಪ್ಪತ್ತು ಕೂಳಿಗಾಗಿ ಬೇಡುವುದೇ? ಅದಕ್ಕಿಂತ ಸೂರಿಲ್ಲದೆ ಸಾಯುವುದೇ ವಾಸಿ ಎನ್ನಿಸಿತು ಅಜ್ಜಿಗೆ. ಪ್ರೀತಿಯಿಂದ ಸಾಕಿದ ಮಗ ಖಾಯಿಲೆ ಹಿಡಿದು ಮಲಗಿದ್ದಾಗ ನೋಡುವುದಕ್ಕೆ ಬರಲಿಲ್ಲ. ಊರು ನನ್ನನ್ನು ತಿಕ್ಕಲು ಎಂದರೆ ಪರವಾಗಿಲ್ಲ ಅದೂ ನಾನೆತ್ತ ಮಗ... ಹೇ... ಅದೊಂದು ತಿಕ್ಕಲು ಸತ್ರೆ ಸಾಯ್ಲಿ ಬಿಡಿ... ಎಂದಿದ್ದ. ಈಗ ಅಂಥವನ ಮುಂದೆ ಜೀವನ ಹಾಕು ಎಂದು ಸೆರಗೊಡ್ಡಿ ಬೇಡಲೆ? ಎಷ್ಟು ಚಂದಾಗಿದ್ದ ನನ್ನೊಂದಿಗೆ ನನ್ನ ಮೊಮ್ಮಗ. ಕೊನೆಗೆ ಅವನೂ ದೆವ್ವ ದೆವ್ವ ಅಂತ ಹತ್ತಿರಕ್ಕೆ ಬರದೇ ಹೋದ್ನಲ್ಲಾ... ನಾನಾದರೂ ಬೇಕು ಅಂತ ಮಾಡಿದೆನೆ? ಹೈಕಳ ಕಾಟ ತಪ್ಪಿಸಿಕೊಳ್ಳಲು ಹಾಗೆ ಮಾಡಿದೆ. ಇದರಿಂದ ನನ್ನ ಮೊಮ್ಮಗನೇ ನನ್ನಿಂದ ದೂರವಾಗುತ್ತಾನೆಂದು ನಾನೇನು ಕನಸು ಕಂಡಿದ್ದೆನೆ? ಎಷ್ಟು ತಡೆದರೂ ದುಃಖ ಒತ್ತರಿಸಿ ಬರುತ್ತಲೇ ಇತ್ತು.

ಹಾಲ್ಟ್ ಗಾಡಿ ಮಾಡಿದ ಹಾರ್ನ ಸದ್ದಿಗೆ ಐದುಗಂಟೆ ಆಗೋಯ್ತು ಎಂದವಳೇ ಹಾಗೆ ಎದ್ದು ತಡಿಕೆ ಸರಿಸಿ ಹೊರಕ್ಕೆ ಬಂದಳು. ಮೂಡ್ಲಿನಲ್ಲಿ ಬೆಳ್ಳಿ ಮೂಡಿತ್ತು. ಕೊಕ್ಕಕ್ಕೊ ಅಂತ ಕೋಳಿ ಕುಕ್ಕರಿಸಿದವು. ಶಿವನಜ್ಜಿಗೆ ಒಂದೇ ಜಾಗದಲ್ಲಿ ನಿಲ್ಲಲಾಗಲಿಲ್ಲ. ಒಂದಾದರೊಂದರಂತೆ ಚಿಂತೆಗಳು ತಲೆಯನ್ನು ತುಂಬುತ್ತಿದ್ದವು. ಒಳಕ್ಕೆ ಹೋದವಳೇ ಮಗನ ಮನೆಯಿಂದ ಬರುವಾಗ ಕಟ್ಟುಹಾಕಿಸಿದ ತನ್ನ ಮತ್ತು ಅವರ ಪಟವನೊಮ್ಮೆ ನೋಡಿ ಕಣ್ಣಿಗೊತ್ತಿಕೊಂಡಳು. ಅವರು ಬದುಕಿದ್ದರೆ ನನಗೆ ಈ ಸ್ಥಿತಿ ಬರುತ್ತಿತ್ತೇ ಎಂದುಕೊಂಡಳು. ಕಣ್ಣು ಮಂಜು ಮಂಜಾದಂತೆನ್ನಿಸಿ ಕೈಯನ್ನು ಆಸರೆಯಾಗಿಟ್ಟುಕೊಂಡು ಹಾಗೇ ಕಂಬಕ್ಕೊರಗಿ ಕುಳಿತುಕೊಂಡಳು.

ಮೈ ಮೇಲೆ ಮಳೆ ಬಿದ್ದಂತಾಗಿ ಮಳೆ ಬಂದಿತೇ ಎನ್ನುತ್ತಾ ತಡವರಿಸಿ ಎದ್ದ ಶಿವನಜ್ಜಿಗೆ ಚೊಂಬು ಹಿಡಿದು ನಿಂತಿದ್ದ ಕಮಲಮ್ಮ ಇನ್ನಿತರ ಹೆಂಗಸರು ಕಾಣಿಸಿದರು. ಹೊತ್ತು ಆಗಲೇ ಏರಿತ್ತು. ಎಷ್ಟು ಏಳಿಸಿದರೂ ಎಚ್ಚರಾಗದ ಶಿವನಜ್ಜಿಗೆ ಏನೋ ಆಗಿದೆ ಎಂದು ಕಮಲಮ್ಮ ನೀರು ಹಾಕಿ ಎಬ್ಬಿಸಿದ್ದರು. ಅಜ್ಜಿ ಎದ್ದು ಹೊರಗಡೆ ಬಂದಾಗ ನಾಲ್ಕಾರು ಖಾಕಿಬಟ್ಟೆ ಪೋಲಿಸರು ಮತ್ತೊಂದು ದೈತ್ಯ ಜೆಸಿಬಿ ನಿಂತಿರುವುದು ಕಾಣಿಸಿತು. ದೂರದಲ್ಲಿ ಬೋರೇಗೌಡ ಮತ್ತು ಮಗ ಶಂಕರ ಯಾರೊಂದಿಗೋ ವಾಗ್ವಾದಕ್ಕಿಳಿದದ್ದು ಕಾಣಿಸುತ್ತಿತ್ತು. ಅಧ್ಯಕ್ಷ ಶಿವಣ್ಣ ಬೋರೇಗೌಡ ಏನಾದರೂ ಕಿತಾಪತಿ ಮಾಡಿಸುತ್ತಾನೆಂದು ಜೊತೆಗೆ ಊರಿನಲ್ಲಿ ತನ್ನ ಖದರ್ರು ಎಲ್ಲರಿಗೂ ಗೊತ್ತಾಗಲಿ ಎಂದು ಪೋಲೀಸರಿಗೆ ನಾಕು ಕಾಸು ಕೊಟ್ಟು ಕರೆಸಿಬಿಟ್ಟಿದ್ದ. ಅಷ್ಟರಲ್ಲಿ ಹತ್ತಿರ ಬಂದ ಪೀಸಿ ಒಂದು ಕಾಗದವ ಹಿಡಿದು ಶಿವನಜ್ಜಿಯಿಂದ ಹೆಬ್ಬೆರಳು ಒತ್ತಿಸಿಕೊಂಡು ಇನ್ಸ್‌ಪೆಕ್ಟರಿಗೆ ಕೊಟ್ಟ. "ಏನಜ್ಜಿ, ಈ ಜಾಗ ಸ್ಕೂಲಿಗೆ

ಬರೆದುಕೊಟ್ಟಿದ್ದೀಯಂತೆ ನಿಜಾವಾ?" ಎಂದು ಅಜ್ಜಿಯನ್ನು ಕೇಳಿದರು. "ಏನೋ ಗೊತ್ತಿಲ್ಲಪ್ಪ ಬೋರಣ್ಣ ಹಾಕಿಸಿಕೊಂಡು ಹೋದ" ಎಂದಿತು ಅಜ್ಜಿ. ಮತ್ತೊಮ್ಮೆ ಇನ್ಸ್‌ಪೆಕ್ಟ್ರ ಕಾಗದಪತ್ರ ನೋಡಿ ಸಾಕ್ಷಿ ಹಾಕಿದ್ದವರನ್ನು ಕರೆಸಿ ಕೇಳಲಾಯಿತು.

ಬೋರೆಗೌಡನನ್ನು ಬಿಟ್ಟು ಉಳಿದ ರುದ್ರಣ್ಣ ಮಾದಪ್ಪನವರು ಹೌದು ಸ್ವಾಮಿ ಎಂದರು. ಬೋರಣ್ಣ ಮಾತ್ರ ಇದು ಸುಳ್ಳುಪತ್ರ ಎಂದೇ ಇನ್ಸ್ ಫೆಕ್ಟ್ರರೊಂದಿಗೆ ವಾದಿಸ ತೊಡಗಿದ. "ಹಾಗಾದರೆ ಈ ಸೈನು ನಿಂದಲ್ಲವಾ?" ಕೇಳಿದರು ಇನ್ಸ್‌ಪೆಕ್ಟ್ರ. ನಂದಲ್ಲ ಎಂದ ಬೋರೇಗೌಡ. "ಸರಿ ನಡಿ ಸ್ಟೇಷನ್ನಿನಲ್ಲಿ ವಿಚಾರಿಸುವ..." ಎಂದಾಗ ಮೆಲ್ಲನೆ ಹೋಗಿ ಗುಂಪಿನಲ್ಲಿ ಸೇರಿಕೊಂಡ. ದೂರದಲ್ಲೇ ನಿಂತು ನೋಡುತ್ತಿದ್ದ ಶಂಕರ 'ಪೋಲಿಸ್ನೋರ ಸವಾಸ ಸಾಕು, ಜಾಗ ಹೋದರೆ ಹೋಗಲಿ' ಎಂದು ದೂರ ಸರಿದ. ನಂತರ ಅಜ್ಜಿ ಕಡೆ ತಿರುಗಿದ ಇನ್ಸ್‌ಪೆಕ್ಟ್ರ "ಅಜ್ಜಿ ನಿನ್ನ ಸಾಮಾನೆಲ್ಲಾ ತೆಗೆದುಕೋ" ಎಂದು ಹೇಳಿ ಜಗುಲಿಯಲ್ಲಿ ಕುಳಿತುಕೊಂಡ. "ಊರಲ್ಲಿ ದೊಡ್ಡ ಗಲಾಟೆನೇ ಆಗುತ್ತದೆ ತಾವು ದಯಮಾಡಿ ಬರಬೇಕು" ಎಂದು ಐನೂರನ್ನು ಇನ್ಸ್‌ಪೆಕ್ಟ್ರ ಜೇಬಿಗೆ ಇಳಿಸಿ ಕರೆತಂದಿದ್ದ ಶಿವಣ್ಣ. ಇಷ್ಟು ಸುಲಭವಾಗಿ ಬೋರೇಗೌಡ ಬಗ್ಗಿದ್ದು; ಯಾರೂ ಅವನ ಪರವಾಗಿ ಇಲ್ಲದ್ದು ಕಂಡು ಇನ್ಸ್‌ಪೆಕ್ಟ್ರರಿಗೆ ಬರೀ ಪೀಸಿಗಳನ್ನು ಕಳಿಸಿದ್ದರೂ ಸಾಕಿತ್ತು ಎನಿಸಿತು. ಅಜ್ಜಿ ಏನೊಂದು ಮಾತನಾಡದೆ ಸುಮ್ಮನೆ ನಿಂತಿತ್ತು. ಇಬ್ಬರು ಪೀಸಿಗಳು ಗುಡಿಸಲೊಳಕ್ಕೆ ಹೋದರು. ಅಜ್ಜಿ ಪಾತ್ರೆ ಪಗಾಡೆಗಳನ್ನು ತಂದು ಜಗುಲಿ ಮೇಲಿಟ್ಟರು. ಮುಂದೆ ನುಗ್ಗಿದ ಜೆಸಿಬಿ ತನ್ನ ಕೈಯನ್ನು ಗುಡಿಸಲ ಕಡೆ ಚಾಚಿತ್ತು ಅಷ್ಟೆ. ಛಾವಣಿ ಹಾರಿಹೋಯ್ತು. ಮತ್ತೊಮ್ಮೆ ಕೈ ಹಾಕಿತು, ಮೂರುಕಡೆ ಇದ್ದ ಮಣ್ಣಿನ ಗೋಡೆಗಳು ದಬದಬನೆ ಉರುಳಿದವು. ಇದ್ದಕ್ಕಿದ್ದಂತೆಯೇ ಪರ ಪರನೆ ತಲೆಯನ್ನು ಕೆರೆದುಕೊಳ್ಳುತ್ತಾ ಶಿವನಜ್ಜಿ ಆ ಕಡೆ ಈ ಕಡೆ ಹೋದಂತೆ ಮಾಡಿ ಹಿಹ್ಹಿಹ್ಹಿ ಎಂದು ಜೋರಾಗಿ ನಗುತ್ತಾ ನೆಲಕ್ಕೆ ಬಗ್ಗಿ ಒಂದಿಡೀ ಮಣ್ಣನ್ನು ತೆಗೆದುಕೊಂಡು ಗಾಳಿಗೆ ತೂರಿ... ವಿಶಾಲವಾಗಿದ್ದ ಆ ದೇವಸ್ಥಾನದ ಅಂಗಳದ ಕಡೆ ನುಗ್ಗಿ ಮತ್ತೊಮ್ಮೆ ಬಗ್ಗಿ ಒಂದು ಹಿಡಿ ಮಣ್ಣು ತೆಗೆದುಕೊಂಡು ತೂರುತ್ತಾ ತನ್ನ ಪಾಡಿಗೆ ತಾನು ನಗುತ್ತಾ ಎತ್ತಲೋ ಹೋಯಿತು.

●●●

ಮಾಯಿ

ಹೊರಗೆ ಸಣ್ಣಗೆ ಜಿಟಿಜಿಟಿ ಮಳೆ. ಆಗೊಂದು ಈಗೊಂದು ವಾಹನ ಓಡಾಡುತ್ತಿದ್ದುದು ಬಿಟ್ಟು ಹೆಚ್ಚೂ ಕಡಿಮೆ ಆ ಹೈವೆ ರಾತ್ರಿಯಲ್ಲಿ ಅಷ್ಟೊಂದು ಗಲಿಬಿಲಿಯಾಗುತ್ತಿರಲಿಲ್ಲ. ಗಿರಾಕಿಗಳು ನಿಧಾನಕ್ಕೆ ಖಾಲಿಯಾಗುತ್ತಿದ್ದರು. ಬೆಳಗ್ಗಿಂದ ಓಡಾಡಿ ಸುಸ್ತಾದ ಹುಡುಗರು ಸದ್ಯ ಎಲ್ಲಾ ಖಾಲಿ ಮಾಡಿ ಮಲಕ್ಕೊಂಡರೆ ಸಾಕಪ್ಪ ಎಂಬ ತರಾತುರಿಯಲ್ಲಿದ್ದರು. ಸುತ್ತ ಯಾವ ಡಾಬಾಗಳೂ ಇಲ್ಲದೆ ಇದೊಂದೆ ಡಾಬಾ ಇದ್ದು ಎಂದಿನಂತೆ ಮಾಮೂಲಿಯಾಗಿ ಗಿರಾಕಿ ಹೆಚ್ಚೇ ಇದ್ದು ಒಂದೊಂದು ಗುಡಿಸಲೂ ಖಾಲಿಯಾಗುತ್ತಾ ಬರುತ್ತಿತ್ತು. ಮುಖ್ಯ ದ್ವಾರದ 'ರಾಣಿ ಡಾಬಾ' ನೇಮ್ ಬೋರ್ಡಿಂದ ಬಿಟ್ಟಿದ್ದ ಸೀರಿಯಲ್ ಹಾಗೇ ದಾರಿಗುಂಟ ಬಂದು ಗುಡಿಸಲುಗಳ ಅಕ್ಕಪಕ್ಕಕ್ಕೆ ಅಮರಿಕೊಂಡಿತ್ತು. ಸಣ್ಣಗೆ ದೀಪ ಉರಿಸಿಕೊಂಡು ಬರುತ್ತಿದ್ದ ವಾಹನಗಳು ಹತ್ತಿರ ಬರುತ್ತಿದ್ದಂತೆ ನಿಲ್ಲುವ ಪ್ರಯತ್ನ ಮಾಡಿ ಯಾಕೋ ಹಾಗೇ ಮುಂದುವರೆದು ಬಿಡುತ್ತಿದ್ದವು.

ಇನ್ನೂ ಮಳೆ ಜಾಸ್ತಿಯಾಗಬಹುದೇನೋ ಎಂಬ ಭಯವಿರಬೇಕು. ಸಪ್ಲೈಯರ್ ಮಲ್ಲೇಶ್, ಕ್ಯಾಷಿಯರ್ ಬಳಿ ಏನನ್ನೋ ವರದಿ ಒಪ್ಪಿಸುತ್ತಾ ಹೊರಗೆ ಇಣುಕಿ ನೋಡಿ ಕ್ಲೀನರ್ ಹುಡುಗರಿಗೆ ಬೇಗ ಮುಗಿಸ್ರೋ ಬಾಗಿಲು ಹಾಕುವ ಎಂದು ಹೇಳಿ ಗೇಟಿನ ಬಳಿ ತಲೆ ಮೇಲೆ ಕರ್ಚೀಪು ಹಿಡಿದು ನಿಧಾನಕ್ಕೆ ಓಡಿದ. ಇನ್ನೇನು ಗೇಟು ಹಾಕಬೇಕು ಎನ್ನುವಷ್ಟರಲ್ಲಿ ರೊಯ್ಯನೆ ಟಾಟಾ ಸುಮೋವೊಂದು ಗಕ್ಕನೆ ನೇಮ್‌ಬೋರ್ಡಿನ ಮುಂದೆ ಬ್ರೇಕು ಹಾಕಿತು. ಬೀಗ ಹಾಕುವುದಕ್ಕೆ ಶುರುಮಾಡಿದ್ದ ಮಲ್ಲೇಶ ಹಾಗೇ ಎರಡೂ ಬಿದಿರುಕಡ್ಡಿ ಗೇಟುಗಳನ್ನು ಹಿಂದಕ್ಕೆ ಅಗಲಿಸಿ 'ಖಾಲಿ ಮಾಡ್ತಿದ್ದೀವಿ... ಏನೂ ಇಲ್ಲ' ಎಂಬಂತೆ ಕೈನಲ್ಲಿ ಸಿಗ್ನಲ್ ಮಾಡಿದ. ನಿಂತಿದ್ದ ಸುಮೋ ಹಾಗೇ ಜರ್ಕ್ ಹೊಡೆದುಕೊಂಡು ಮುಂದೆ ಬಂತು. ಡ್ರೈವರ್ ಸೀಟಿನ ಪಕ್ಕದಲ್ಲಿ ಕೂತ ಧಡೂತಿ ಆಸಾಮಿ ಸಿಗರೇಟಿನ ಹೊಗೆ ಬಿಡುತ್ತಾ "ಏನ್ ಇದೆಯೋ ಅದನ್ನೇ ಕೊಡು. ಬಾ ಮರಿ" ಎಂದು ಮಲ್ಲೇಶ ಎದುರು ನಿಂತಿದ್ದನ್ನೂ ಕೇರ್ ಮಾಡದೆ ಡಾಬಾ ಒಳಗಡೆ ನುಗ್ಗಿತು. ಇದೊಳ್ಳೆ ಸಾವಾಸ ಆಯ್ತಲ್ಲ ಎಂದುಕೊಂಡ

ಮಲ್ಲೇಶ ಪಕ್ಕಕ್ಕೆ ಸರಿದು ಸುಮೋ ಒಳಗಡೆ ಬಂದ ಮೇಲೆ ಮತ್ತೆ ಯಾರಾದರೂ ಬಂದು ಬಿಟ್ಟಾರೆಂದು ಹಾಗೇ ಗೇಟನ್ನು ಮುಚ್ಚಿಕೊಂಡು ಬಂದ.

ಸುಮೋಯಿಂದ ಇಳಿದ ಏಳೆಂಟು ಮಂದಿ ಗುಡಿಸಲಿನೊಳಕ್ಕೆ ಹೋಗದೆ ಸೀದಾ ಹಾಲಿಗೆ ಬಂದು ಮಧ್ಯದಲ್ಲಿಯೇ ಕುಳಿತರು. ಬೆಂಕಿ ಉರಿಯುತ್ತಿದ್ದ ಹಾಗೆ ಇದ್ದ ಎಲ್ಲರ ಕಣ್ಣ ನೋಡಿ ಅಲ್ಲಿದ್ದ ಹುಡುಗರು ನಮಗ್ಯಾಕೆ ಎಂದು ಮರೆಯಾದರು. ಮಲ್ಲೇಶಿ ಅವರನ್ನು ವಿಚಾರಿಸಲು ಹೋದ. "ಚಿಕನ್, ಮಟನ್ ಏನಾರಾ ಇದ್ಯಾ?" ಎಂದ ಧಡೂತಿ ಆಸಾಮಿ. ಮುಖಕ್ಕೆ ರಪ್ಪಂತ ವಿಸ್ಕಿ ವಾಸನೆ ಹೊಡೆಯಿತು. ಮೂಗು ಮುಚ್ಚಿಕೊಂಡ ಮಲ್ಲೇಶ "ನಾನ್‌ವೆಜ್ ಖಾಲಿ, ಚಪಾತಿ ಬಿಟ್ರೆ ಮತ್ತೇನಿಲ್ಲ" ಎಂದ. "ಸರಿ ಅದನ್ನೇ ತಂದಿಡು" ಎಂದಿತು ಧಡೂತಿ. ಉಳಿದ ಹಿಟ್ಟನ್ನು ಬೇಗ ಕಲೆಸಿ ಭಟ್ಟ ಚಪಾತಿ ಬೇಯಿಸಿಕೊಟ್ಟ. ಅಳಿದುಳಿದ ಗೊಜ್ಜು, ಸಾಂಬಾರ್, ಚಟ್ನಿ ಎಲ್ಲಾ ಸರಿಮಾಡಿ ಎಂಟು ಜನಕ್ಕೆ ತೃಪ್ತಿಯಾಗುವಂತೆ ಹೊಂದಿಸಿದ.

ತಿಂದು ಮುಗಿಸಿದ ಮಂದಿ ಸಿಗರೇಟು ಹಚ್ಚಿ ತಮ್ಮಲ್ಲೇ ಏನೋ ಮಾತನಾಡಿಕೊಂಡು ನಗತೊಡಗಿದರು. ಕ್ಯಾಶ್ ಟೇಬಲ್ಲಿನ ಮೇಲೆ ಇದ್ದ ಬಿಲ್ ಪುಸ್ತಕದಲ್ಲಿದ್ದ ಹಾಳೆ ಹರಿದು ಒಟ್ಟು ಬಿಲ್ ಬರೆದು "ಸರ್, ಬಿಲ್" ಎಂದು ಅವರು ಕುಳಿತಿದ್ದ ಟೇಬಲ್ ಮೇಲಿಟ್ಟ. ಮಲ್ಲೇಶನನ್ನು ಅಷ್ಟು ಮಂದಿ ತಿನ್ನುವಂತೆ ನೋಡತೊಡಗಿದರು. ಅದೇ ಧಡೂತಿ "ತಿಂದಿದ್ದೇ ಎಂಟ್ ಚಪಾತಿ. ಅಷ್ಟಕ್ಕೆ ಇಷ್ಟ್ ಬಿಲ್ ಹಾಕ್ತಿಯಾ ಮಗನೆ" ಎಂದು ಬಿಲ್ ಹರಿದು ಹಾಕಿದ. "ಇಲ್ಲಾ ಸಾರ್. ನೀವು ತಿಂದಿದ್ದು ಇಪ್ಪತ್ತಾರು ಚಪಾತಿ. ಅಷ್ಟಕ್ಕೆ ಬಿಲ್ ಹಾಕಿದ್ದೀನಿ" ಎಂದು ಮತ್ತೊಂದು ಬಿಲ್ ಬರೆದು ಟೇಬಲ್ ಮೇಲೆ ತಂದಿಟ್ಟ. ನಮ್ಗೆ "ಇನ್ನೊಂದು ಬಿಲ್ ಕೇಳ್ತಿಯಾ ಮಗನೆ" ಎಂದು ಕೋಪದಿಂದ ಧಡೂತಿ ಮಲ್ಲೇಶನ ಕತ್ತಿನ ಪಟ್ಟಿ ಹಿಡಿದುಕೊಂಡ. ಇವರಿಬ್ಬರ ಗಲಾಟೆಯನ್ನು ಕೇಳಿಸಿಕೊಂಡ ಹುಡುಗರು ಮರೆಯಲ್ಲಿ ಬಂದು ಇಣುಕಿದರು. ಬಿಡಿಸಿಕೊಳ್ಳಲು ಹೆಣಗಿ ಆಗದಿದ್ದಾಗ ಮಲ್ಲೇಶ "ನನ್ ಕೆಲ್ಸ ಮಾಡಿದ್ದೀನಿ. ಬೇಕಾದ್ರೆ ಓನರ್ ಹತ್ರ ಮಾತಾಡ್ಕಳಿ" ಪುನಃ ಕೊಸರಾಡಿದ. "ಸೂಳೆಮಗನೆ, ನಮಗೇ ಎದುರುತ್ತರ ಕೊಡ್ತೀಯಾ?" ಎಂದ ಧಡೂತಿ ರಪ್ಪನೆ ಮಲ್ಲೇಶನ ಕಪಾಳಕ್ಕೆ ಬಿಗೀತು. ಇದನ್ನು ನಿರೀಕ್ಷಿಸಿರದ ಮಲ್ಲೇಶ ತಲೆತಿರುಗಿದಂತಾಗಿ ಎರಡು ಹೆಜ್ಜೆ ಹಿಂದೆ ಹೋದ. "ನಿಮ್ಮೌವನ್... ಯಾರ್ಗೆ ಬಿಲ್ ಕೊಡ್ತಿಯಾ ನೀನು?" ಎಂದು ಮತ್ತೆ ಮುಂದೆ ಹೋದ ಧಡೂತಿ. "ಸರ್... ಅವ್ವನ್ ಗಿವ್ವನ್ ತಂಟೆಗೆ ಬರ್ಬೇಡಿ" ತಾನೂ ಕೈ ತೋರಿಸಿದ. "ಬೋಳಿಮಗ್ನೆ, ಮತ್ತೆ ಮಾತಾಡ್ತಿಯಾ?" ಎಂದು ಮಲ್ಲೇಶನ ಜುಟ್ಟು ಹಿಡಿದುಕೊಂಡು ದನಕ್ಕೆ ಬಡಿದ ಹಾಗೆ ಬಡಿದ. ಅವಿತು ಕುಳಿತಿದ್ದ ಬಾಕಿ ಹುಡುಗರು ಬೆವತುಹೋದರೆ ಹೊರತು ಬಿಡಿಸುವುದಕ್ಕೆ ಮುಂದೆ

ಬರಲಿಲ್ಲ. ಹೆದರಿದ ಕ್ಯಾಶಿಯರ್ ಯಜಮಾನನಿಗೆ ಫೋನಿಕ್ಕಿದ. ಯಜಮಾನ ಬರುವವರೆಗೂ ತಲೆಗೊಂದರಂತೆ ಏಟು ಬಿಗಿದಿದ್ದರು. ಅಸಹಾಯಕನಾದ ಮಲ್ಲೇಶ್ ಅಯ್ಯೋ... ಅಮ್ಮಾ... ಎಂದು ಕಿರುಚಿಕೊಂಡದ್ದೇ ಹೆಚ್ಚು. ಮೂಗು, ಬಾಯಿಯಲ್ಲಿ ರಕ್ತ ಸೋರುತ್ತಿತ್ತು. ಅಷ್ಟೊತ್ತಿಗೆ ಕಾರಿನಲ್ಲಿ ಬಂದ ಯಜಮಾನ "ಆಯ್ತು ಬಿಡಣ್ಣಾ, ತಪ್ಪಾಯ್ತು. ಬಿಲ್ ಏನು ಬೇಡ. ಸದ್ಯಕ್ಕೆ ಹೋಗಿ" ಎಂದು ಅವರನ್ನು ಸಮಾಧಾನ ಪಡಿಸಿ ಕಳಿಸಿದ.

ಅವರು ಹೋಗುತ್ತಲೇ ಮಲ್ಲೇಶನ ಕಡೆ ತಿರುಗಿ "ಏ ಗೂಬೆ... ಅವರ ಸಪೋರ್ಟ್ ಇಂದಾನೆ ನಾವಿಲ್ಲಿ ಡಾಬಾ ನಡೆಸ್ತಿರೋದು... ಅವರನ್ನು ಯಾಕೋ ದುಡ್ ಕೇಳಿದೆ" ಎಂದು ಮಲ್ಲೇಶನನ್ನೇ ಬೈದು ಹೋದ. ಎಲ್ಲಾ ಹೋದ ಮೇಲೆ ಇತರೆ ಹುಡುಗರು ಬಂದು ಸಮಾಧಾನ ಮಾಡತೊಡಗಿದರು. "ಇದೆಲ್ಲಾ ಮಾಮೂಲು ಬಿಡೋ..." ಎಂದು. ಈ ಬೆಂಗಳೂರ ಸಹವಾಸವೇ ಸಾಕು ಎಂದ ಮಲ್ಲೇಶ ಮಾರನೆ ದಿನ ಬೆಳಗ್ಗೆ ಗಂಟುಮೂಟೆ ಕಟ್ಟಿ ಉದಯರಂಗ ಬಸ್ಸೇರಿದ.

ಗಲ್ಲಿಯ ತುದಿಯಲ್ಲಿ ಒಂದೇ ನೇರದಲ್ಲಿ ನಾಲ್ಕಾರು ಸೀಟು ಹಾಕಿದ ಗವಿಯಂತ ಮನೆಗಳ ಮಧ್ಯದಲ್ಲೊಂದು ಪಕ್ಕ ನಿಂತು ಗೋವಿಂದಣ್ಣ ಇದೇ ನನ್ನ ರೂಮು ಎಂದು ಜೇಬಿನಿಂದ ಕೀ ತೆಗೆದು ಬೀಗಕ್ಕೆ ಸಿಕ್ಕಿಸಿ ಒಳಕ್ಕೆ ಹೋಗಿರು ಬಂದೆ ಎನ್ನುತ್ತಾ ಅತ್ತ ಹೋದ. ಗೋವಿಂದಣ್ಣ ಅತ್ತ ಕಾಲಿಡುತ್ತಿದ್ದಂತೆಯೇ ಸದಾ ಮುಚ್ಚಿಕೊಂಡೇ ಇದ್ದ ಇತರ ರೂಮುಗಳಿಂದ ಬಾಗಿಲು ಕಿರ್ರನೆ ತೆಗೆದು ಕೆಲವಲ್ಲಿ ಹೆಂಗಸರೂ ಮತ್ತೆ ಕೆಲವಲ್ಲಿ ಗಂಡಸರ ತಲೆಗಳೂ ಹೊರಗಿಣಿಕಿದವು. ಗಾಬರಿಯಾದಂತಾದ ಮಲ್ಲೇಶ ಬಾಗಿಲನ್ನು ಜೋರಾಗಿ ತಳ್ಳಿದ. ಊರಗೌಡರ ಹಳೇಮನೆ ಬಾಗಿಲು ಕಿರ್‍ರಂದ ಹಾಗೆ ಸದ್ದು ಮಾಡುತ್ತಾ ಬಾಗಿಲು ತೆರೆದುಕೊಂಡಿತು. ಎಂಥದೋ ವಿಚಿತ್ರ ವಾಸನೆ ಮೂಗಿಗಡರಿತು. ಒಳಕ್ಕೆ ಹೋದ ಮಲ್ಲೇಶಿಗೆ ಮೊದಲು ಎದುರಾದದ್ದೇ ಅರ್ಧಮೊಲೆ ಬಿಟ್ಟ ಯಾವುದೋ ಹೆಂಗಸಿನ ಚಿತ್ರಪಟ. ಬೆಚ್ಚಿದಂತಾಗಿ ಸುತ್ತ ಒಮ್ಮೆ ಗಮನಿಸಿದ. ಅದನ್ನ ಮನೆ ಎನ್ನುವುದಕ್ಕಿಂತ ಒಂದು ರೂಮಿನಲ್ಲಿ ಚಿಕ್ಕದಾಗಿ ಅಡುಗೆಮನೆ, ಅಡುಗೆಮನೆಯಲ್ಲೇ ಬಚ್ಚಲು, ಮತ್ತೊಂದು ಸಣ್ಣ ಹಾಲ್ ಮಾಡಿದ್ದರು. ಕಿಟಕಿಯಲ್ಲಿ ಅಂಟಿಸಿದ್ದ ಬೆತ್ತಲೆ ಚಿತ್ರಗಳು, ತೊಳೆಯದೆ ಬಚ್ಚಲಿನಲ್ಲಿ ಚೆಲ್ಲಾಪಿಲ್ಲಿಯಾಗಿದ್ದ ಪಾತ್ರೆಗಳು, ಒಗೆಯದೆ ಹ್ಯಾಂಗರಿಗೆ ನೇತು ಹಾಕಿದ ಪ್ಯಾಂಟು, ಶರ್ಟ್, ಅಡ್ಡಗೋಡೆ ಮೇಲೆ ಇಟ್ಟಿದ್ದ ಸಿಗರೇಟು ಪ್ಯಾಕು, ಚಿಲ್ಲರೆ ಕಾಸು... ಒಂದು ಸಣ್ಣ ಕಿಟಕಿಯಂಥ ಕಿಂಡಿಯಲ್ಲಿ ಹಳೆಯ ಟೇಪುರೇಕಾರ್ಡರು, ಒಂದಷ್ಟು ಕೆಸೆಟ್‌ಗಳು ಇದ್ದವು. ಯಾವುದೋ ಗೋಡನ್ನಿಗೆ ಹೊಕ್ಕಂತಾಯಿತು ಮಲ್ಲೇಶನಿಗೆ. ಸ್ಟೌವಿನ ಸುತ್ತಲೂ ಬಿದ್ದಿದ್ದ ಅಕ್ಕಿಕಾಳುಗಳನ್ನು, ಸಕ್ಕರೆ ತುಂಡುಗಳನ್ನು ಸಣ್ಣ ಇರುವೆಗಳು ಮುತ್ತಿ

ಎಳೆದುಕೊಂಡು ಹೋಗುತ್ತಿದ್ದವು. ಅವು ಎತ್ತ ಹೋಗುತ್ತಿದ್ದವೆಂಬುದು ಮಾತ್ರ ತಿಳಿಯಲಿಲ್ಲ. ವಾಸನೆ ಇದ್ದಕ್ಕಿದ್ದಂತೆ ಕಡಿಮೆಯಾದಂತೆನ್ನಿಸಿತು. ಕಸದ ಬುಟ್ಟಿಯಲ್ಲಿದ್ದ ಸಿಗರೇಟಿನ ತುಂಡುಗಳು ಮತ್ತು ಬಾಟ್ಲಿಗಳನ್ನು ನೋಡಿ ಒಳ್ಳೆಯವನಂತೆ ಊರಿನಲ್ಲಿ ಪೋಸು ಕೊಡುತ್ತಿದ್ದ ಗೋವಿಂದಣ್ಣನ ಮೇಲೆ ಅನುಮಾನ ಬಂತು. ಏನು ಮಾಡಬೇಕೆಂದು ತೋಚದೆ, ಕುಳಿತುಕೊಳ್ಳಲೂ ಆಗದೆ ಗರಬಡಿದವನಂತೆ ನಿಂತ. ದಡಕ್ಕನೆ ಬಂದ ಗೋವಿಂದಣ್ಣ "ಏನ್ ಯೋಚ್ನೆ ಮಾಡ್ತಾ ಇದ್ದೀಯಾ ಮಲ್ಲೇಶಿ? ನೋಡು ಇದೇ ಬೆಂಗ್ಳೂರು ಜೀವನ. ಸ್ವಲ್ಪ ದಿನ ನೋಡು ನಿಂಗೇ ಗೊತ್ತಾಗುತ್ತೆ. ಅಲ್ಲಿ ಚೀಲ ಇಟ್ಟು ಮುಖ ತೊಳ್ಕಾವೋಗು" ಎಂದು ಗೋವಿಂದಣ್ಣ ಸಿಗಾರು ಹಚ್ಚಿದ. ಚೀಲ ಇಟ್ಟು ಬಚ್ಚಲಿಗೆ ಕಾಲಿಟ್ಟ. ಬಕೇಟಿನಲ್ಲಿ ಮುಕ್ಕಾಲು ತುಂಬಿದ ನೀರಿನ ಮೇಲೆ ಬೆಳ್ಳಗೆ ಎಂತದೋ ಪದರ ಕಟ್ಟಿತ್ತು. ಅಲ್ಲಿದ್ದ ಜಗ್ ತೆಗೆದುಕೊಂಡು ಮುಖಕ್ಕೆ ನೀರೆರಚಿಕೊಂಡ. ತಣ್ಣನೆ ನೀರು ಬಿದ್ದು ಆಹ್ಲಾದವೆನಿಸಿತು. "ಅಲ್ಲಿ ಟವಲ್ಲದೆ, ಎತ್ಕ" ಎಂಬ ಗೋವಿಂದಣ್ಣನ ಮಾತಿಗೆ ಕಾಲನ್ನೂ ತೊಳೆಯದೆ ಈಚೆ ಬಂದು ಟವಲು ತೆಗೆದುಕೊಂಡ. ಇಷ್ಟೇ ಜಾಗದಲ್ಲಿ ಅಷ್ಟು ಸಾಮಾನು ಜೋಡಿಸಿದುದ ಕಂಡು ಊರಲ್ಲಿ ಅಷ್ಟಗಲ ಜಾಗ ಇದ್ದರೂ ಜಾಗ ಸಾಕಾಗಲ್ಲ ಎಂದು ಗೊಣಗುತ್ತಿದ್ದ ಅಜ್ಜಿಗೆ ಒಮ್ಮೆ ಈ ಊರು ತೋರಿಸಬೇಕೆನ್ನಿಸಿತು. "ತಿನ್ನಾಕೆ ಏನಾರ ತರ್ತೀನಿ. ಇನ್ನೊಂದ್ ನಾಕ್ ದಿನ ಇಲ್ಲೇ ಇರು. ಅಷ್ಟೊತ್ತಿಗೆ ನಿಂಗೊಂದು ಕೆಲ್ಸ ಹುಡುಕ್ತೀನಿ" ಎನ್ನುತ್ತಾ ಒಳಗೇ ಬಿಟ್ಟಿದ್ದ ಚಪ್ಪಲಿ ಧರಿಸಿ ಗೋವಿಂದಣ್ಣ ಹೊರಹೋದ.

ಸಿಗರೇಟಿನ ಹೊಗೆ ಕಂಡರೆ ಆಗದ ಮಲ್ಲೇಶ ಹೊಗೆ ಹೋಗಲಿ ಎಂದು ಫ್ಯಾನು ಹಾಕಿದ. ಆ ಹೊಗೆ ಹೊರಗೆ ಹೋಗದೆ ಅದೇ ಫ್ಯಾನಿನ ಸುತ್ತಲೂ ಸುಳಿಯಂತೆ ಗಿರಕಿ ಹೊಡೆಯತೊಡಗಿತು. ಥತ್ ಇದರ ಮನೆ ಹಾಳಾಗ ಎಂದವನೇ ಈಚೆ ಬಂದು ನಿಂತ. ಅಜ್ಜಿ ಅಡುಗೆಮನೆಯಲ್ಲಿ ಡಬ್ಬ ಜೋಡಿಸಿದಂತೆ ಸುತ್ತ ಒಂದರ ತಿಕ್ಕೊಂದು ಅಂಟಿಕೊಂಡಂತೆ ಇರುವ ಮನೆಗಳ ಕಂಡು ಮಲ್ಲೇಶನಿಗೆ ಸೋಜಿಗವೆನ್ನಿಸಿತು. ಪಕ್ಕದಲ್ಲಿನ ರೂಮಿನ ಲುಂಗಿ ಬನಿಯನ್ನಿನ ವ್ಯಕ್ತಿ ಬಕೇಟಿನಲ್ಲಿ ನೀರಿಡಿದುಕೊಂಡು ಈಚೆ ಬಂದು ಸುತ್ತ ನೋಡುತ್ತಾ ನಿಂತಿದ್ದ ಮಲ್ಲೇಶನನ್ನು ಒಂದು ಕ್ಷುದ್ರಜೀವಿ ಎಂಬಂತೆ ಮೇಲಿನಿಂದ ಕೆಳಕ್ಕೆ ನೋಡಿ ಮುಂದಕ್ಕೆ ಹೋಯಿತು. ಯಾಕಣ್ಣ... ಎಂದು ಕೇಳುವ ಮನಸ್ಸಾದರೂ ಮಲ್ಲೇಶ ಏನೂ ಮಾತಾಡದೆ ಅವನು ಹೋದ ದಿಕ್ಕನ್ನೇ ನೋಡಿದ. ಅಷ್ಟು ದೂರ ಹೋದ ಆ ವ್ಯಕ್ತಿ ತಗಡಿನ ಬಾಗಿಲು ತೆಗೆದು ಬಕೇಟನ್ನು ಒಳಗಿಟ್ಟುಕೊಂಡು ಬಾಗಿಲು ಮುಚ್ಚಿಕೊಂಡಿತು. ಅಷ್ಟೊತ್ತಿಗೆ ಒಂದು ಕವರಲ್ಲಿ ಏನೋ ಹಿಡಿದುಕೊಂಡು ಬಂದ ಗೋವಿಂದಣ್ಣ "ಹಂಗೆಲ್ಲಾ ಈಚೆ ಬಂದು ನಿಂತ್ಕೋಬಾರ್ದು. ಯಾವಾಗ್ಲೂ ಬಾಗಿಲು ತಕ್ಕೊಂಡಿರಬಾರ್ದು, ಬಾಗಿಲು ಹಾಕ್ಕೊಂಡು

ಒಳಗಡನೇ ಇರ್ಬೇಕು. ನಡೀ ನಡಿ” ಎಂದವನೇ ಒಳಹೋದ. ಗೋವಿಂದಣ್ಣ ಯಾಕೆ ಹೇಳಿದ ಎಂದು ಅರ್ಥವಾಗದೆ ಮಲ್ಲೇಶನಿಗೆ ಒಂದು ಅವ್ಯಕ್ತ ಭಯ ಆವರಿಸಿದಂತಾಗಿ ಒಳನಡೆದ. “ಸರಿ. ಇಲ್ಲಿ ಬಾತ್ ಇದೆ. ತಿನ್ಕೊಂಡು ಇಲ್ಲೇ ಇರು. ನಾನು ಸಂಜೆ ಅಷ್ಟೊತ್ತಿಗೆ ಬಂದು ಬಿಡ್ತಿನಿ” ಎಂದು ಗೋವಿಂದಣ್ಣ ತಾನು ಹಾಕಿದ್ದ ಬಟ್ಟೆ ಬಿಚ್ಚಿಹಾಕಿ ಕೈಕಾಲು ಮುಖ ತೊಳೆದು ಚನ್ನಾಗಿರೋ ಮತ್ತೊಂದು ಬಟ್ಟೆ ಹಾಕಿಕೊಂಡು ಹೊರನಡೆದ. ಕವರಿನಲ್ಲಿ ಇದ್ದ ಪೊಟ್ಟಣ ಒಡೆದು ತಿಂದು ಕಸದ ಬುಟ್ಟಿಯಲ್ಲಿ ಪೇಪರ್ ಬಿಸಾಡಿ ಕೈ ತೊಳೆದು ಬಂದ ಮಲ್ಲೇಶ, ಬಾಗಿಲು ಚಿಲಕ ಹಾಕಿ ಏನು ಮಾಡುವುದೆಂದು ತೋಚದೆ ಹಾಗೇ ಬರಿ ನೆಲದ ಮೇಲೆ ಉರುಳಿಕೊಂಡ. ಮುಖದ ಮೇಲೆ ಬರ್‍ರೋ ಎಂದು ಫ್ಯಾನ್ ತಿರುಗುತ್ತಿತ್ತು. ಪಕ್ಕದ ರೂಮುಗಳಿಂದ ಒಮ್ಮೊಮ್ಮೆ ಚಾನೆಲ್ ಬದಲಾಯಿಸಿದ ಟೀವಿ ಸೌಂಡು, ಮತ್ತೊಮ್ಮೆ ಮಾತನಾಡುವ ಸದ್ದು, ಮಗದೊಮ್ಮೆ ತಲೆ ಮೇಲೆ ವಿಮಾನ ಹಾರಿದ ಸದ್ದು. ಒಟ್ಟಾರೆ ನಿರ್ದಿಷ್ಟವಾಗಿ ಯಾವ ಸದ್ದೆಂದು ಗುರುತಿಸಲಾಗದೆ ಎಲ್ಲಾ ಸದ್ದುಗಳು ಮಿಕ್ಸಾಗಿ ಒಂದು ರಿದಂನಂತೆ ಅವನ ಕಿವಿಯೊಳಗೆ ನುಗ್ಗಿ ಹಾಗೇ ಅವನಿಗೆ ಮಂಪರು ಕವಿಸತೊಡಗಿದವು.

ಅದಾಗ ತಾನೇ ಪಿಯುಸಿ ಮುಗಿಸಿದ್ದ ಮಲ್ಲೇಶನನ್ನು ಅವರ ಅಜ್ಜಿ ಮುಂದಕ್ಕೆ ಓದಿಸಲಿಲ್ಲ. ಊರಿನಲ್ಲಿ ಕೆಲಸ ಮಾಡದೆ ಪುಂಡ ಹುಡುಗರೊಂದಿಗೆ ಓಡಾಡಿಕೊಂಡಿದ್ದ ಮಲ್ಲೇಶನನ್ನು ತಾಯಿ ಇಲ್ಲದ ತಬ್ಬಲಿ ಮಗನೆಂಬ ಕಾರಣಕ್ಕೆ ಅಜ್ಜಿ ಏನೂ ಮಾತನಾಡದೆ ಸಹಿಸಿಕೊಂಡಿದ್ದು ಹೇಗಾದರೂ ಮಾಡಿ ಅವನಿಗೊಂದು ದಾರಿ ತೋರಿಸಬೇಕೆಂದು ಶೆಟ್ಟರ ಮಗ ಗೋವಿಂದನಿಗೆ “ಇವನನ್ನು ಹೇಗಾದ್ರೂ ಮಾಡಿ ಬೆಂಗಳೂರಿಗೆ ಕರೆದುಕೊಂಡು ಹೋಗಪ್ಪ” ಎಂದು ಅವನು ಬಂದಾಗಲೆಲ್ಲಾ ಪೀಡಿಸುತ್ತಿದ್ದ ಅಜ್ಜಿಯ ಕಾಟ ತಡೆಯಲಾರದೆ ಗೋವಿಂದ ಒಪ್ಪಿದ್ದ. ಬೆಂಗಳೂರು ಎಂದಾಗ ಮಲ್ಲೇಶನಿಗೂ ಕಿವಿ ನೆಟ್ಟಗೆ ನಿಗುರಿ ಕನಸು ಕಾಣತೊಡಗಿತ್ತು. ಪಾಠದಲ್ಲಿ ಓದಿದ್ದ ವಿಧಾನಸೌಧ, ಲಾಲ್‌ಬಾಗು, ಕಬ್ಬನ್‌ಪಾರ್ಕು, ವಿಮಾನ ನಿಲ್ದಾಣ ಎಲ್ಲವೂ ಜ್ಞಾಪಕಕ್ಕೆ ಬಂದು ಎಷ್ಟು ಬೇಗ ಗೋವಿಂದಣ್ಣ ಬೆಂಗಳೂರಿಗೆ ಕರಕೊಂಡು ಹೋಗುವನೋ ಎನ್ನಿಸಿತ್ತು. ಅದೂ ಅಲ್ಲದೆ ಆರು ತಿಂಗಳಿಗೋ ಮೂರು ತಿಂಗಳಿಗೋ ಬೆಂಗಳೂರಿಂದ ಡಿಸ್ಕಿ ಡಿಜೈನ್ ಬಟ್ಟೆ ಹಾಕಿಕೊಂಡು ಬೆಳ್ಳಗಾಗಿ ಬರುತ್ತಿದ್ದ ವಾರಿಗೆ ಹುಡುಗರನ್ನು ಕಂಡು ಎಷ್ಟೋ ಸಾರಿ ತಾನೂ ಅವರಂತಾಗಬೇಕೆಂದುಕೊಂಡಿದ್ದ. ಈ ಊರಲ್ಲಿ ನೆಟ್ಗೆ ಖರ್ಚಿಗೆ ಕಾಸು ಸಿಗೋದಿಲ್ಲ, ಒಳ್ಳೆ ಬಟ್ಟೆನೂ ಹಾಕೋಕಾಗಲ್ಲ. ಬೆಂಗಳೂರಿಗೆ ಹೋದರೆ ಕೈತುಂಬಾ ಸಂಪಾದನೆ ಮಾಡಿ ಇಷ್ಟ ಬಂದ ಹಾಗೆ ಹಾಯಾಗಿ ಬದುಕಬಹುದೆಂದು ಯಾವಾಗಲೂ ಅದೇ ಗುಂಗಿನಲ್ಲಿರುತ್ತಿದ್ದ. ಬೆಂಗಳೂರಿಂದ ಬಂದ ಹುಡುಗರನ್ನು ಊರ ಜನ ಮಾತಾಡಿಸುವ ರೀತಿಯೇ

ಬೇರೆ. ಇಲ್ಲೇ ಇರುವವರನ್ನು ಮಾತಾಡಿಸುವ ರೀತಿಯೇ ಬೇರೆ ಎಂಬುದು ಅವನ ಮನಸಿನಲ್ಲಿದ್ದು ತಾನೂ ಎಲ್ಲರಿಂದ ಮರ್ಯಾದೆ ಗಿಟ್ಟಿಸಬಹುದೆಂಬ ತವಕದಲ್ಲಿದ್ದನು. ಒಂದು ದಿನ ಗೋವಿಂದಣ್ಣ ಮಲ್ಲೇಶನನ್ನು ಹೊರಡಿಸಿಕೊಂಡು ಬೆಂಗಳೂರಿಗೆ ಬಂದಾಗ ಮುಗಿಲೆತ್ತರಕ್ಕೆ ಬೆಳೆದು ಮೇಲೆ ಬಿದ್ದುಬಿಡುವ ಹಾಗೆ ಭಯ ಹುಟ್ಟಿಸುವ ಕಟ್ಟಡಗಳು, ಕಾಡಂದಿಗಳು ಹೊಲಕ್ಕೆ ಹಿಂಡು ಹಿಂಡಾಗಿ ನುಗ್ಗುವ ಹಾಗೆ ಭರ್ರನೆ ಬರುವ ವಾಹನಗಳು, ತಲೇ ಮೇಲೆ ರೆಕ್ಕೆ ಬಡಿದು ಹಾರಿ ಹೋಗುವ ಕಾಗೆಗಳಂತೆ ಕಬ್ಬಿಣದ ಹಕ್ಕಿಗಳು ಇವೆಲ್ಲಾ ನೋಡಿ ಕಕ್ಕಾಬಿಕ್ಕಿಯಾಗಿಬಿಟ್ಟಿದ್ದ. ಗೋವಿಂದಣ್ಣ ಅವನ ಕೈಹಿಡಿದು ಕರೆದುಕೊಂಡು ಹೋಗದಿದ್ದರೆ ಸುಮ್ಮನೆ ಅಲ್ಲೇ ಪ್ರತಿಮೆಯಂತೆ ನಿಂತು ಬಿಡುತ್ತಿದ್ದನೇನೋ! ಕೈಹಿಡಿದು ತಿರುವುಗಳಲ್ಲಿ ತಿರುಗಿಸಿ ಕವಲೊಡೆದ ಒಂದು ಸಣ್ಣ ರಸ್ತೆಯತ್ತ ತಿರುಗಿ ಒಂದೇ ನೇರದಲ್ಲಿ ಬೆಂಕಿಪೊಟ್ಟಣ ಜೋಡಿಸಿದಂತೆ ಇರುವ ಮನೆಗಳತ್ತ ನಡೆದು ಗಲ್ಲಿಯ ತುದಿಯಲ್ಲಿ ಒಂದೇ ನೇರದಲ್ಲಿ ನಾಲ್ಕಾರು ಸೀಟು ಹಾಕಿದ ಗವಿಯಂಥ ಮನೆಗಳತ್ತ ಕರೆದುಕೊಂಡು ಬಂದ ಗೋವಿಂದಣ್ಣ.

ಹೊರಗಡೆ ದಢ್ ಎಂದು ಸದ್ದಾದುದ ಕೇಳಿ ಥಟ್ಟನೆ ಎಚ್ಚರಗೊಂಡ ಅವನು ಕಿಟಕಿಯಲ್ಲಿ ನೋಡಿದ. ಒಂದು ಚಿಕ್ಕ ಮಗು ಕೈಲಿದ್ದ ಆಟದ ಸಾಮಾನನ್ನು ನೆಲದ ಮೇಲೆ ಬಿಸಾಡುತ್ತಾ ಆಟವಾಡತೊಡಗಿತ್ತು. ಅದರ ಪಕ್ಕದಲ್ಲೇ ನಿಂತಿದ್ದ ಸುಮಾರು ಆರೇಳು ವರ್ಷದ ಇಬ್ಬರು ಮಕ್ಕಳು ಆ ಮಗುವಿನೊಂದಿಗೆ ಸೇರಿ ಕೇಕೆ ಹಾಕುತ್ತಿದ್ದವು. ಬೆಳಗ್ಗೆ ಗೋವಿಂದಣ್ಣನೊಂದಿಗೆ ಬಸ್ ಹತ್ತಿದಾಗಿನಿಂದ ಒಂದಕ್ಕೆ ಹೋಗಿರಲಿಲ್ಲ. ಕಿಬ್ಬೊಟ್ಟೆ ನೋಯತೊಡಗಿ, ಏನು ಮಾಡುವುದೆಂದು ತೋಚದೆ, ಈಚೆ ಬರಲೂ ಭಯವಾಗಿ ಬಚ್ಚಲಿನಲ್ಲೇ ಹುಯ್ದು ನೀರು ಹಾಕಲು ಬಕೇಟಿನತ್ತ ನೋಡಿದರೆ ಇದ್ದ ಅರ್ಧ ನೀರನ್ನೂ ಗೋವಿಂದಣ್ಣ ಖಾಲಿ ಮಾಡಿಬಿಟ್ಟಿದ್ದ. ಏನಪ್ಪಾ ಮಾಡೋದು ಈಗ ಎಂದು ಜಗ್ಗಲ್ಲಿ ಉಳಿದಿದ್ದ ಅರ್ಧ ನೀರನ್ನೇ ಹಾಕಿ, ವಾಸನೆ ಬರುತ್ತದೋ ಇಲ್ಲವೋ ಎಂದು ಮತ್ತೆ ಮತ್ತೆ ಮೂಸಿ ನೋಡಿ ಖಚಿತ ಪಡಿಸಿಕೊಂಡಾದ ಮೇಲೆ ಮತ್ತೆ ಬಂದು ಮಲಗಿದ.

ಒಬ್ಬೊಬ್ಬರಾಗಿ ಅಕ್ಕಪಕ್ಕದ ಮನೆಗಳಿಗೆ ಎಲ್ಲಿಗೋ ಹೋಗಿದ್ದವರು ಬಂದು ಸೇರಿಕೊಂಡು ಮಾತುಕತೆಯಲ್ಲಿ ಮಗ್ನರಾಗುತ್ತಿದ್ದುದು ಇವನ ಗಮನಕ್ಕೆ ಬಂದು ಕಿಟಕಿ ಕಡೆ ನೋಡಿದರೆ ಆಗಲೇ ಕತ್ತಲು ಆವರಿಸಿ ಬೀದಿದೀಪ ಉರಿಯತೊಡಗಿದ್ದವು. ಮಿಕ್ಸಿ ಸೌಂಡು, ಟೀವಿ ಸೌಂಡು ಜೋರಾಗಿತ್ತು. ಬಾಗಿಲು ದಢ್ ಎಂದು ಸದ್ದಾಯಿತು. ತೆಗೆಯುವುದಕ್ಕೆ ಭಯ. ಮತ್ತೊಮ್ಮೆ ಸದ್ದಾಗಿ "ನಾನೋ ಕಣೋ ಗೋವಿಂದ... ಬಾಗಿಲು ತೆಗಿ" ಗೋವಿಂದಣ್ಣನ ಶಬ್ದ ಕೇಳಿ ಬಾಗಿಲು ತೆಗೆದು, ಒಳಕ್ಕೆ ಕಾಲಿಡುತ್ತಿದ್ದಂತೆಯೇ ಮೂಗುಮುಚ್ಚಿಕೊಂಡ ಗೋವಿಂದನಿಗೆ ಎಲ್ಲಾ ಅರ್ಥವಾಗಿ

"ನೋಡು, ಒಂದು ಎರಡು ಮಾಡಬೇಕೆಂದರೆ ಪಕ್ಕದ ರೂಮಿನ ಪಕ್ಕ ಇರುವ ಟಾಯ್ಲೆಟ್‌ಗೆ ನೀರು ತಕ್ಕೊಂಡು ಹೋಗು. ಅದು ನಮಗೂ ಸೇರಿದೆ. ಬೆಳಗ್ಗೆ ಮತ್ತು ಸಂಜೆ ಹೊರಗಡೆ ನೀರು ಬಿಡ್ತಾರೆ. ಆಗ ಹೋಗಿ ಹಿಡಿದುಕೊಂಡು ತುಂಬಿಸ್ಕಾಬೇಕು. ತಿಳಿತಾ? ಎನ್ನುತ್ತಾ ತಾನೇ ಒಂದು ಬಿಂದಿಗೆ ತಕ್ಕೊಂಡು ಮುಂದಾಗಡೆ ಹೆಂಗಸರು ನಿಂತಿದ್ದ ಜಾಗದಲ್ಲಿ ಮಡಗಿದ. ಗೋವಿಂದ ತಾನು ಸೀಮೆಣ್ಣೆ ಸ್ಟೌ ಹಚ್ಚಿ ತರಕಾರಿ ಹಚ್ಚಿ ಅಕ್ಕಿ ತರಕಾರಿಯೆಲ್ಲವನ್ನೂ ಒಟ್ಟಿಗೆ ಬೇಯಿಸಿ ಎಂತದೋ ಪಲಾವ್ ಮಾಡಿದ. ಇದ್ದ ಸ್ವಲ್ಪ ಜಾಗದಲ್ಲಿಯೇ ಇಬ್ಬರಿಗೂ ಮಲಗುವಂತೆ ಅನುಕೂಲ ಮಾಡಿಕೊಂಡು ಮಲಗಿದರು. ಬಹಳ ಹೊತ್ತಾದರೂ ಅಕ್ಕಪಕ್ಕದಲ್ಲಿ ಸದ್ದು ನಿಂತಿರಲಿಲ್ಲ. ಮೂರನೇ ಮನೆಯಲ್ಲಿ ಯಾರೋ ಹೆಂಗಸು ತನ್ನ ಮಗನಿಗೆ ಊಟ ಮಾಡೋ, ವಸಿ ತಿನ್ನೋ ಎಂದು ಬಲವಂತ ಮಾಡುತ್ತಿದ್ದುದು ಕೇಳಿಸಿತು. ನಿಧಾನಕ್ಕೆ ಸದ್ದು ಕಡಿಮೆಯಾಗುತ್ತಿದ್ದರೆ ಇವನ ತಲೆಯಲ್ಲಿ ತಾಯಿಯ ಅಸ್ಪಷ್ಟ ನೆನಪು ಕಾಡತೊಡಗಿತು.

ಮನೆಗೆ ದಿನಾ ಕುಡಿದು ಬರುತ್ತಿದ್ದ ಅಪ್ಪ, ಅವ್ವನಿಗೆ ಹಿಗ್ಗಾಮುಗ್ಗಾ ಚಚ್ಚುತ್ತಿದ್ದುದನ್ನು ನೋಡಿದರೂ ಅವನು ಏನೂ ಮಾಡಲಾಗದಂತಹ ಸ್ಥಿತಿ. ನಾಲ್ಕೋ ಐದೋ ತರಗತಿಯಲ್ಲಿ ಓದುತ್ತಿದ್ದ ಅವನಿಗೆ ಅವನಪ್ಪನನ್ನು ಕಂಡರೆ ಒಳಗೊಳಗೆ ಅಸಹ್ಯವಾಗುತ್ತಿತ್ತು. ಯಾವಾಗಲೂ ಮದ್ದೂರಮ್ಮನ ಚಾವಡಿಯಲ್ಲಿ ಇಸ್ಪೀಟಾಟ ಆಡುತ್ತಾ ಕಾಲ ಕಳೆದು ಕುಡಿಯುವುದಕ್ಕೆ ಅವ್ವನನ್ನು ದುಡ್ಡು ಕೇಳುವುದು; ಅವ್ವ ಇಲ್ಲವೆಂದಾಗ ಮನಸೋ ಇಚ್ಛೆ ಬಡಿಯುವುದು. ದಿನಾ ಇವರದ್ದು ಮಾಮೂಲೇ ತಾನೆ ಎಂದು ನೆರೆಹೊರೆಯವರು ಇವರ ಜಗಳ ಕುರಿತು ದಿವ್ಯಮೌನವಹಿಸುದ್ದುದು, ಏಟು ತಿಂದ ಮೇಲೆ ತಾಯಿ ಮಗ ಇಬ್ಬರೇ ಕೂತು ಅಳುವುದು ಮಾಮೂಲಿಯಾಗಿತ್ತು. ಸ್ಕೂಲಿಗೆ ಹೋಗಲು ಬಟ್ಟೆ ಪುಸ್ತಕ ಕೇಳಿದರೂ ಹೊಡೆತ ತಪ್ಪುವುದಿಲ್ಲ. ಗೌಡರ ತೋಟಕ್ಕೆ ಕೂಲಿಗೆ ಹೋಗುವ ಅವ್ವನನ್ನು, ಗೌಡರನ್ನ ಮಡಿಕಂಡಿದ್ದೀಯಾ ಬೋಸುಡಿ ಮುಂಡೆ ಎಂದು ದಿನಾ ಚಚ್ಚುವುದೇ ಅವನ ಕರ್ತವ್ಯವಾಗಿತ್ತು. ಅಪ್ಪನಿಂದ ಒದೆ ತಿಂದೂ ತಿಂದೂ... ಇತ್ತ ಪ್ರತಿದಿನ ಜೀತ ಮಾಡಿ ಮಾಡಿ ಅವ್ವ ಸವೆದು ಹೋಗಿದ್ದಳು. ಅವಳು ಅಳುತ್ತಲೇ ಇರಲಿಲ್ಲ. ಅತ್ತರೂ ಕಣ್ಣೀರೇ ಬರುತ್ತಿರಲಿಲ್ಲ. ಒಂದು ದಿನ ಅಪ್ಪನನ್ನು ಸಮಾಧಾನ ಮಾಡಿ ಊಟಕ್ಕೆ ಕೂರಿಸಿ ಅರೆದ ಖಾರ ತರಲು ಪಕ್ಕದ ಸಾವಿತ್ರಕ್ಕನ ಮನೆಗೆ ಹೋಗಿ ಬರುವುದು ಸ್ವಲ್ಪ ತಡವಾದಾಗ ಗಂಡನಿಗೆ ಊಟ ಇಕ್ಕುಟ್ಟು "ಯಾವೊನ್‌ತಕೆ ಮಲ್ಗಾಕೆ ಹೋಗಿದ್ದಿಯೆ ಸೂಳೆಮುಂಡೆ" ಎಂದು ರೌದ್ರವತಾರ ತಾಳಿದ ಅಪ್ಪ ಅನ್ನದ ತಟ್ಟೆಯನ್ನು ಮುಖಕ್ಕೆ ನೇರವಾಗಿ ಎಸೆದ. ತಟ್ಟೆಯ ಅಂಚು ಚೂಪಾಗಿದ್ದರಿಂದ ಅದು ಅವ್ವನ ಕತ್ತನ್ನೇ ಕೊಯ್ದುಕೊಂಡು ಹೋಯಿತು. ಅವ್ವನೆಂದರೆ ಸದಾ ಅಳುತ್ತಿದ್ದ, ಗಾಬರಿಯಿಂದ

ಮನೆಗೆ ಬರುತ್ತಿದ್ದ, ಎದೆಗೊರಗಿಸಿಕೊಂಡ ತಲೆ ಸವರುತ್ತಿದ್ದ ಕೈಯಷ್ಟೇ ಈಗ ನೆನಪಿಗೆ ಬರುವುದು. ಮುಂದೆ ಅವ್ವ ಸತ್ತ ನಂತರ ಇದೇ ಬೆಂಗಳೂರಿಗೆ ಅಪ್ಪ ಬಂದು ಬಿಟ್ಟನಂತೆ. ಬಂದು ಏನಾದನೋ ಯಾರಿಗೂ ಗೊತ್ತಿಲ್ಲ.

ಬೆಳಗ್ಗೆ ಎಚ್ಚರಾದಾಗ ಗೋವಿಂದಣ್ಣ ಆಗಲೇ ಎದ್ದಿದ್ದ. ತಾನು ತಡವಾಗಿ ಎದ್ದಿರಬಹುದೆಂಬ ಆತಂಕದಿಂದಲೇ ಮಲ್ಲೇಶ ಎದ್ದ. ಬಕೇಟಿನತ್ತ ಕೈ ತೋರುತ್ತಾ... ಆ ಕಡೆ ಹೋಗು ಬಾತ್‌ರೂಂಗೆ... ಎಂದ ಗೋವಿಂದಣ್ಣ. ಇವನು ಬಕೇಟ್ ಕೈಲಿಡಿದು ಆಚೆ ಬಂದರೆ ಆಗಲೇ ನಾಕು ಜನ ಬಕೇಟ್ ಹಿಡಿದು ಕ್ಯೂ ನಿಂತಿದ್ದರು. ನಮ್ಮೂರಲ್ಲಿ ತೋಪಿನ ಮರೆಯಲ್ಲಿ ಆರಾಮಾಗಿ ಕೂರುತ್ತಿದ್ದುದೇ ವಾಸಿ ಎನ್ನಿಸಿತು. ಒಬ್ಬ ಒಳಗಡೆ ಹೋಗಿ ಸರಿಯಾಗಿ ಎರಡು ನಿಮಿಷ ಆಗಲಿಲ್ಲ. ಆಗಲೇ ಮತ್ತೊಬ್ಬನ ಬುಲಾವು. ಕೊನೆಗೂ ಮಲ್ಲೇಶನ ಸರದಿ ಬಂತು. ನಮ್ಮದೇ ಆದ ಲೋಕದಲ್ಲಿ ವಿಹರಿಸುವ ಈ ಕಕ್ಕಸು ರೂಮಿನಲ್ಲೂ ಫ್ರೀಯಾಗಿ ಇರುವುದಕ್ಕೆ ಆಗುವುದಿಲ್ಲ ಎಂದುಕೊಂಡ ಮಲ್ಲೇಶ ಜೋರಾಗಿ ಶಬ್ದ ಮಾಡಿಕೊಂಡು ಕಕ್ಕ ಮಾಡಿದರೆ ಈಚೆ ನಿಂತವರಿಗೆ ಗೊತ್ತಾಗಿ ಬಿಡುತ್ತೋ ಎಂದು ಸದ್ದು ಮಾಡದೆ ಕೆಲಸ ಮುಗಿಸಲು ಪ್ರಯತ್ನಿಸುತ್ತಿದ್ದರೂ ರಾತ್ರಿ ತಿಂದ ಗೋವಿಂದಣ್ಣನ ಅಡುಗೆಯ ಮಹತ್ವವೋ ಏನೋ ಡರ್ರನೇ ಸೌಂಡು ಮಾಡುತ್ತಲೇ ಬಂತು. ಥೂ ಇದರ ಮನೆ ಹಾಳಾಗ ಎಂದು ಶಪಿಸುತ್ತಿರುವಾಗಲೇ ಬಾಗಿಲು ಬಡಿದ ಶಬ್ದ. ಪೂರ್ತಿ ಆಯಿತೋ ಇಲ್ಲವೋ ಅಂತೂ ಮಲ್ಲೇಶ ಈಚೆ ಬಂದ. ಸಾಕಪ್ಪ ಇದರ ಸವಾಸ ಎನ್ನಿಸಿತು. ಅವನಿಗೆ ಲೋಕಾಭಿರಾಮವಾಗಿ ಎಷ್ಟೊತ್ತು ಕೂತಿದ್ದರೂ ಕೇಳುವವರಿಲ್ಲದ ನಮ್ಮೂರ ಪೊದೆಯಲ್ಲಿ? ಈ ಕಕ್ಕಸು ರೂಮೆಲ್ಲಿ? ಎಂದುಕೊಳ್ಳುತ್ತಾ ಒಳ ಬರುತ್ತಲೇ ಗೋವಿಂದಣ್ಣ ಹೇಳಿದ. "ಬಿಂದಿಗೆ ತಗೋಂಡೋಗಿ ಅಲ್ಲಿ ನೀರಿಡಿದುಕೊಂಡು ಬಾ." ಎರಡೂ ಕೈನಲ್ಲಿ ರಬ್ಬರ್ ಬಿಂದಿಗೆ ಹಿಡಿದುಕೊಂಡು ಮೂಲೆಯಲ್ಲಿನ ಕೊಳಾಯಿ ಬಳಿ ಬಂದರೆ ಹತ್ತರಿಂದ ಹದಿನೈದು ಜನ ಹೆಂಗಸರು, ಗಂಡಸರು, ಮಕ್ಕಳಾದಿಯಾಗಿ ನಿಂತಿದ್ದಾರೆ... ನಾಕು ನಾಕು ಬಿಂದಿಗೆ ಹಿಡಿದು. ತಾನೂ ಅವರಿಂದೆ ಹೋಗಿ ಅತ್ತ ಇತ್ತ ನೋಡುತ್ತಾ ಪೆಕರನಂತೆ ನಿಂತರೆ ಮುಂದೆ ಇದ್ದವ ಒಮ್ಮೆ ಇವನತ್ತ ಗುರಾಯಿಸಿ ಏನೂ ಮಾತನಾಡದೆ ಅತ್ತ ತಿರುಗಿದುದನ್ನು ಕಂಡು ಮಲ್ಲೇಶನಿಗೆ ಖೇದವೆನಿಸಿತು. ನಮ್ಮೂರ ಬಾವಿಯಲ್ಲಿ ನೀರು ಸೇಯೋಕೆ ಹೋದರೆ ಹೆಂಗಸರಾದಿಯಾಗಿ ಎಲ್ಲರೊಟ್ಟಿಗೆ ಊರಿನ ಪಂಚಾಯ್ತಿಯೆಲ್ಲಾ ಹರಟುತ್ತಿದ್ದುದು ಜ್ಞಾಪಕ ಬಂತು. ಅಲ್ಲೇ ಹೆಂಗಸರು ತಾವು ಮುಂದೆ ಬಂದದ್ದು ತಾನು ಮುಂದೆ ಬಂದದ್ದು ಎನ್ನುತ್ತಾ ಜಗಳಕ್ಕೆ ನಿಂತರು. ಇದರ ಮಧ್ಯೆ ನಿಂತಿದ್ದ ಮತ್ತೊಬ್ಬ ಹೆಂಗಸು ಅವರಿಬ್ಬರೂ ಜಗಳವಾಡುವುದನ್ನು ಬಿಡಿಸದೆ ಇದೇ ಸರಿಯಾದ ಸಮಯವೆಂದು ತನ್ನ ಬಿಂದಿಗೆ ತುಂಬಿಸಿಕೊಳ್ಳುವುದರಲ್ಲಿ ಮಗ್ನಳಾದಳು. ಇದನ್ನು

ಕಂಡ ಜಗಳವಾಡುತ್ತಿದ್ದ ಹೆಂಗಸರಿಗೆ ತಮ್ಮ ತಪ್ಪಿನ ಅರಿವಾಗಿ ತೆಪ್ಪನೆ ನಿಂತರು. ಹೇಗೋ ಕ್ಯೂನಲ್ಲಿ ನಿಂತು ಎರಡು ಬಿಂದಿಗೆ ನೀರು ತರುವುದರೊಳಗೆ ಸಾಕು ಸಾಕಾಯಿತು. ಇವನ ಅವಸ್ಥೆ ಕಂಡ ಗೋವಿಂದ "ಇಂಗಾದ್ರೆ ಬೆಂಗ್ಳೂರಲ್ಲಿ ನೀನು ಬದುಕಿದಂಗೆಯಾ. ತತ್ತಾ ಇಲ್ಲಿ ಬಿಂದ್ಗೆ" ಎನ್ನುತ್ತಾ ತಾನೇ ನೀರಿಡಿಯಲು ಹೋದ.

ಸ್ಪಷ್ಟವಾಗಿ ತಾನು ಏನು ಮಾಡುವುದಕ್ಕೂ ಗೊತ್ತಾಗದೆ ಮಲ್ಲೇಶ ಪಿಳಿಪಿಳಿ ಕಣ್ಣುಬಿಟ್ಟುಕೊಂಡು ರೂಮಿನಲ್ಲಿ ನಿಂತ. ನೀರಿಡಿದ ಗೋವಿಂದಣ್ಣ ಉಪ್ಪಿಟ್ಟು ಮಾಡಿಟ್ಟು... ಮಲ್ಲೇಶನಿಗೂ ಸ್ನಾನ ಮಾಡಲು ಹೇಳಿ ಅವನ ಸ್ನಾನವಾದ ಮೇಲೆ "ನಾನು ಬರೋತನಕ ಇಲ್ಲೇ ಇರು. ಏನಾದರೂ ಬೇಜಾರಾದ್ರೆ ಬೀಗ ಹಾಕ್ಕೊಂಡು ಜೊತೇಲೆ ಕೀ ತಕ್ಕೊಂಡು ತಿರುಗಾಡಿಕೊಂಡು ಬಾ" ಎಂದು ಜೇಬಿನಲ್ಲಿ ಐವತ್ತು ರೂಪಾಯಿ ತುರುಕಿ ಕೆಲಸಕ್ಕೆ ಹೊರಟ.

ಗೋವಿಂದಣ್ಣ ಅತ್ತ ಹೋದ ಮೇಲೆ ಉಪ್ಪಿಟ್ಟು ಬಡಿಸಿಕೊಂಡು ತಿಂದು ಮಲ್ಲೇಶಿ ಚಾಪೆ ಮೇಲೆ ಮುದುರಿದ. ಹೊರಗಡೆ ಗಡಿಬಿಡಿಯಲ್ಲಿ ಅಕ್ಕಪಕ್ಕದ ಮನೆಯವರುಗಳು ತಮ್ಮ ತಮ್ಮ ಚೀಲ ಹೆಗಲಿಗೇರಿಸಿಕೊಂಡು ಅಣ್ಣೆಕಲ್ಲು ಚೆಲ್ಲಾಪಿಲ್ಲಿಯಾದಂತೆ ಮನೆಗಳಿಂದ ಚದುರುತ್ತಿದ್ದರು. ಟಪ್‌ಟಪ್ ಎನ್ನುವ ಚಪ್ಪಲಿದೋ ಶೂದೋ ಶಬ್ದ ರೂಮಿನ ಬಳಿ ಬತ್ತಿದ್ದ ಹಾಗೇ ಜೋರಾಗಿ ಕೇಳಿ ದೂರವಾಗುತ್ತಿದ್ದಂತೆಯೇ ಲಯಬದ್ಧ ಕಡಿಮೆಯಾಗುತ್ತಾ ಕೊನೆಗೆ ಶಬ್ದವೇ ಕೇಳಿಸದೆ ಮತ್ತೊಂದು ಹೊಸ ಶಬ್ದ ಶುರುವಾಗುತ್ತಿತ್ತು. ಸ್ವಲ್ಪ ಹೊತ್ತು ಮಲಗಿ ಬೇಸರವಾದ ಮಲ್ಲೇಶ "ಇರು ಟೇಪ್‌ರೇಕಾರ್ಡರಾದರೂ ಹಾಕುವ" ಎಂದು ಧೂಳಿಡಿದ ಅದರ ವೈರನ್ನು ಹುಡುಕಿ ಪಿನ್ನಿಗೆ ಸಿಕ್ಕಿಸಿದ. ಅದು ಮೊದಲೆ ಯಾವಾಗಲೋ ಚಾಲು ಆಗುತ್ತಂತ ಕಾಣಿಸುತ್ತೆ... ಹೊಡಿಮಗ ಹೊಡಿಮಗ ಬಿಡಬೇಡ ಅವನ್ನ ಎಂದು ಕಿರುಚುವುದಕ್ಕೆ ಶುರುಮಾಡಿತು. ಹಾಗೇ ಕೇಳುತ್ತಾ ಖುರ್ಚಿಯಲ್ಲಿ ಒರಗಿದ. ಇದ್ದಕ್ಕಿದ್ದಂತೆ ಟೇಪಿನ ಶಬ್ದ ವಿಚಿತ್ರವಾಗಿ ಗೊಯ್ ಎನ್ನುತ್ತಾ ನಿಂತಿತು. ಏನಾಯಿತೋ ಎಂದು ತಡಬಡಿಸಿ ಎದ್ದು ಬಂದು ನೋಡಿದರೆ ಟೇಪು ಎಳೆದುಕೊಂಡು ಕ್ಯಾಸೆಟ್ಟಿನ ಟೇಪು ಒಳಗೇ ಸಿಕ್ಕಿಕೊಂಡಿತು. ಬಿಡಿಸಲು ಬಾರದ ಅವನು ಒಂದು ಕಡೆ ಗೋವಿಂದಣ್ಣ ಏನನ್ನ ಬಿಡುವನೇ ಎಂಬ ಭಯದಿಂದ ಅದನ್ನು ಹಾಗೇ ಬಿಟ್ಟು ಇದ್ದ ಎರಡು ಪ್ಯಾಂಟಿನಲ್ಲಿ ಒಂದನ್ನು ತೂರಿಸಿಕೊಂಡು ತಿರುಗಾಡಿಕೊಂಡು ಬರುವ ಎಂದು ಬೀಗ ಜಡಿದು ಗಲ್ಲಿಯಂತ ದಾರಿ ದಾಟಿ ಹೊರಗೆ ಬಂದ. ಅಲ್ಲಿಂದ ಅದು ಕವಲೊಡೆದು ಮೂರು ಕಡೆ ಸಿಮೆಂಟು ರಸ್ತೆಗಳು ಕೂಡಿಕೊಂಡಿದ್ದವು. ಯಾವ ಕಡೆ ಹೋಗಬೇಕೆಂದು ತಿಳಿಯದ ಮಲ್ಲೇಶ ಸುಮ್ಮನೆ ಒಂದು ರಸ್ತೆಯಲ್ಲಿ ಸುತ್ತಾ ನೋಡಿಕೊಂಡು ನಡೆದ. ಅನತಿದೂರ ಹೋಗುತ್ತಿದ್ದಂತೆ ಟಾರುರೋಡು ಸಿಕ್ಕಿತು. ಅಲ್ಲೇ ಸಿಕ್ಕಾಪಟ್ಟೆ

ವಾಹನಗಳು, ಜನಗಳೂ ತಿರುಗಾಡುತ್ತಿದ್ದುದು, ಎತ್ತೆತ್ತರವಾದ ಕಟ್ಟಡಗಳು, ಅಂಗಡಿ ಮುಂಗಟ್ಟುಗಳನ್ನು ಸೋಜಿಗದಿಂದ ನೋಡುತ್ತಾ ಹೋದ.

ಇತರರ ಕಾಲಿನಲ್ಲಿರುವ ಡಿಸೈನ್ ಚಪ್ಪಲಿಗೂ ತನ್ನ ಹವಾಯಿ ಚಪ್ಪಲಿಗೂ ಹೋಲಿಕೆ ಮಾಡಿಕೊಂಡ ಮಲ್ಲೇಶಿಗೆ ಮನಸ್ಸಿನಲ್ಲಿ ಕೀಳರಿಮೆ ಕಾಡತೊಡಗಿತು. ಹಳ್ಳಿಯಲ್ಲಿದ್ದೂ ಕಪ್ಪಗಾಗಿದ್ದ ಅವನು ಇತರರೆದುರು ಸಪ್ಪೆಯಾಗಿ ತಾನೊಂದು ಹೊರದೇಶದವನೇನೋ ಅನ್ನಿಸಿಬಿಟ್ಟಿತ್ತು. ಮಂಡಿ ಕಾಣುವ ಹಾಗೆ ಬಟ್ಟೆ ತೊಟ್ಟು ಓಡಾಡುವ ಹೆಣ್ಣುಮಕ್ಕಳನ್ನು ಕಂಡು ಆಶ್ಚರ್ಯವಾಗಿ ಇವರೆಲ್ಲಾ ಸಿನಿಮಾದವರೇನೋ ಎಂದುಕೊಂಡ. ತನಗೂ ಈ ಬೆಂಗಳೂರಿಗೂ ಯಾವ ಸಂಬಂಧವೂ ಇಲ್ಲ. ತಾನೊಬ್ಬ ಗಮಾರನೆನ್ನಿಸಿತು. ಊರಿನಲ್ಲಿ ಎಲ್ಲಾ ಪುಂಡ ಹೈಕಳ ಗುಂಪಿಗೆ ತಾನೇ ಹೀರೋ ಆಗಿ ಊರಿನ ಯಾವ ಬೀದಿಯಲ್ಲಾದರೂ ಸರಿಯೇ ರಾಜನಂತೆ ತಿರುಗಾಡಿ ಬಂದವನಿಗೆ ಈ ಬೆಂಗಳೂರಿನ ರೋಡು ಯಾವುದೋ ಬೇರೆ ಜಗತ್ತು ಅನ್ನಿಸಿ ತಾನು ಅಪರಿಚಿತನಾಗಿ ಕ್ಷುದ್ರಹುಳು ಈ ಬೆಂಗಳೂರಿಗೆ ಎಂದುಕೊಂಡ.

ಎಷ್ಟು ಹೊತ್ತಾದರೂ ವಾಹನಗಳಾಗಲಿ, ಜನಗಳಾಗಲಿ ಕಮ್ಮಿಯಾಗಲಿಲ್ಲ. ಇನ್ನು ಇಲ್ಲಿರೋದು ಬೇಡ, ಗೋವಿಂದಣ್ಣನಿಗೆ ಹೇಳಿ ನಾಳೆನೆ ಊರಿಗೆ ಹೊರಟು ಬಿಡುವುದೇ ಸರಿ ಎಂದುಕೊಂಡು ರೂಮಿಗೆ ವಾಪಸಾಗಲು ಬಂದ ಹಾದಿಯಲ್ಲೇ ಹಿಂತಿರುಗಿದ. ಸ್ವಲ್ಪ ದೂರ ಹೋಗುತ್ತಿದ್ದಂತೆ ಅವನಿಗೆ ಯಾಕೋ ನಮ್ಮ ರೂಮಿನ ಸಿಮೆಂಟು ರಸ್ತೆ ಇದಲ್ಲವೆನಿಸಿತು. ಥೂತ್ತರಿಕೆ ಗುರುತು ನೋಡದೆ ಬಂದದ್ದು ಫಜೀತಿಯಾಯಿತಲ್ಲ ಎಂದುಕೊಂಡು ಬರುವಾಗ ಇಷ್ಟು ದೂರ ಬಂದಿಲ್ಲ, ಇನ್ನೂ ಹಿಂದೆ ಇದೆ ಅದು ಎನ್ನುತ್ತಾ ಮತ್ತೆ ಅದೇ ದಾರಿಯಲ್ಲಿ ಹಿಂತಿರುಗಿದ. ಪುನಃ ಸ್ವಲ್ಪ ದೂರ ಬರುತ್ತಿದ್ದ ಹಾಗೇ ಈಗ ತಾನೆ ನೋಡಿದ್ದ ಅಂಗಡಿಗಳ ಹೆಸರು, ಬಿಲ್ಡಿಂಗ್‌ಗಳು ಕಾಣಿಸಿ ತಿರುಗಾ ಮುಂದೆ ಬಂದು ಬಿಟ್ಟೆನಲ್ಲ ಎನ್ನುತ್ತಾ ವಾಪಸ್ ಅದೇ ರಸ್ತೆಯಲ್ಲಿ ತಿರುಗಿದ. ರಸ್ತೆಯ ಎರಡೂ ಕಡೆ ಸ್ವಲ್ಪ ಸ್ವಲ್ಪ ದೂರ ಬಂದರೂ ಅವನಿಗೆ ತನ್ನ ರೂಮಿನ ಸಿಮೆಂಟು ರೋಡಿನ ಗುರುತು ಸಿಗದೆ ಅಳು ಬರುವಂತಾಯಿತು. ಯಾರನ್ನಾದರೂ ಕೇಳುವಾ ಎಂದರೆ ಹಾಳಾದ ಆ ಊರಿನ ಹೆಸರೂ ಗೊತ್ತಿರಲಿಲ್ಲ ಮಲ್ಲೇಶನಿಗೆ ನಾನು ಪಿಯೂಸಿನ ಯಾತಕ್ಕೆ ಓದಿದ್ದು, ಊರಲ್ಲೆ ಎಮ್ಮೆ ಮೇಯಿಸುವವನಿಗಿಂತ ಕಡಿಮೆಯಾಗಿ ಬಿಟ್ಟೆನಲ್ಲ ಎಂದು ಖೇದವಾಗಿ ಏನು ಮಾಡುವುದೆಂದು ತೋಚದೆ ಅಲ್ಲೇ ಸಿಕ್ಕ ಸಿಮೆಂಟು ರೋಡಿಗೆ ತಿರುಗಿ ಮುಂದೆ ಬಂದು ನೋಡಿದರೆ ಅದೇ ಅವನ ರೂಮಿನ ಗಲ್ಲಿ! ತಲೆಕೆಟ್ಟಂತಾಯಿತು ಅವನಿಗೆ. ಸುಮ್‌ಸುಮ್ನೆ ಇಷ್ಟೊತ್ತಿನ ತನಕ ಅಲೆದೆನಲ್ಲ ಎಂದು ತನ್ನ ಬಗ್ಗೆ ತಾನೇ ನಗುತ್ತಾ ಗಲ್ಲಿಗೆ ನುಗ್ಗಿದ್ದ.

ವಟಾರ ಬಿಕೋ ಎನ್ನುತ್ತಿತ್ತು. ಯಾವೊಂದು ಬಾಗಿಲು ತೆಗೆದಿರಲಿಲ್ಲ. ಟೀವಿ,

ಮಿಕ್ಸಿ ಸೌಂಡಂತೂ ಇಲ್ಲವೇ ಇಲ್ಲ. ಆಪಾಟಿ ಗಿಜಿಗಿಜಿ ಎನ್ನುತ್ತಿದ್ದ ವಟಾರ ಈಗ ನೋಡಿದರೆ ನಿರ್ಜನ, ನೀರವ ಪ್ರದೇಶದಂತಿರುವುದ ಕಂಡು ಏನ್ ಕತೆ ಇದು ಅಂದುಕೊಂಡು ರೂಮಿನ ಬೀಗ ತೆಗೆಯುವುದಕ್ಕೆ ಶುರುಮಾಡಿದಾಗ ಪಕ್ಕದ ಮನೆಯ ಹುಡುಗನೊಬ್ಬ ಗಾಬರಿಯಿಂದ ಎದುರು ಮನೆಯ ಆಂಟಿಯ ಕೈಯಿಡಿದು ತನ್ನ ರೂಮಿಗೆ ಸೇರಿಸಿಕೊಂಡ ದೃಶ್ಯ ಕಣ್ಣಿಗೆ ಬಿತ್ತು. ಈ ಊರಲ್ಲೂ ಇದ್ಯಾ ಇದು ಅಂದುಕೊಂಡು ಬಾಗಿಲು ತೆಗೆದು ಮುಖಕ್ಕೆ ತಣ್ಣೀರೆರೆಚಿಕೊಂಡು ಬೆಳಗ್ಗೆ ಇದ್ದ ಉಪ್ಪಿಟ್ಟನ್ನೇ ಚೂರು ಹಾಕಿಕೊಂಡು ತಿಂದು ಹಾಸಿಗೆಯಲ್ಲಿ ಉರುಳಿದ. ಬಾಗಿಲ ತಟ್ಟಿದ ಶಬ್ದ. ಮಂಪರು ಹತ್ತಿದವನಿಗೆ ಎಲ್ಲೋ ಕನಸಲ್ಲಿರಬೇಕು ಎಂದುಕೊಂಡು ಹಾಗೇ ಮಲಗಿದ್ದ. “ಏ ಮಲ್ಲೇಶಿ, ನಾನು ಕಣೋ ಗೋವಿಂದಣ್ಣ ಬಾಗಿಲು ತೆಗಿಯೋ” ಎಂದಾಗಲೇ ಇದು ಕನಸಲ್ಲ ನಿಜ ಎಂದು ಗೊತ್ತಾದದ್ದು. ತಡಬಡ ಎದ್ದು ಬಾಗಿಲು ತೆಗೆದು ಅಪರಾಧಿಯಂತೆ ಸೈಡಿನಲ್ಲಿ ನಿಂತ.

“ಡಾಬಾದಲ್ಲೊಂದು ಕೆಲ್ಸ ನೋಡ್ಕೋ ಬಂದಿದ್ದೇನೆ. ಈವತ್ತಿಂದನೇ ಹೋಗ್ಬೇಕಂತೆ, ನಡಿ ನಡಿ” ಎಂದು ಗೋವಿಂದ ಕೈಕಾಲು ತೊಳೆಯಲು ಬಚ್ಚಲಿಗೆ ಹೋದ. ಹೊರಗಡೆ ಇದ್ದ ತನ್ನ ಒಂದು ಶರ್ಟು ಹಾಗೂ ಪ್ಯಾಂಟನ್ನು ತನ್ನ ಚೀಲಕ್ಕೆ ತುಂಬಿಕೊಂಡು ಕುಂತ. ಮುಖ ತೊಳೆದ ಗೋವಿಂದ ಮಲ್ಲೇಶನನ್ನು ಈಚೆಗೆ ಕರೆದುಕೊಂಡು ಹೊರಗಡೆ ತನಗಾಗಿ ಕಾಯುತ್ತಿದ್ದ ಒಂದು ಆಟೋಗೆ ಹತ್ತಿಕೊಂಡ. ಎಲ್ಲಿಗಿರಬಹುದು... ಡಾಬಾ... ಅಲ್ಲಿ ಏನು ಕೆಲಸವಿರಹುದೆಂದು ಮಲ್ಲೇಶ ಆಟೋವೇಗದೊಂದಿಗೇ ಊಹೆ ಮಾಡುತ್ತಾ ಕುಂತ. ಗಲ್ಲಿ ರೋಡು, ಮೈಯಿನ್ ರೋಡಿಂದ ತಿರುಗಿಕೊಂಡು ಬಂದ ಆಟೋ ಕೊನೆಗೆ ಬಹಳ ದೂರದಲ್ಲಿದ್ದ ನಿರ್ಜನ ಹೋಟೆಲ್ಲೊಂದರ ಮುಂದೆ ನಿಂತಿತು. “ಇಳಿ ಮಲ್ಲೇಶಿ” ಎಂದ ಗೋವಿಂದ ತಾನೇ ಬೇಗ ಇಳಿದು ಒಳಗೆ ಬಾ ಎನ್ನುತ್ತಾ ಮುಂದೆ ಹೋದ. ಆಟೋದಿಂದ ಕೆಳಗಿಳಿದ ಮಲ್ಲೇಶ ಶಿವಾ ಅಂತ ತಲೆ ಎತ್ತಿ ನೋಡಿದರೆ ‘ರಾಣಿ ಡಾಬಾ’ ಎಂಬ ದಪ್ಪನೆ ಬೋರ್ಡು ಕಾಣಿಸಿತು. ರಾಣಿಯ ಡಾಬಿನ ಬಗ್ಗೆ ಓದಿದ್ದ ಅವನಿಗೆ ಡಾಬಾದ ಬಗ್ಗೆ ಹೆಚ್ಚು ಗೊತ್ತಿರಲಿಲ್ಲ. ಗೋವಿಂದನನ್ನು ಹಿಂಬಾಲಿಸಿದ. ಕ್ಯಾಶ್ ಟೇಬಲ್ಲಿನಲ್ಲಿ ತೆಳ್ಳಗೆ ಬೆಳ್ಳಗೆ ಕುಳಿತಿದ್ದ ವ್ಯಕ್ತಿಯ ಬಳಿ ಬಂದು ನಿಂತ ಗೋವಿಂದ “ಇವನೇ ನಮ್ಮುಡುಗ. ಹಿಂದೆ ಮುಂದೆ ಅಂತಾ ಯಾರೂ ಇಲ್ಲ. ಅಜ್ಜಿವೊಬ್ಳೆ. ಒಳ್ಳೇ ಹುಡುಗ” ಎಂದು ಮಲ್ಲೇಶನ ಕಡೆ ಕೈತೋರಿದ. ಒಮ್ಮೆ ಮೇಲಿಂದ ಕೆಳಕ್ಕೆ ನೋಡಿದ ಆ ತೆಳ್ಳನೆಯ, ಬೆಳ್ಳನೆಯ ವ್ಯಕ್ತಿ ನೇರವಾಗಿ ಮಲ್ಲೇಶನಿಗೆ “ಕ್ಲೀನಿಂಗ್ ಕೆಲಸ ಮಾಡ್ತಿ ಏನಪ್ಪಾ?” ಎಂದು ಕೇಳಿತು. ತಕ್ಷಣಕ್ಕೆ ಏನು ಹೇಳಬೇಕೆಂದು ತೋಚದ ಮಲ್ಲೇಶ ಹೂಂ ಎಂದ. ಆ ವ್ಯಕ್ತಿ “ಲೋ ಮುರುಗಾ, ಬಾ ಇಲ್ಲಿ” ಎಂದು ಜೋರಾಗಿ ಒಬ್ಬ

ಹುಡುಗನನ್ನು ಕರೆದ. ತನ್ನ ವಯಸ್ಸಿನವನೇ ಆದ, ಕೊಳಕು ಬಟ್ಟೆಯ, ನೋಡಲು ಸುಂದರವಾದ ಹುಡುಗ ಓಡಿ ಬಂದ. "ಇವನನ್ನೂ ನಿಮ್ಜೊತೆ ಸೇರಿಸಿಕೊಳ್ರೋ... ಹೊಸಬ... ಹುಷಾರಾಗಿ ನೋಡ್ಕಳಿ" ಎಂದ ಗೋವಿಂದಣ್ಣ ಮಲ್ಲೇಶನನ್ನು ಪಕ್ಕಕ್ಕೆ ಕರೆದು "ಸದ್ಯಕ್ಕಿಲ್ಲೇ ಕೆಲ್ಸ ಮಾಡು, ಆಮೇಲೆ ಬೇರೆಕಡೆ ಎಲ್ಲಾದ್ರೂ ಹುಡುಕ್ತೀನಿ. ನಿಂಗೇನಾದ್ರೂ ತೊಂದರೆ ಆದ್ರೆ ಈ ನಂಬರಿಗೆ ಫೋನು ಮಾಡು" ಎಂದೇಳಿ ಒಂದು ಕಾರ್ಡು ಕೊಟ್ಟ. ಆ ಹುಡುಗ ಇವನನ್ನು ಕರೆದುಕೊಂಡು ಹೋಗಲು ಇನ್ನೂ ಅಲ್ಲೇ ನಿಂತಿದ್ದರಿಂದ "ಸರಿ ಹೋಗು ಏನೂ ಹೆದರ್ಕೋಬೇಡ" ಅಂತ ಹೇಳಿ ಕಳುಹಿಸಿದ. ಇವನು ಇತ್ತ ಬರುತ್ತಿದ್ದ ಹಾಗೆ ಯಾವ ಜನ್ಮದ ಮೈತ್ರಿಯೋ ಎಂಬಂತೆ ಆ ಹುಡುಗ ಇವನ ಹೆಗಲ ಮೇಲೆ ಕೈಹಾಕಿ ಏನೇನೋ ಹೇಳುತ್ತಾ ಒಳಕ್ಕೆ ಕರಕೊಂಡು ಹೋದ.

ಪ್ರಾರಂಭದಲ್ಲಿ ಕ್ಲೀನರ್ ಕೆಲಸ ಎಂದುಕೊಂಡು ಬೇಜಾರು ಮಾಡಿಕೊಂಡ ಮಲ್ಲೇಶ ವಿಧಿಯಿಲ್ಲದೆ ಕೊಟ್ಟ ಕೆಲಸವನ್ನೇ ಅಚ್ಚುಕಟ್ಟಾಗಿ ಮಾಡುತ್ತಿದ್ದನು. ಸಂಬಳ ಅದೂ ಇದೂ ಅಂತ ಏನೂ ಗೊತ್ತಿರಲಿಲ್ಲ. ದಿನ ಕಳೆದಂತೆ ಇತರೆ ಹುಡುಗರಿಗಿಂತ ತಾನೇ ಚೂಟಿಯಾಗಿ ಅವರ ಮುಂದಾಳಾಗಿ ಕೊನೆಗೆ ಸಪ್ಲೈಯರ್ ಆಗಿ ಬಡ್ತಿ ಪಡೆದಿದ್ದನು. ಕಿಟಕಿ ಪಕ್ಕದಲ್ಲಿ ಕುಳಿತ ಮಲ್ಲೇಶನಿಗೆ ಬೆಂಗಳೂರಿನ ಕಟ್ಟಡಗಳೆಲ್ಲಾ ಹಿಂದಕ್ಕೆ ಹೋಗಿ ತಾನು ಮುಂದಕ್ಕೆ ಹೋಗುತಿದ್ದೇನೆ. ಮುಂದಕ್ಕೆ ಅಂದರೆ... ಮರಳಿ ಊರಿಗೆ... ಬೆಂಗಳೂರನ್ನು ಬಿಟ್ಟು. ನಮ್ಮಂಥ ಬಡಪಾಯಿಗಳಿಗಲ್ಲ ಈ ಬೆಂಗಳೂರು... ಅಮಾಯಕರು ವಾಸಿಸುವುದೇ ಕಷ್ಟ ಎನಿಸಿತು. ಕೆಲಸಕ್ಕೆ ಸೇರಿಸಿದ್ದ ಗೋವಿಂದಣ್ಣ ಕೈತೊಳೆದುಕೊಂಡರೆ ಸಾಕೆಂಬಂತೆ ಆಮೇಲೆ ಬಂದು ನೋಡಲೇ ಇಲ್ಲ. ಊರಲ್ಲಿ ಅಜ್ಜಿ ಮುಂದೆ ಚೆನ್ನಾಗಿ ನೋಡಿಕೊಳ್ಳುತ್ತೇನೆ ಅಂತ ಮಾತಾಡಿದ್ದು ಎಲ್ಲಾ ನಾಟಕ. ಅಜ್ಜಿ ಇನ್ನೊಂದಷ್ಟು ದಿನ ಕಷ್ಟಪಟ್ಟು ನನ್ನ ಓದಿಸಿದ್ರೆ ನಾನು ಮುಂದೆ ದೊಡ್ಡ ನೌಕರಿ ಹಿಡಿಯಬಹುದಿತ್ತು. ಈಗ ಊರಲ್ಲಿ ಹೋಗಿ ಏನು ಮಾಡೋದು ಇವೇ ಮುಂತಾದ ಯೋಚನೆಗಳು ಮಲ್ಲೇಶನನ್ನು ಕೊರೆಯುತ್ತಿದ್ದವು.

●●●

ಸ್ವಗತ

ಅವಳು

ಈ ದರಿದ್ರ ಬೆಂಗಳೂರಿನಲ್ಲಿ ಮುಸ್ಸಂಜೆ ಯಾವುದು, ಕತ್ತಲೆ ಯಾವುದು ಒಂದೂ ಗೊತ್ತಾಗೋದಿಲ್ಲ. ಬೆಳಿಗ್ಗೆ ಹುಟ್ಟೋ ಸೂರ್ಯನ್ನಂತೂ ಒಂಚೂರು ನೋಡಬಹುದು. ಸಾಯಂಕಾಲದ ಸೂರ್ಯನನ್ನೋ ದೇವರೇ ಗತಿ. ಸೂರ್ಯ ಹಾಳಾಗಿ ಹೋಗಲಿ; ಹುಣ್ಣಿಮೆ ಚಂದ್ರನನ್ನು ನೋಡೋಕೂ ಆಗುದಿಲ್ಲ. ಝಗಮಗಿಸುವ ಈ ವಿದ್ಯುತ್ ಲೈಟುಗಳ ನಡುವೆ ತುಂಬಿದ ಚಂದ್ರ ಮಂಕಾಗೇ ಕಾಣುತ್ತಾನೆ. ಒಮ್ಮೊಮ್ಮೆ ಅದೂ ಇಲ್ಲ. ಶುದ್ಧವಾಗಿ ಹುಣ್ಣಿಮೆ ನೋಡಿ ಬಹಳ ವರ್ಷಗಳೇ ಆಯ್ತು. ಮುಸ್ಸಂಜೆ ದೇವರಿಗೆ ದೀಪ ಹಚ್ಚಬೇಕಾದರೂ ಗಡಿಯಾರ ನೋಡಬೇಕು. ಮೊದಲಿದ್ದ ಬೆಂಗಳೂರು ಈಗಿಲ್ಲ... ದಿನದಿಂದ ದಿನಕ್ಕೆ ಹದಗೆಡುತ್ತಿದೆ. ಇವರನ್ನ ಮದುವೆ ಆದಾಗಿನಿಂದ ಬರಿ ಇದೇ ಗೋಳು. ಹೇಳಿದ ಟೈಮಿಗೆ ಸರಿಯಾಗಿ ಬರುವುದಿಲ್ಲ ಮಾರಾಯ. ಸಾಯಂಕಾಲ ಆಗುತ್ತಿದ್ದಂಗೆ ಬಾಗಿಲು ಕಾಯುತ್ತಾ ನಿಲ್ಲುವುದು. ಈ ಮಕ್ಕಳೋ ಟ್ಯೂಷನ್ ಅದು ಇದೂ ಅಂತ ಕಾಲೇಜಿಂದ ಬಂದ ತಕ್ಷಣ ಹೊರಗಡೆ ಹೊರಟು ಬಿಡುತ್ತವೆ; ಮತ್ತೆ ನಾನೊಬ್ಬಳೆ. ಇಂಥಾ ಹಗಲೂ ಇರುಳೂ ಒಂದಾಗೋ ಹೊತ್ತಿನಲ್ಲಿ ಇವರ ಜೊತೆ ಕೈ ಹಿಡಿದುಕೊಂಡು ಒಂದು ವಾಕಿಂಗ್ ಹೋದರೆ ಎಷ್ಟು ಚೆನ್ನಾಗಿರುತ್ತೆ. ಹೊರಗಡೆ ಹಾಯಾಗಿ ಮಾತಾಡಿಕೊಂಡು ಪಾರ್ಕಿಗೆ ವಾಕು ಹೋಗುವ ಅಕ್ಕ ಪಕ್ಕದ ಮನೆಯವರನ್ನು ಕಂಡರೆ ಖುಷಿಯಾಗುತ್ತೆ. ಈ ಹುಡುಗರೋ "ಬನ್ರೋ, ವಾಕು ಹೋಗುವಾ" ಎಂದರೆ "ಅದೆಲ್ಲ ಶುಗರ್ ಬಂದಿರೋರಿಗೆ. ನಮಗ್ಯಾಕಮ್ಮ ಈಗ್ಲೆ ವಾಕಿಂಗು" ಅಂತ ಪುರಾಣ ಹೊಡಿತಾವೆ. ಒಬ್ಬಳೇ ಹೋಗೋದಿಕ್ಕೆ ಆಗೋದಿಲ್ಲ. ಯಾರಾದರೂ ಜೊತೆ ಸಿಕ್ತಾರೆ ಅಂದುಕೊಂಡರೆ ಎಲ್ಲರೂ ಅವರವರ ಗಂಡಂದಿರ ಜೊತೆ ಹೊರಟು ಬಿಡುತ್ತಾರೆ. ಮದುವೆ ಆದ ಹೊಸತರಲ್ಲಿ ಬೇಡ ಬೇಡವೆಂದರೂ ಇವರೇ ತಂಗಾಳಿಯಲ್ಲಿ ವಾಕು ಕರೆದುಕೊಂಡು ಹೋಗುತ್ತಿದ್ದರು. ಈಗ ಅವಕ್ಕೆಲ್ಲಾ ಎಲ್ಲಿದೆ ಸಮಯ ಅಂತಾರೆ... ಎದುರು ಮನೆ ಲಾಯರ್ರು ನಮಗಿಂತಾ ಐದೈದು ವರ್ಷಕ್ಕಿಂತ ದೊಡ್ಡವರಾದರೂ ಹೇಗೆ ಹೊಸ ಜೋಡಿಗಳು ಕೈ ಹಿಡಿದು ವಾರೆಗಣ್ಣಿನಲ್ಲಿ ನೋಡುತ್ತಾ ಹೋಗುವಂತೆ ನಗುನಗುತ್ತಾ ಹೊರಡುತ್ತಾರೆ. ಇವರಿಗಂತೂ ಏನೂ ಹೇಳೋಕು ಆಗಲ್ಲಪ್ಪ. ಅವರ ಕೆಲಸಕ್ಕೂ ನಮ್ಮ

ಕೆಲಸಕ್ಕೂ ವ್ಯತ್ಯಾಸ ಇದೆ ಅಂತಾರೆ. ಅದೇನು ವ್ಯತ್ಯಾಸವೋ ಏನೋ... ಯಾಕೋ ಇತ್ತೀಚಿಗೆ ಸರಿಯಾಗಿ ಸೆಕ್ಸೂ ಮಾಡುತ್ತಿಲ್ಲ. ಸುಸ್ತಾಗಿದೆ ಕಣೆ ಅಂತ ಮಲಗಿ ಬಿಡ್ತಾರೆ. ಮೊದಲಾದರೆ ಎಷ್ಟೇ ಕೆಲಸ ಮಾಡಿ ಬಂದಿದ್ದರೂ ಬಿಡುತ್ತಿರಲಿಲ್ಲ. ನಲವತ್ತೈದಕ್ಕೇ ಸೆಕ್ಸ್ ಬೇಡ ಆಗಿಬಿಡುತ್ತಾ? ನಾಕುನಾಕು ಮಕ್ಕಳೆತ್ತೋರೆಲ್ಲಾ ಇನ್ನೂ ನಾಕು ಮಕ್ಕಳ ಹೆರ್ತಾರೆ. ಬರೀ ಎರಡಕ್ಕೇ ಇವರ ಆಸಕ್ತಿ ಕಡಿಮೆಯಾಯಿತಾ? ಮೊದಲೊಬ್ಬಳಿದ್ದಳಲ್ಲ ಆ ಮಿಟುಕಲಾಡಿ ಬಾಸು, ಪುನಃ ಏನಾದರೂ ವಕ್ಕರಿಸಿಕೊಂಡಳೋ ಕಾಣೆ. ದಿನಾ ಸಾಯಂಕಾಲ ಲೇಟಾಗಿ ಬರೋದು ಆ ವರ್ಕು ಈ ವರ್ಕು ಅಂತ ಕಂಪ್ಯೂಟರ್ ಮುಂದೆ ಕುಳಿತರೆ ಮುಗೀತು. ಊಟಕ್ಕೆ ಗೋಗರೆದು ಬಲವಂತವಾಗಿ ಏಳಿಸ್ಬೇಕು. ಮಕ್ಕಳಿದ್ದರೆ ಪರವಾಗಿಲ್ಲ; ರಜಕ್ಕೆ ಅವರು ಊರಿಗೆ ಹೋದಾಗಲಂತೂ ನಂದು ನಾಯಿಪಾಡು. ಪ್ರೀತಿಯಿಂದ ಫ್ರೀಯಾಗಿ ನಾಕು ಮಾತೂ ಆಡುವುದಿಲ್ಲ. ಒಮ್ಮೊಮ್ಮೆ ಮಾತ್ರ ಅತಿಯಾಗಿ ಮುದ್ದು ಮಾಡೋಕೆ ಬಂದು, ಬೊಜ್ಜು ಜಾಸ್ತಿ ಆಯ್ತು ಕರಗಿಸು ಅಂತಾರೆ. ಒಬ್ಬಳೆ ಮನೆಯಲ್ಲಿದ್ದುಕೊಂಡು ಏನೂಂತ ಕೊಬ್ಬು ಕರಗಿಸುವುದು. ಬೆಳಿಗ್ಗೆ ಈ ಹುಡುಗ್ರನ್ನ ಸರಿಮಾಡಿ ತಿಂಡಿಕೊಟ್ಟು ಬಾಕ್ಸ್ ಹಾಕಿ ಕಳಿಸಿ... ಇವರನ್ನೂ ಗಮನಿಸಿ ಎಲ್ಲಾ ಹೋದ್ಮೇಲೆ; ನಾನು ಸ್ನಾನ ಪೂಜೆ ಮಾಡೋ ಹೊತ್ತಿಗೆ ಮಧ್ಯಾಹ್ನ ಆಗೋಗುತ್ತೆ. ಮೊದಲಾದರೆ ಎಷ್ಟು ಪ್ರೀತಿಯಿಂದ ತಪ್ಪದೇ ಸ್ವೀಟು ತರುತ್ತಿದ್ದರು. ಈಗ ಏನೂ ಇಲ್ಲ. ಮಲ್ಲಿಗೆ ಹೂವಂತೂ ಬೇಡವೇ ಬೇಡ. ಹಬ್ಬ ಹರಿದಿನಗಳಲ್ಲಿ ಮುಖ ಊದಿಸ್ಕೊಂಡೇ ತಂದು ಕೊಡ್ತಾರೆ. ಮಕ್ಕಳು ಏನು ಓದುತ್ತಿದ್ದಾರೆ, ಎತ್ತ ಅಂತ ಒಂದು ಚೂರು ತಲೆಕೆಡಿಸಿಕೊಳ್ಳುವುದಿಲ್ಲ. ಮದ್ವೆ ಆಗಿ ಇಷ್ಟ್ ದಿನ ಆಯ್ತು... ಇವರನ್ನ ಮಾತ್ರ ಅರ್ಥಮಾಡಿಕೊಳ್ಳೋಕೆ ಆಗ್ತಿಲ್ಲ. ಇತ್ತೀಚಿಗೆ ಇವರು ಆಡ್ತಿರೋದು ನೋಡಿದ್ರೆ ಯಾವಳೋ ತೆಕ್ಕೆಗೆ ಬಿದ್ದಿರಬೇಕು ಅನ್ನಿಸ್ತಿದೆ. ಭಾನುವಾರವೂ ಓಟಿ ಅಂತ ಹೋಗ್ತಾರೆ... ಈ ಗಂಡಸರ ಜಾತಿನೇ ಒಂಥರಾ ಕಣಪ್ಪಾ... ನಾನೂ ಇನ್ನೊಂಚೂರು ಓದಿ ಕೆಲ್ಸಗಿಲ್ಸಕ್ಕೆ ಹೋಗುವಂತಿದ್ದರೆ ಎಷ್ಟು ಚೆನ್ನಾಗಿತ್ತು. ಮನೇಲೇ ಇದ್ದೂ ಇದ್ದೂ ಬೋರ್ ವಡೀತದೆ. ಟೀವಿಗೀವಿ ಹಾಕ್ಕೊಂಡು ಕುಂತರೆ ಬರೀ ಧಾರವಾಹಿಗಳೇ... ಮನೆಯಿಂದ ಆಚೆ ಹೋಗೋಕು ಕಷ್ಟ. ಈಚೆ ಬೀದೀಲಿ ಬೀಡಿ ಸೇಯ್ಕೊಂಡು ಕೂತಿರ್ತಾವೆ ಹಾಳು ಹುಡುಗರುಗಳು. ಮೊದಲಾದರೆ ಅವರ ಮನೆ ಇವರ ಮನೆ ಅಂತ ತಿರುಗಿಸುತ್ತಿದ್ದರು. ಮಕ್ಕಳಾದ ಮೇಲೆ ಅದೂ ನಿಂತುಹೋಯ್ತು. ಒಟ್ಟಿಗೆ ಎಲ್ಲಾದ್ರೂ ಕರೆದುಕೊಂಡು ಹೋಗೋದು ಅಪರೂಪ. ಪುಣ್ಯಾತ್ಮ ಮದುವೆಯಾದ ಹೊಸತರಲ್ಲಿ ಇಲ್ಲಿಗೆ ಕರಕೊಂಡು ಬಂದಾಗ ಮನೇಲಿ ಒಬ್ಬಳನ್ನೇ ಬಿಟ್ಹೋಗದಕ್ಕೆ ಎಷ್ಟು ಕಷ್ಟಪಡುತ್ತಿದ್ದ, ನನ್ ಮೇಲಿನ ಪ್ರೀತಿ ಅದು ಅಂತ ಅಂದುಕೊಂಡರೆ ಯಾಕೋ ಇವರ ವಿಚಿತ್ರ ವರ್ತನೆಗಳಿಂದ ಅನುಮಾನ ಶುರುವಾಯಿತು. ಪದೇ ಪದೇ

ಬರುತ್ತಿದ್ದ ಹಾಗೆ ವಿಚಿತ್ರವಾಗಿ ನೋಡುವುದು... ಥೂ ನನಗಂತೂ ಯಾಕಾದರೂ ಹೀಗೆ ಮಾಡುತ್ತಾರೋ ಅನ್ನಿಸುತ್ತಿತ್ತು. ಬಾಯಿಬಿಟ್ಟು ಏನೂ ಹೇಳುತ್ತಿರಲಿಲ್ಲ. ಆಮೇಲೆ ಗೊತ್ತಾಗಿದ್ದು, ಯಾವನೋ ಪಡ್ಡೆ ಹುಡುಗ ಇವರು ಕೆಲಸಕ್ಕೆ ಹೋಗುವಾಗ ಗೇಟ್ ಹತ್ತಿರಾನೇ ಕಾಯುತ್ತಿದ್ದನಂತೆ. ಸಂಜೆ ಬರುವಾಗಲೂ ಅಲ್ಲೇ ಇರ್ತಿದ್ದನಂತೆ. ಅದಕ್ಕೆ ಈ ತರ ಆಡುತ್ತಿದ್ದರಂತೆ... ಎಷ್ಟ್ ನಿಜಾನೋ? ಎಷ್ಟ್ ಸುಳ್ಳೋ? ಆಮೇಲಾಮೇಲೆ ಇವರ ಜೊತೆ ಏಗಿದಾಗಲೇ ನಾನು ತಿಳಿದುಕೊಂಡಿರೋ ಥರ ಇಲ್ಲ ವ್ಯಕ್ತಿ ಅನ್ನಿಸಿದ್ದು. ಬೆಂಗಳೂರಲ್ಲಿ ಇಂಜಿನಿಯರ್ರು, ಕೈತುಂಬಾ ಸಂಬಳ, ಒಬ್ಬನೇ ಮಗ ಅಂತ ಹೇಳಿ ಮದುವೆಗೆ ಒಪ್ಪಿಸಿದ್ರು. ಇವರೂ ಅಷ್ಟೇ... ಎಷ್ಟು ಒಳ್ಳೆಯವರ ಥರ ಇದ್ರು ಆಗ... ಏನ್ ಹೇಳಿದ್ರೂ ಹೂಂ ಅಂತ ಹೇಳ್ತಾ ಇದ್ದೋರು ಮದುವೆ ಆದ ಮೇಲೆ ಉಲ್ಟಾ ಹೊಡೆಯೋದಾ ಪುಣ್ಯಾತ್ಮ... ಅಬ್ಬಾ ಎಲ್ಲಾ ನೆನೆಸಿಕೊಂಡರೆ ಮೈ ಝುಂ ಎನ್ನುತ್ತೆ. ಮನೆಗೆ ಟೀವಿ, ಫ್ರಿಡ್ಜು ಎಲ್ಲಾ ಎಷ್ಟು ಸತಾಯಿಸಿದ ಮೇಲೆ ತಂದಿದ್ದು. ಬರೀ ಮನೆಯಲ್ಲಿ ತಂದು ಕೂರಿಸಿದ್ದರಲ್ಲಾ! ಯಾವ ವಸ್ತು ಬೇಕೆಂದರೂ ಸೈಟು ಮಾಡ್ಬೇಕು, ಮನೆ ಮಾಡ್ಬೇಕು ಅಂತಿದ್ರಲ್ಲ... ಸದ್ಯ ಪುಣ್ಯಕ್ಕೆ ಎರಡು ಮಕ್ಕಳಾಗಿ ಬೆಳೆದು ಕಾಲೇಜು ಹೋಗೋ ಹಾಗಾಯ್ತು. ಮಕ್ಕಳಿಂದಲಾದರೂ ಒಂದು ಚೂರು ಹುಷಾರಾಗಿದ್ದಾರೆ. ವ್ಯಕ್ತಿ ಒಳ್ಳೆಯವರೇ... ಆದರೆ ಇನ್ನೂ ನನ್ನಿಂದ ಅರ್ಥ ಮಾಡಿಕೊಳ್ಳೋಕೆ ಆಗ್ಲಿಲ್ಲ. ಥೂ... ಈವತ್ಯಾಕೆ ಈ ದರಿದ್ರ ಯೋಚನೆಗಳು ಬರ್ತಿದಾವೆ... ಅಯ್ಯೋ ಲೈಟು ಹಾಕದೆ ಕೂತಿದ್ದೀನಲ್ಲ ದೇವರಿಗೆ ದೀಪವಾದರೂ ಹಚ್ಚುವ ಇರು ಎನ್ನುತ್ತಾ ಶಕುಂತಳಾ ಮೇಲೇಳುವುದಕ್ಕೂ ಕಾಲಿಂಗ್‌ಬೆಲ್ ಡಣ್ ಅನ್ನುವುದಕ್ಕೂ ಸರಿಹೋಯ್ತು.

ಅವನು

ಅಬ್ಬಬ್ಬಾ ! ನಾನು ಬಂದಾಗ ಈ ಊರಲ್ಲಿ ಇಷ್ಟೊಂದು ಟ್ರಾಫಿಕ್ ಇರಲಿಲ್ಲ. ಎರಡು ಕಿಲೋಮೀಟರ್ ಹೋಗ್ಬೇಕು ಅಂದ್ರೆ ಎರಡು ಗಂಟೆ ಕಾಯ್ಬೇಕು. ಈ ಕೆಲಸವೂ ಸಾಕು ಈ ಜೀವನವೂ ಸಾಕು. ನೆಮ್ಮದಿಯಾಗಿ ಊರಿಗೆ ಹೋಗಿ ಗದ್ದೆ ಮಾಡ್ಕೊಂಡು ನೆಮ್ಮದಿಯಾಗಿ ಇದ್ದು ಬಿಡಬೇಕು. ವಸಿ ಬೇಗ ಹೋಗಿ ಮನೆ ಸೇರಿಕೊಳ್ಳುವಾ ಎಂದರೆ ಈ ಹಾಳು ಟ್ರಾಫಿಕ್. ಇವಳತ್ರ ಅಂತೂ ದಿನಾ ಲೇಟಾಗಿ ಬರ್ತಿರಾ ಅಂತ ಬೈಸಿಕೊಂಡು ಸಾಕಾಗಿದೆ. ನನ್ನ ಸರಿಯಾಗಿ ಕೇರ್ ತಗೋತಿಲ್ಲ ಅಂತಾಳೆ. ಎರಡು ಮಕ್ಕಳಾದ ಮೇಲೆ ಏನೂಂತ ಕೇರ್ ತಗೊಳ್ಳುವುದು. ಯಾವಾಗಲೂ ಒಂದೇ ತರ ಇರುವುದಕ್ಕೆ ಆಗುತ್ತದೆಯೇ... ಮಕ್ಕಳ ಕಡೆ ಗಮನ ಕೊಡಲ್ಲ, ನಿಮಗೆ ಮಕ್ಕಳ ಬಗ್ಗೆ ಜವಾಬ್ದಾರಿ ಇಲ್ಲ ಅಂತ ಮಾತು ಮಾತಿಗೂ ಚುಚ್ಚುತ್ತಾಳೆ. ಪಾಪ ಮಕ್ಕಳಿಗೆ ಅತಿಯಾಗಿ ಹಿಂಸೆ

ಕೊಡಬಾರ್ದು ಅವರ ಪಾಡಿಗೆ ಅವು ಓದ್ಕೋತಾವೆ... ಇಷ್ಟಕ್ಕೂ ಇವಳಿಗೆ ಬೇರೆ ಏನು ಕೆಲ್ಸ ಇದೆ. ಮಕ್ಕಳನ್ನು ಗಮನಿಸುವುದು ಬಿಟ್ಟು. ಈ ಮನೆಹಾಳು ಬಾಸೋ ಇಲ್ಲದಿರೋ ಪ್ರಾಜೆಕ್ಟ್‌ಗಳ ಒಪ್ಪಿಕೊಂಡು ತಲೆ ತುಂಬಾ ಕೆಲ್ಸ ಕೊಡ್ತಾನೆ. ಕೆಲಸ ಬಿಟ್ಟು ಬೇರೆ ಕಂಪನಿಗೆ ಹೋಗುವಾ ಎಂದರೆ ಅಗ್ರಿಮೆಂಟ್ ಇನ್ನೂ ಎರಡು ವರ್ಷ ಇದೆ. ಬೆಳಗ್ಗಿಂದಾ ಸಾಯಂಕಾಲದ ತನಕ ಬರೀ ಕೀಬೋರ್ಡ್ನು ಕುಟ್ಟೀ ಕುಟ್ಟೀ ಬೆರಳುಗಳೆಲ್ಲಾ ಮರಗಟ್ಟು ಹೋಗಿವೆ. ಕಣ್ಣಿಗೆ ಕನ್ನಡಕ ಬಂದು ಬಹಳ ದಿನಗಳೇ ಆದವು. ಬೆಂಗಳೂರಲ್ಲಿ ಸೆಟ್ಲ್ ಆಗ್ಬೇಕು ಅಂತ ಎಷ್ಟೊಂದು ಕನಸು ಕಂಡಿದ್ದೆ. ಮೊದಮೊದಲು ಬಂದಾಗ ಹಾಗೇ ಇತ್ತು. ಜಗತ್ತಿನ ಸುಖ-ಭೋಗ ಈ ಊರಲ್ಲೇ ಇದೆ ಅಂತ ಅನ್ನಿಸುತ್ತಿತ್ತು. ಹಳ್ಳಿಯ ತರ ಯಾರ ಹಂಗೂ ಇಲ್ಲದೆ ನಮ್ಮ ಪಾಡಿಗೆ ನಾವಿರುವ; ಸುಖಾ ಸುಮ್ಮನೆ ನಮ್ಮನೆ ವಿಷಯಕ್ಕೆ ಯಾರೂ ಮೂಗು ತೂರಿಸದ; ಎಲ್ಲದಕ್ಕಿಂತಾ ಹೆಚ್ಚಾಗಿ ನಮ್ಮ ಸ್ವಾತಂತ್ರ್ಯವನ್ನು ಪ್ರಶ್ನೆ ಮಾಡದ ಈ ಊರು ತುಂಬಾನೇ ಖುಷಿ ಕೊಡ್ತಾ ಇತ್ತು... ಯಾಕೋ ಬರ ಬರುತ್ತಾ ಇದೂ ಬೇಜಾರಾಗಿ ಹೋಗಿದೆ. ನಾವೆಲ್ಲಾ ತಬ್ಬಲಿಗಳೇನೋ ಅನ್ನಿಸ್ತಿದೆ. ಬಹಳ ಕಷ್ಟಪಟ್ಟು ಸೈಟು, ಮನೆ ಎಲ್ಲಾ ಮಾಡಿದೆ... ಎಲ್ಲಾ ಮಾಡಿದ ಮೇಲೆ ಯಾಕೋ ಅದೇ ಕೆಲಸ... ಮತ್ತೆ ಮತ್ತೆ ಅದೇ ಕೆಲಸ... ಒಂಥರಾ ಚಕ್ರ ನಿಂತಲ್ಲೇ ಗಿರಕಿ ಹೊಡೆಯುವಂತಾಗಿದೆ ಬದುಕು. ಯಾವುದರಲ್ಲೂ ಆಸಕ್ತಿ ಇಲ್ಲ... ಇವಳೋ ಇತ್ತಾ ಪೂರ್ತಿ ಸಿಟಿಯವಳೂ ಆಗದೆ ಅತ್ತ ಪೂರ್ತಿ ಹಳ್ಳಿಯವಳೂ ಆಗದೆ ನಡುವೆ ಎಡಬಿಡಂಗಿಯಾಗಿ ಸುಮ್ಮನೆ ತಲೆ ತಿನ್ನುತ್ತಾಳೆ. ಈ ಬೆಂಗಳೂರಿಗೆ ಹೊಂದಿಕೊಳ್ಳುವುದಕ್ಕೂ ಆಗಲಿಲ್ಲ... ಮನೆಯಲ್ಲೇ ಇದ್ದೂ ಇದ್ದೂ ಮುವತ್ತೆಂಟಕ್ಕೆ ಕೊಬ್ಬು ಬರಿಸ್ಕೊಂಡು ಆಕರ್ಷಣೆಯನ್ನೇ ಕಳೆದುಕೊಂಡವಳೆ. ದಿನಾ ವಾಕಿಂಗ್ ಹೋಗು ಎಂದರೆ ಇಲ್ಲದಿರೋ ಕಾರಣ ಹೇಳಿ ನನ್ನನ್ನೇ ಹೊಣೆ ಮಾಡ್ತಾಳೆ. ಈ ಹಾಳು ಹೆಂಗಸರಿಗೆ ಏನೂ ಹೇಳಿ ಅರ್ಥಮಾಡಿಸೋಕೆ ಆಗಲ್ಲಪ್ಪ. ಸದ್ಯ ಈಗಲಾದರೂ ವಾಸಿ... ಮದುವೆಯಾದ ಹೊಸತರಲ್ಲಿ ಬಾರಿ ಕಾಟ ಕೊಟ್ಟಿಟ್ಲು. ಏನ್ ಹಳ್ಳಿಯಾ... ಸುಮ್ಮನಿರೋಕೆ... ವಿಧಿಯಿಲ್ಲ. ಹೊಟ್ಟೆ ಪಾಡಿಗೆ ಈ ಊರಲ್ಲಿ ಕೆಲಸಕ್ಕೆ ಹೋಗಲೇಬೇಕು. ಒಬ್ಬಳನ್ನೇ ಮನೇಲಿ ಬಿಟ್ಟು ಹೋಗ್ತೀರಾ... ಅಂತ ದಿನಾ ವರಾತ ತೆಗೀತ್ತಿದ್ದಳು. ಮದುವೆಗೂ ಮುಂಚೆ ನಿಮಗೆ ನೆರಳಾಗ್ತೀನಿ... ನಿಮ್ಮ ಯಶಸ್ಸಿಗೆ ಮೆಟ್ಟಿಲಾಗ್ತೀನಿ ಅಂತ ಮಾತಾಡುತ್ತಿದ್ದವಳು... ಆಮೇಲೆ ಏನೇನೋ ಮಾತಾಡೋಕೆ ಶುರು ಮಾಡಿಬಿಟ್ಟಳು. ಹೇಗೋ ಎರಡು ಮಕ್ಕಳಾದ ಮೇಲೆ ಪರಿಸ್ಥಿತಿ ಸುಧಾರಿಸಿದೆ. ಈ ಬೆಂಗಳೂರೋ ಮೊದಲಿನ ತರ ಇಲ್ಲ. ಬರೋ ಸಂಬಳದಲ್ಲಿ ಎಲ್ಲಾ ಮೆಂಟೇನ್ ಮಾಡೋದು ತುಂಬಾ ಕಷ್ಟ ಆಗ್ತಿದೆ. ವಸ್ತುಗಳೆಲ್ಲಾ ದುಬಾರಿ ಆಗ್ತಿದೆ. ಮಕ್ಕಳ ಫೀಸಂತೂ ಹೇಳೋಕಾಗಲ್ಲ... ಈ ಕಾಲೇಜವ್ರು ಸುಲಿಗೆ ಮಾಡೋದೆ ಎಜುಕೇಷನ್

ಅನ್ಕೊಂಡಿರೋ ಹಾಗಿದೆ. ಏನಿದ್ರೂ ಗಂಡ ಹೆಂಡತಿ ಇಬ್ಬರೂ ದುಡಿಯೋ ಹಾಗಿದ್ರೆ ಮಾತ್ರ ಈ ಬೆಂಗಳೂರು ಸರಿ. ಪಾಪ ಇವಳು ರೀ ಮನೆಯಲ್ಲಿ ಇದ್ದೂ ಇದ್ದೂ ಬೋರ್ ಆಗ್ತಿದೆ, ನಾನೂ ಯಾವುದಾದರೂ ಕೆಲ್ಸಕ್ಕೆ ಹೋಗ್ತೀನಿ ಎಂದಾಗ ನಾನೇ ಬೈದು ಸುಮ್ಮನಾಗಿಸಿದೆ. ಈಗ ಅನ್ನಿಸ್ತಿದೆ ಕಳುಹಿಸ್ಬೇಕಿತ್ತು ಅಂತ. ಆವಾಗ ಅಂತಾ ಪರಿಸ್ಥಿತಿನೂ ಇರಲಿಲ್ಲ ಬಿಡಿ... ಎಲ್ಲಾ ಚೆನ್ನಾಗಿತ್ತು. ಈ ರಿಲೇಷನ್ನುಗಳ ಸಹವಾಸ ಬೇಡ ಅಂತ ಆಗಿಲಿಂದ ಎಲ್ಲರೊಂದಿಗೆ ಒಂದು ಅಂತರ ಕಾಪಾಡಿಕೊಂಡು ಬರಬಾರದಿತ್ತು. ಅವರ ಮನೆಗೆ ನಾವೂ, ನಮ್ಮ ಮನೆಗೆ ಅವರೂ ಬಂದು ಹೋಗುವುದು ಮಾಡುತ್ತಿದ್ದರೆ ಏನೋ ಒಂಥರಾ ಖುಷಿಯಾದರೂ ಇರುತ್ತಿತ್ತು. ಪಾಪ ಎಲ್ಲರೂ ಬರುತ್ತಿದ್ದರು. ಈ ಬೆಂಗಳೂರಿಗೆ ಬಂದ ಹೊಸತರಲ್ಲಿ ನಾನೇ ಬೇಕೂ ಅಂತ ಎಲ್ಲರನ್ನು ನಿರ್ಲಕ್ಷ್ಯ ಮಾಡತೊಡಗಿದೆ. ಆಮೇಲಾಮೇಲೆ ಅವರು ಬರುವುದು ನಿಂತಿತು. ಈ ಮಕ್ಕಳು ಆವಾಗವಾಗ ಕೇಳುತ್ತಿರುತ್ತಾರೆ 'ಅಪ್ಪಾ ಈ ಬೆಂಗಳೂರಲ್ಲಿ ನಮಗ್ಯಾರೂ ಬಂಧೂ ಬಳಗ ಇಲ್ವಾ?' ಅಂತ. ಅವರು ಹಾಗೆ ಕೇಳುವಾಗಲೆಲ್ಲಾ ಮನಸ್ಸಿಗೆ ಎಂತದೋ ನೋವಾಗುತ್ತದೆ. ಈಗ ಎಲ್ಲರನ್ನೂ ನೋಡುವಾ ಎಂದರೆ ಅಷ್ಟು ವರ್ಷದಿಂದ ಇಲ್ಲದ್ದು ಈಗೇನು ಎಂದು ಮಾತು ಬರುತ್ತದೆ. ಸುಮ್ಮನಿದ್ದು ಬಿಡುವುದೇ ಸರಿ... ಈ ಊರಲ್ಲಿ ಕಷ್ಟಸುಖಕ್ಕೆ ಆಗೋರು ಒಬ್ಬರೂ ಇಲ್ಲ. ಪಕ್ಕದ ಮನೇಲಿ ಹೆಣ ಬಿದ್ದಿದ್ರೂ ಹಬ್ಬ ಮಾಡ್ಕೊಂಡು ತಿಂತಾರೆ. ಸಾಯುತ್ತಿದ್ದರೂ ಒಂದು ಹನಿ ನೀರು ಬಿಡೋರು ಗತಿ ಇಲ್ಲ. ನಾನು ಹಾಗೇ ತಾನೆ ಇದ್ದದ್ದು. ಈಗೀಗ ಗೊತ್ತಾಗ್ತಿದೆ ಪರಿಸ್ಥಿತಿ. ನಮ್ಮ ಮಕ್ಕಳನ್ನ ಮಾತ್ರ ಹಾಗೆ ಬೆಳೆಸ್ಬಾರ್ದು. ಫ್ರೀ ಬಿಟ್ಟು ಎಲ್ಲರೊಂದಿಗೆ ಬೆರೆಯೋವಂತೆ ನೋಡಿಕೊಳ್ಳಬೇಕು. ಅದಕ್ಕೇ ನಾನು ಅವರಿಗೆ ಯಾವ ನಿರ್ಬಂಧವನ್ನೂ ಹೇರುವುದಿಲ್ಲ. ಇದು ಇವಳಿಗೆ ಅರ್ಥವಾಗುವುದಿಲ್ಲ. ಮಕ್ಕಳನ್ನ ಹದ್ದುಬಸ್ತಿನಲ್ಲಿಡಿ ಅಂತಿರ್ತಾಳೆ. ಅವರನ್ನ ನೋಡಿದ್ರೆ ಜಾಣ ಮಕ್ಕಳು ಅನ್ನಿಸ್ತದೆ. ಹಾಗೇ ಬೆಳೀಲಿ ಅವು ಎಂದುಕೊಳ್ಳುತ್ತಾ ಮನೆಬಾಗಿಲಿಗೆ ಬಂದರೆ ಗವ್ ಎನ್ನುತ್ತಿತ್ತು. ಇಷ್ಟೊತ್ತಾದರೂ ವರಾಂಡದ ಲೈಟು ಹಾಕದೆ ಕೂತಿದ್ದಾಳಲ್ಲ ಒಳಗೆ ಇದ್ದಾಳೋ ಇಲ್ಲವೋ ಎನ್ನುವ ಅನುಮಾನದಿಂದ ಕಾಲಿಂಗ್ ಬೆಲ್ ಒತ್ತಿದ ದಾಮೋದರ.

ಮಗ

ಈ ಸೆಮಿಸ್ಟರ್ ಮುಗಿದ ಮೇಲೆ ಅಮ್ಮ ಬೈಕು ಕೊಡಿಸ್ತೇನೆ ಅಂದಿದ್ದಾರೆ. ಎಷ್ಟು ಬೇಗ ಮುಗಿಯುತ್ತೋ... ಹಾಳಾದ್ದು ಎಷ್ಟು ತಲೆ ಚಚ್ಕೊಂಡು ಓದಿದ್ರೂ ಎಂಬತ್ತರ ಮೇಲೆ ದಾಟಲ್ಲ ಅನ್ನುತ್ತೆ. ಅಪ್ಪ ಏನೂ ಕೇಳಲ್ಲ. ಈ ಅಮ್ಮಂದೇ ಗೋಳು. ಮಾರ್ಕು ಕಮ್ಮಿ

ಆಯ್ತು ಅಂತ ಯಾವಾಗ್ಲೂ ಗೊಣಗುತ್ತಿರುತ್ತಾಳೆ. ಟ್ಯೂಷನ್‌ಗೆ ಬೇರೆ ಸೇರ್ಸಿದ್ದಾರೆ. ಆ ಕಾಲೇಜಲ್ಲಿ ಕುಯ್ಯಿಸಿಕೊಳ್ಳೋದು ಸಾಕು ಅಂತ ಈ ಟ್ಯೂಷನ್‌ನಲ್ಲೂ ಕುಯ್ಯಿಸಿಕೊಳ್ಳಬೇಕು. ಆರಾಮಾಗಿ ಫ್ರೆಂಡ್ಸ್ ಜೊತೆ ಕ್ರಿಕೆಟ್ ಆಡುವಾ ಅಂದರೆ ಸರಿಯಾಗಿ ಟೈಮೂ ಸಿಕ್ಕಲ್ಲ. ಚಕ್ಕರ್ ಹಾಕಿದ ದಿನಗಳಲ್ಲಿ ರಿಲೀಸ್ ಆದ ಸಿನಿಮಾ ನೋಡುವುದರಲ್ಲೇ ದಿನ ಕಳೆದು ಹೋಗುತ್ತೆ. ಟ್ಯೂಷನ್ನಿಗೆ ಹೋಗಿಲ್ಲದ ದಿನ ಆ ಲೆಕ್ಚರರ್ರು ನೇರಾ ಅಮ್ಮಂಗೆ ಫೋನೇ ಮಾಡಿಬಿಡ್ತಾನೆ. ಓದೋದನ್ನ ಯಾಕೆ ಮಾಡಿದರಪ್ಪಾ ಜನಗಳು. ಪ್ರಾಣಿಗಳ ಥರ ಕಾಡಲ್ಲಿ ಆರಾಮಾಗಿ ತಿಂದು ಓಡಾಡಿಕೊಂಡಿರಬಹುದಾಗಿತ್ತಲ್ಲವಾ? ಈ ಫ್ರೆಂಡ್ಸ್‌ಗಳು ನೋಡಿದ್ರೆ 'ಏನ್ ಮಗ... ಒಂದ್ ಹುಡ್ಗೀನೂ ಪಟಾಯಿಸಲಿಲ್ಲವೇನೋ' ಅಂತ ಪದೇ ಪದೇ ರೇಗಿಸ್ತಿರ್ತಾರೆ. ಅಮ್ಮ ಕೊಡೋ ಪಾಕೇಟುಮನಿ ನಂಗೆ ಯಾವ ಮೂಲೆಗೂ ಸಾಕಾಗಲ್ಲ; ಇನ್ನು ಹುಡ್ಗಿ ಬೇರೆ ಕೇಡು. ಇವರಪ್ಪಂದಿರೋ ಕೋಟಿಗಟ್ಟಲೆ ಆಸ್ತಿ ಮಾಡಿಟ್ಟಿದ್ದಾರೆ. ಓದ್ಲಿಲ್ಲಾ ಅಂದ್ರೂ ನಡೆಯುತ್ತೆ... ನಮ್ದು ಹಂಗಲ್ಲಾ... ನೆಟ್ಗೆ ಓದಿಲ್ಲ ಅಂದ್ರೆ ಅಮ್ಮ ಸಾಯಿಸೇ ಬಿಡ್ತಾರೆ. ಹುಟ್ಟಿದ್ರೆ ಚಿನ್ನದ ಚಮಚ ಬಾಯಲ್ಲಿಟ್ಟುಕೊಂಡೇ ಹುಟ್ಬೇಕು ನೋಡಿ. ನಮ್ಮಂತಾ ಮಿಡ್ಲ್‌ಕ್ಲಾಸ್ ಫ್ಯಾಮಿಲಿಗಳಿಗೆ ಇವೆಲ್ಲಾ ಆಗಿಬರಲ್ಲ. ಏನು ಅವರ ಸ್ಟೈಲು, ಗಾಡಿ... ಹುಡ್ಗೀರು... ಅಬ್ಬಬ್ಬಾ... ನೋಡೋಕೆ ಕೋತಿಗಳ ಥರ ಇದ್ದರೂ ಚಂದದ ಹುಡ್ಗೀರೇ ಬೇಕು ಲವ್ ಮಾಡೋಕೆ ಅವರಿಗೆ. ಅಂತೂ ಅವರಿಗಿಂತ ನಾನೇನು ಕಮ್ಮಿ ಅಂತ ಹೇಗೋ ಇರೋ ಡ್ರೆಸ್‌ಗಳಲ್ಲೇ ಸ್ಟೈಲಿಶ್ ಆಗಿ ಬರ್ತಿನಿ. ನೋಡೋಕೆ ಬೆಳ್ಳಗೆ ಚಂದವಾಗಿ ಇದ್ದುದಕ್ಕೇನೋ ಸರಿಹೋಯ್ತು... ಇಲ್ಲಾ ಅಂದಿದ್ರೆ ಈ ಕೋತಿ ನನ್ನ ಮಕ್ಕಳು ನನ್ನ ಹತ್ತಿರಾನೂ ಸೇರಿಸ್ತಾ ಇರಲಿಲ್ಲವೇನೋ. ತಂಗಿ ದೇವಿಕಂದೆ ಸರಿ. ಮುಂದಿನ ವರ್ಷನೋ... ಆಚೆ ವರ್ಷಾನೋ ಮದ್ವೆ ಮಾಡ್ತೀವಿ ಅಂತಿದಾರೆ. ಹಾಯಾಗಿ ಗಂಡನ ಮನೆ ಸೇರಿಬಿಡ್ತಾಳೆ. ಆಮೇಲೆ ನಾನೊಬ್ಬನೆ. ಕಷ್ಟಸುಖ ಹೇಳಿಕೊಳ್ಳೋಕೆ ಯಾರೂ ಇಲ್ಲದೆ ಏಕಾಂಗಿಯಾಗಿ ಬಿಡ್ತೇನೆ. ಅಪ್ಪ ಮೊದಲಿಂದಲೂ ಅಷ್ಟೆ !. ಎಷ್ಟು ಬೇಕೋ ಅಷ್ಟೇ ಮಾತಾಡುವುದು. ಅಮ್ಮನೋ ಯಾವ ಸಮಯದಲ್ಲಿ ಹೇಗಿರ್ತಾಳೋ ಊಹೆ ಮಾಡುವುದೇ ಕಷ್ಟ. ಒಮ್ಮೊಮ್ಮೆ ಚಂಡಿ ಚಾಮುಂಡಿ ಅವತಾರ ತಾಳಿ ಬಿಡ್ತಾಳೆ. ಮತ್ತೊಮ್ಮೆ ಗಂಗಾಮಾಯಿ. ಅಮ್ಮನ್ನ ಇನ್ನೂ ಅರ್ಥ ಮಾಡಿಕೊಳ್ಳೋಕೆ ಆಗ್ತಿಲ್ಲ. ದೇವಿಕಾಳಿಗೆ ಹೋಲಿಸ್ಕೊಂಡ್ರೆ... ನಾನೇ ವಾಸಿ. ನಂಗೆ ಜಾಸ್ತಿ ಬೈಯಲ್ಲ. ಯಾಕೋ ಇತ್ತೀಚೆಗೆ ಅಪ್ಪ ಅಮ್ಮ ಮೊದಲಿನ ಥರ ಜೋಕ್ ಮಾಡ್ತಾ ಸಂತೋಷವಾಗಿರುವುದಿಲ್ಲ. ಹಬ್ಬಹರಿದಿನಗಳಲ್ಲಿ ಯಾವ ರಿಲೇಷನ್ನುಗಳ ಮನೆಗೂ ಹೋಗುವುದಿಲ್ಲ. ನಂಗೆ ಊರಲ್ಲಿರೋ ಆ ಅಜ್ಜನ ಮನೆ ಅಂದ್ರೆ ತುಂಬಾ ಇಷ್ಟ. ಅಲ್ಲಿ ಕಾಡು, ನದಿ, ಬೆಟ್ಟ... ಗಾಳಿ... ಎಲ್ಲಾ ಎಷ್ಟೊಂದು ಚಂದ. ಈ ಬೆಂಗಳೂರಲ್ಲಿ ಹುಡಿಕ್ಕೊಂಡ್ರೂ ಈಜಾಡೋಕೆ ಒಂದು ಕೆರೆ ಸಿಕ್ಕಲ್ಲ. ಸ್ವಿಮ್ಮಿಂಗ್

ಪೂಲ್ಗೆ ಹೋಗ್ಬೇಕು. ಅದೊಂಥರಾ ಕೊಳಚೆ. ಅಲ್ಲೀ ತರ ಫ್ರೀಯಾಗಿ ಓಡಾಡೋಕು ಆಗಲ್ಲ ಇಲ್ಲಿ. ಮನೆ ಮನೆಯವರೆಲ್ಲಾ ಮಾತಾಡಿಸ್ತಾರೆ. ಯಾರ ಮಗ ನೀನು ಅಂತ. ಪ್ರತಿಯೊಬ್ಬರೂ ಮನೆಗೆ ಕರಿತಾರೆ. ಈ ಬೆಂಗಳೂರಲ್ಲೋ ಯಾರೂ ಕ್ಯಾರೆ ಅನ್ನಲ್ಲ. ಹೇಳಿಕೊಳ್ಳೋಕೆ ಮಾತ್ರ ನಾವು ನಾಗರೀಕರಂತೆ. ಅವರು ಹಳ್ಳಿಗಮಾಡುಗಳಂತೆ. ಈ ಫ್ರೆಂಡ್ಸ್‌ಗಳೂ ಅಷ್ಟೇ. ಹಳ್ಳಿ, ನದಿ, ಕಾಡು ಅಂದರೆ ಕಾಡುಮನುಷ್ಯ ನೀನು ಅಂತೆಲ್ಲಾ ಚುಡಾಯಿಸ್ತಾರೆ. ಅವಕ್ಕೇನು ಗೊತ್ತು ಬಿಡಿ ಅದರ ಮಜ. ಬಲ್ಲವನೇ ಬಲ್ಲ ಬೆಲ್ಲದ ರುಚಿಯ. ಮಾತೆತ್ತಿದರೆ ನೆಟ್ಟು, ಪಬ್ಬು ಅಂತಿರ್ತಾವೆ... ಥೂ ಯಾಕೋ ನಂಗೆ ಮೊದಲಿಂದಲೂ ಈ ಥರ ಇರೋಕೆ ಆಗುದಿಲ್ಲಪ್ಪ. ಅಪ್ಪನ್ನ ಪದೇಪದೇ ಕೇಳ್ತಿರ್ತೀನಿ... ಸುಮ್ನೆ ಊರಿಗೇ ಹೋಗೋಣ ಅಂತ. ಅಲ್ಲಿ ಹೋಗಿ ಏನ್ ಮಾಡೋದು ಅಂತಾರೆ... ಅಲ್ಲಿರುವವರೆಲ್ಲಾ ಬದುಕೋದೆ ಇಲ್ಲವಾ... ಅದೇನೋ... ಏನ್‌ಕತೆಯೋ... ಸದ್ಯ ನಂಗೆ ಒಂದ್ ಗಾಡಿ ತಕ್ಕೊಟ್ಟುಬಿಟ್ರೆ ಸಾಕಪ್ಪ. ಈ ಸಿಟಿಬಸ್ಸಲ್ಲಿ ಸಾಯೋದು ತಪ್ಪುತ್ತೆ. ದೇವಿಕಾ ಯಾಕೋ ಇತ್ತೀಚಿಗೆ ಒಂಥರಾ ಆಡ್ತಿರ್ತಾಳೆ. ಹತ್ತಿರ ಜಾಸ್ತಿ ಮಾತಾಡೋಲ್ಲ. ಜೋಕು ಹೇಳಿದ್ರೆ ನಗಲ್ಲ. ಮೊಬೈಲಂತೂ ಮುಟ್ಸಲ್ಲ. ಯಾವಾಗಲೂ ಮೆಸೇಜು ಕುಟ್ತಿರ್ತಾಳೆ. ಅದ್ಯಾರಿಗೋ ಮಾಡ್ತಾಳೋ ಏನೋ... ಬಲವಂತವಾಗಿ ಕಿತ್ಕೊಳೋಕೆ ಹೋದ್ರೆ ಎಗರಾಡ್ತಾಳೆ. ಅಮ್ಮಂಗೆ ಹೇಳಿ ಅವಳಿಗೆ ಸರಿಯಾಗಿ ಬುದ್ಧಿ ಕಲಿಸ್ಬೇಕು. ಅವಳಿಗೆ ಮೊಬೈಲ್ ಕೊಟ್ಟದ್ದೇ ತಪ್ಪು... ನಮ್ ಕಾಲೇಜಲ್ಲಿ ಇರೋ ಹುಡುಗಿರನ್ನ ನೋಡ್ತಾ ಇದ್ರೆ ಇವಳ ವಿಷಯದಲ್ಲಿ ಭಯ ಕಾಡುತ್ತೆ. ತೋಳು ಕಾಣೋ ಬಟ್ಟೆ ಹಾಕ್ಕೋಬೇಡ ಅಂದ್ರೆ ನೀನು ಹಳ್ಳೀಲಿ ಹುಟ್ಟಬೇಕಿತ್ತು. ಮಿಸ್ಸಾಗಿ ಬೆಂಗಳೂರಲ್ಲಿ ಹುಟ್ಟಿಬಿಟ್ಟೆ ಅಂತ ತಿರುಗಿ ಉತ್ತರ ಕೊಡ್ತಾಳೆ. ನಂಗೆ ಹಳ್ಳಿಜೀವನ ಇಷ್ಟ ಆದ್ರೆ ಅವಳಿಗೆ ಅದು ಕಷ್ಟ. ರಜದಲ್ಲಿ ಅಜ್ಜನ ಊರಿಗೆ ಹೋದರೆ ಎರಡು ದಿನ ಆಗ್ತಿದ್ದ ಹಾಗೆ ಕರ್ಕೊಂಡು ಹೋಗು ಬೆಂಗಳೂರಿಗೆ ಅಂತಾಳೆ. ನೆಟ್ಗೆ ಡ್ರೆಸ್ ಸೆನ್ಸೂ ಇಲ್ಲ ಮುಂಡೇದಕ್ಕೆ. ಈ ಹುಡುಗ್ರು ಸರಿ ಇಲ್ಲ. ಯಾವಾದ್ರೂ ಮಿಕ ಬೀಳ್ತಾವೇನೋ ಅಂತ ಕಾಯ್ತಿರ್ತಾವೆ. ಇವಳಿಗೆ ಒಂಚೂರು ಬುದ್ಧಿ ಇಲ್ಲ. ಈವತ್ತು ಅಮ್ಮಂಗೆ ಹೇಳಿ ಸರಿಯಾಗಿ ಮಾಡಿಸ್ಬೇಕು ಎಂದು ಏನೇನೋ ಯೋಚನೆ ಮಾಡುತ್ತಾ ದೀಪು ಸಿಟಿಬಸ್ಸು ಹತ್ತಿದ.

ಮಗಳು

ಈ ಅಮ್ಮಂಗೆ ಒಂಚೂರು ಬುದ್ಧಿ ಇಲ್ಲ. ಯಾವಾಗಲೂ ಸಿಡಿಸಿಡಿ ಅಂತಿರ್ತಾಳೆ. ಜಾಸ್ತಿ ಫ್ರೆಂಡ್ಸ್ ಜೊತೆ ಸುತ್ತಾಡಬಾರದಂತೆ; ಕಾಲೇಜು ಮುಗಿದ ತಕ್ಷಣ ಮನೆಗೆ ಓಡಿ ಬಂದು ಬಿಡಬೇಕಂತೆ. ನಾನಿನ್ನು ಚಿಕ್ಕವಳಲ್ಲವಂತೆ. ಇನ್ನೂ ಓಬೀರಾಯನ ಕಾಲದ

ಹೆಂಗಸು ಆಡಿದಂಗೆ ಆಡ್ತಾಳೆ. ಅಪ್ಪಾನೆ ಸರಿ, ಒಂದೂ ಮಾತು ಆಡಲ್ಲ. ಎಷ್ಟ್ ಚೆನ್ನಾಗಿ ಅರ್ಥ ಮಾಡ್ಕೋತಾರೆ. ಕಾಲೇಜಿನಲ್ಲಿ ಟೂರ್ ಮಾಡ್ತಾರೆ ಅಂದ್ರೆ ಮುಗೀತು, ಮೂರ್ ದಿನ ಊಟಾನೇ ಮಾಡಲ್ಲ. ಹೋಗೋದು ಬೇಡ ಅಂತ ರಂಪ ಮಾಡ್ತಾರೆ. ಅದೇ ಕರಡಿಮರಿ ದೀಪುಗೆ ಮಾತ್ರ ಏನೂ ಅನ್ನಲ್ಲ. ನಾನೂ ಹುಡ್ಗ ಆಗ್ಬೇಕಿತ್ತು. ಜಾಲಿಯಾಗಿ ಸುತ್ತಾಡ್ಕೊಂಡು ಎಷ್ಟು ಹೊತ್ತಿಗಾದ್ರೂ ಮನೆಗೆ ಬರಬಹುದಿತ್ತು. ಅವನಿಗೆ ಪಾಕೇಟು ಮನೀನೂ ಜಾಸ್ತಿ ಕೊಡ್ತಾರೆ... ನನಗಾದರೆ ಕಮ್ಮಿ. ಈ ಬೆಂಗಳೂರು ಸರಿ ಇಲ್ವಂತೆ. ಯಾವಾಗ್ಲೂ ಹುಷಾರಾಗಿರಬೇಕಂತೆ. ಅದ್ಯಾರೋ ಪಕ್ಕದ ಬೀದಿ ಆಂಟಿ ಮಗಳಂತೆ ಯಾರನ್ನೋ ಲವ್ ಮಾಡಿ ಅವನ ಜೊತೆ ಓಡಿಬಿಟ್ಟಳಂತೆ. ಅದಕ್ಕೇ ನಂಗೆ ಮುಂದಿನ ವರ್ಷ ಮದ್ವೆ ಮಾಡಿ ಬಿಡ್ತಾರಂತೆ. ರೋಡಲ್ಲಿ ಯಾರೋ ಆ್ಯಕ್ಸಿಡೆಂಟಾಗಿ ಸತ್ರೆ ನಾವೂ ಸಾಯ್ತೀವಿ ಅಂತ ಯಾರಾದರೂ ಓಡಾಡೋದು ಬಿಟ್ಟುಬಿಡ್ತಾರಾ? ನಮ್ಮ ಬುದ್ಧಿ ನಮ್ಮ ಕೈನಲ್ಲಿದ್ರೆ ಸರಿ ಯಾರೂ ಏನೂ ಮಾಡೋಕೆ ಆಗಲ್ಲ. ಈ ದೀಪುನೋ ಯಾವುದೊಂದಕ್ಕೂ ಮೂಗು ತೂರಿಸ್ತಾನೆ. ತೋಳು ಕಾಣಿಸುವ ಡ್ರೆಸ್ ಹಾಕಬಾರದಂತೆ. ಮೊಣಕಾಲು ಕಾಣುವ ಹಾಗೆ ಸ್ಕರ್ಟು, ಡೀಪ್‌ನೆಕ್ಕು ಟಾಪು ಯಾವುದನ್ನೂ ಹಾಕಬಾರದಂತೆ. ನೋಡೋರ ದೃಷ್ಟಿ ಸರೀ ಇಲ್ಲ ಅಂದ್ರೆ ನಾವೇನು ಮಾಡೋದು. ಬಿಚ್ಕೋಲೆ ಗೌರಮ್ಮನ ಥರಾ ಇರ್ಬೇಕಾ? ಇನ್ನೊಂದ್ಸಲ ಅಜ್ಜನ ಮನೆಗೆ ಮಾತ್ರ ಹೋಗಬಾರದು. ಯಾವಾಗ್ಲೂ ನನ್ ಮದ್ವೆ ಸುದ್ದಿನೇ ಮಾತಾಡ್ತಾವೆ. ಬೇರೆ ಇನ್ನೇನು ಇಲ್ವಾ ಅವಕ್ಕೆ ಸುದ್ದಿ. ಹಳ್ಳಿ ಗುಗ್ಗುಗಳು. ಲೈಫನ್ನ ಸರಿಯಾಗಿ ಎಂಜಾಯ್ ಮಾಡೋಕು ಬರಲ್ಲ ಅವಕ್ಕೆ. ಯಾವಾಗಲೂ ಶಾಸ್ತ್ರ ಸಂಪ್ರದಾಯ ಒಳ್ಳೇದು ಕೆಟ್ಟದ್ದೂ ಅಂತ ವದರ್ತಾ ಇರ್ತಾವೆ. ಈ ದೀಪೂನೂ ಅಷ್ಟೆ. ಅವರು ಆಡಿದ ಹಾಗೇ ಆಡ್ತಾನೆ. ಇವನು ಅಲ್ಲೇ ಹುಟ್ಟಬೇಕಿತ್ತು. ಕಳ್ಳರ ಹಾಗೆ ಮೊಬೈಲ್ ಚೆಕ್ ಮಾಡೋಕೆ ಬರ್ತಾನೆ. ಅಷ್ಟು ಸುಲಭಕ್ಕೆ ಬಿಡ್ತಿನಾ? ಇನ್ನೂ ಅನುಮಾನ ಹುಟ್ಟಿಸಿ ತಲೆಕೆಡಿಸ್ಕೊಂಡು ಮೆಂಟಲ್ ಆಗ್ಬೇಕು... ಆವಾಗ ಕೊಡ್ತೀನಿ. ಹುಡ್ಗೀರು ಅಂದ್ರೆ ಅಷ್ಟೊಂದು ಕುಲಗೆಟ್ಟೋರು ಅನ್ಕೋತಾರೆ ಎಲ್ಲ. ನಮಗೂ ಮರ್ಯಾದೆ ಕಲ್ಚರ್ ಎಲ್ಲಾ ಇರುತ್ತೆ ಅಂತ ಗೊತ್ತಾಗ್ಬೇಕು. ನನ್ನ ಫ್ರೆಂಡ್ಸ್ ಎಲ್ಲಾ ಸಂಗೀತ, ಭರತನಾಟ್ಯ ಕ್ಲಾಸ್ಗೆ ಹೋಗ್ತಾರೆ. ನಾನೂ ಹೋಗ್ತೀನಿ ಅಂದ್ರೆ ಅಮ್ಮ ಕೇಳಲ್ಲ. ನೀನಿನ್ನೂ ಚಿಕ್ಕವಳಾ ಅದನ್ನೆಲ್ಲಾ ಕಲಿಯೋಕೆ ಅಂತಾರೆ. ದೊಡ್ಡವರಾದ್ಮೇಲೆ ಕಲೀಬಾರ್ದು ಅಂತ ರೂಲ್ಸ್ ಏನಾದ್ರೂ ಇದೆಯಾ? ನಂಗೂ ಸಂಗೀತ ಕಲೀಬೇಕು ಅಂತ ತುಂಬಾ ಇಷ್ಟ. ನಾನು ಚಿಕ್ಕವಳಿದ್ದಾಗಲೇ ಸರಿ; ಅಕ್ಕ ಪಕ್ಕದ ಮನೆಯ ಹುಡುಗರೊಂದಿಗೆ ಆಟವಾಡಿಕೊಂಡು ಎಷ್ಟೊತ್ತಿಗೆ ಬಂದರೂ ಅಮ್ಮ ಬೈಯುತ್ತಿರಲಿಲ್ಲ. ಯಾಕಾದರೂ ದೊಡ್ಡವಳಾದೆನೋ? ಒಂದೊಂದ್ಸಲ ಅಮ್ಮ ಹೇಳೋದೂ ಸರಿ ಅನ್ನಿಸುತ್ತೆ. ಎದುರು ಮನೆ ಹುಡುಗ ಅಣ್ಣ ಇಲ್ಲದಾಗ ಯಾವಾಗಲೂ

ತಿಂದು ಬಿಡೋ ಹಾಗೆ ಗುರಾಯಿಸ್ತಿರ್‍ತಾನೆ. ಆ ಕಾಲೇಜಿಗೆ ಹೋಗಬೇಕಾದರೂ ಅಷ್ಟೆ. ಹುಡುಗರು ಬರಗೆಟ್ಟವರ ಹಾಗೆ ಮೇಲಿಂದ ಕೆಳಕ್ಕೆ ನೋಡ್ತಾವೆ. ಅದ್ಯಾಕೆ ಹಂಗೆ ಸಾಯ್ತಾವ್ರೋ... ಹಾಳಾದೋವು. ಅವರ ಮನೇಲಿ ಹೆಣ್ಣು ಮಕ್ಕಳಿಲ್ವಾ? ಕಷ್ಟ ಕಣಪ್ಪಾ ಈ ಹುಡುಗರ ಕಣ್ತಪ್ಪಿಸಿ ಬದುಕೋದು. ನಮಗೂ ಹೀಗೆ ಇರ್ಬೇಕು ಅಂತ ಆಸೆ ಇರಲ್ವಾ? ಮನೆ ಕೆಲ್ಸ ಕಲಿ ಮೊದ್ಲು... ಅಡುಗೆ ಮಾಡೋದು ಕಲಿ ಅಂತಾರೆ ಅಮ್ಮ. ಎಲ್ರೂ ಏನು ಮೊದಲೇ ಪಂಡಿತರಾಗಿ ಬಿಡ್ತಾರಾ? ಮದುವೆ ಆದ ಮೇಲೆ ಕಲಿತುಕೊಳ್ಳಬಹುದಲ್ವಾ... ಆಮೇಲೆ ವರ್ಷವೆಲ್ಲಾ ಮಾಡಿ ಸಾಯೋದು ಇದ್ದೇ ಇರ್‍ತದೆ. ಹುಡ್ಗೀರು ಏನಿದ್ರೂ ಅಪ್ಪನ ಮನೇಲೆ ಚನ್ನಾಗಿ ತಿಂದು ಮಜವಾಗಿ ಇದ್ದುಬಿಡಬೇಕು. ಆಮೇಲೆ ಹೇಗಿರ್ತಿವ್ರೋ ಹೇಳೋಕಾಗಲ್ಲ. ಹೇಗಿದ್ರೂ ಮದ್ವೆ ಮಾಡ್ತೀವಿ ಅಂತೀರಲ್ಲ; ಮತ್ಯಾಕೆ ಕಾಲೇಜಿಗೆ ಕಳಿಸ್ತಿರಾ, ಮನೇಲೇ ನಿನ್ ಜೊತೆ ಹಾಯಾಗಿದ್ದು ಬಿಡ್ತೀನಿ ಅಂದರೆ ಹ್ಹಿ ಹ್ಹಿ ಹ್ಹಿ ಅಂತ ಹಲ್ಲು ಕಿರಿತಾರೆ ಅಮ್ಮ. ಇವರ ಮಾತು ಏನಾದ್ರೂ ಕೇಳಿದ್ರೆ ನಾನೂ ಇವರಂಗೆ ಮನೇಲಿ ಒಂಟಿ ಪಿಶಾಚಿ ಥರ ಬಿದ್ದಿರ್ಬೇಕಾಗುತ್ತೆ ಅಷ್ಟೆ. ನೋಡುವಾ ಅದ್ಹೇಗೆ ಮದ್ವೆ ಮಾಡ್ತಾರೋ ನಾನೂ ನೋಡೇ ಬಿಡ್ತೀನಿ. ಶಪಥ ಮಾಡುವವಳಂತೆ ದೇವಿಕಾ 'ಅಯ್ಯೋ ಟೈಮಾಯ್ತು ಎಲ್ಲಿ ಅಮ್ಮ ಬೈತಾರೋ' ಎನ್ನುತ್ತಾ ಫ್ರೆಂಡ್ಸ್‌ಗೆಲ್ಲಾ ಬಾಯ್ ಹೇಳಿ ಮನೆ ಕಡೆ ಹೊರಟಳು.

ಅವರು

ಯಾವಾಗ್ಲೂ ಬಾಗಿಲು ಮುಚ್ಚಿದಂಗೆ ಇರುತ್ತೆ. ಒಳಗಡೆ ಸೇರ್‍ಕೊಂಡು ಮೊಟ್ಟೆ ಏನಾದ್ರೂ ಹಾಕ್ತಾರಾ ಅಂತ. ಒಂಟಿ ಪಿಶಾಚಿಗಳ ಹಾಗೆ ಮನೇಲೇ ಬಿದ್ದಿರ್‍ತಾವೆ. ಯಾರ ಜೊತೆಯಲ್ಲೂ ಬೆರೆಯುವುದಿಲ್ಲ. ಮೂದೇವಿಗಳು. ಆ ಯಪ್ಪಾ ಏನೋ ಬೆಳಗ್ಗೆ ಕೆಲಸಕ್ಕೆ ಹೋಗಿ ರಾತ್ರಿ ಬರ್‍ತಾನೆ. ಈ ಯಮ್ಮಾನಾದ್ರೂ ವಸಿ ಅಕ್ಕಪಕ್ಕದವರೊಂದಿಗೆ ಮಾತಾಡಿಕೊಂಡು ಇರಬಾರದ. ಯಾವಾಗ ನೋಡಿದ್ರು ಬಾಗಿಲು ಹಾಕಿದಂಗೆ ಇರುತ್ತೆ. ಜನ ಸೇರದ ಗೂಬೆಗಳು. ನೆಂಟರೂ ಸರಿಯಾಗಿ ಬರೂದಿಲ್ವಲ್ಲ ಇವರ ಮನೆಗೆ. ಅಬ್ಬಾಬ್ಬ... ಆ ಹುಡುಗಿ ಇದ್ದಾಳಲ್ಲ... ಏನ್ ಸ್ಟೈಲು ಮಾಡುತ್ತೆ ಅಂತೀರಾ... ಕಾಲೇಜಿಗೆ ಅದು ಓದೋಕೆ ಹೋಗುತ್ತಾ ಅಥವಾ ಫ್ಯಾಷನ್ ಶೋಗೆ ಏನಾದ್ರೂ ಹೋಗುತ್ತಾ ಗೊತ್ತಿಲ್ಲ. ಇದ್ದಿದ್ದರಲ್ಲಿ ಆ ಹುಡುಗ ಪರವಾಗಿಲ್ಲ. ಎಲ್ಲರನ್ನೂ ಮಾತಾಡಿಸ್ತಾ ನಗು ನಗುತ್ತಾ ಇರುತ್ತೆ. ಇವಕ್ಕೆ ಊರಲ್ಲಿ ಬಂಧು ಬಳಗ ಯಾರಾದರೂ ಇದ್ದಾರಾ ಕಾಣೆವು. ಮನೆ ಬಿಟ್ಟು ಎತ್ಲಾಗೂ ಕಡೆಯುವುದಿಲ್ಲ. ನಾವು ಬಂದಾಗಿನಿಂದ ನೋಡ್ತಾನೇ ಇದ್ದೀವಿ. ಎಷ್ಟು ಬೇಕೋ ಅಷ್ಟೇ ಮಾತು. ಅದೇನ್ ಕತೆಯೋ ಏನೋ!

ನಿರೂಪಕ

ಕಾಲಿಂಗ್ ಬೆಲ್ ಸದ್ದಾದ ತಕ್ಷಣ ದೀಪ ಹಚ್ಚುವ ಎಂದು ಹೊರಟ ಶಕುಂತಳಾ ಎದ್ದು ಬಂದು ಬಾಗಿಲು ತೆಗೆದಳು. ಯಾಕೆ ಇನ್ನೂ ಲೈಟ್ ಹಾಕಿಲ್ಲ ಎನ್ನುತ್ತಾ ದಾಮೋದರ ತಾನೇ ಸ್ವಿಚ್ ಹಾಕಿದ. ಇರಿ ಕಾಫಿ ತಗೊಂಡು ಬರ್‍ತೀನಿ ಎನ್ನುತ್ತಾ ಅವಳು ಒಳ ಹೋದಳು. ಬಟ್ಟೆ ಬಿಚ್ಚಿ ನೈಟ್ ಡ್ರೆಸ್ ಹಾಕ್ಕೊಂಡು ಕೈಕಾಲು ಮುಖ ತೊಳೆದುಕೊಂಡು ಬಂದ ದಾಮು ಕೈನಲ್ಲಿ ಕಾಫಿ ಹಿಡಿದು ನಿಂತಿದ್ದ ಹೆಂಡತಿಯ ಮುಖವನ್ನೊಮ್ಮೆ ನೋಡಿದ. ಯಾವ ಬದಲಾವಣೆಯೂ ಇಲ್ಲದೆ ಎಂದಿನಂತೆ ಮಾಮೂಲಿಯಾಗಿತ್ತು. ಮನೆಯಲ್ಲಿ ಪಾಪ ಯಾವಾಗಲೂ ಒಬ್ಬಳೇ ಇರ್‍ತಾಳಲ್ಲ ಎನ್ನಿಸಿ ಅಯ್ಯೋ ಎನ್ನಿಸಿತು ಹೆಂಡತಿಯ ಬಗ್ಗೆ. ಬಾ ಕುತ್ಕೋ ಎಂದು ಖುರ್ಚಿ ಎಳೆದು ಅವಳೆಡೆಗೆ ನೀಡಿದ. ಬೆಳಗ್ಗಿಂದ ಸಂಜೆ ತನಕ ಕತ್ತೆ ಕೆಲಸ ಮಾಡಿದಂಗೆ ಮಾಡಿ ಮನೆಗೆ ಬರುವ ಗಂಡನನ್ನು ಕಂಡು ಅವಳಿಗೂ ಮರುಕ ಹುಟ್ಟಿತು. ಮಕ್ಕಳಿನ್ನೂ ಬಂದಿಲ್ಲವಲ್ಲ ಎಂದು ಮನಸಲ್ಲೇ ಲೆಕ್ಕ ಹಾಕುತ್ತಾ ತಾನೂ ಕೂತಳು. ಮತ್ತೆ ಕಾಲಿಂಗ್ ಬೆಲ್ ಸದ್ದಾಯಿತು. ಕೂತಿದ್ದವಳು ಹಾಗೇ ಎದ್ದು ಬಾಗಿಲು ತೆಗೆದಳು. ಮಗ ದೀಪು, ದೇವಿಕಾ ಬಂದರು. ಬಂದವರೇ ಕೈಕಾಲನ್ನೂ ಸಹ ತೊಳೆಯದೆ ಆಗಲೇ ಅಪ್ಪ ಬಂದಿರುವುದನ್ನು ಕಂಡು ಖುಷಿಯಾಗಿ ತಾವೂ ಓಡೋಡಿ ಬಂದು ಅಪ್ಪನ ಸುತ್ತ ಖುರ್ಚಿ ಹಾಕಿಕೊಂಡು ಕೂತರು. ಗಂಡ ಮಕ್ಕಳನ್ನೆಲ್ಲಾ ಒಟ್ಟಿಗೆ ನೋಡಿದ ಶಕುಂತಳೆಯ ಮೊಗ ಅರಳಿ ಬೆಳಗ್ಗಿನಿಂದ ಇದ್ದ ಬೇಜಾರೆಲ್ಲಾ ಮಾಯವಾಗಿ ಹೊಸ ಉತ್ಸಾಹ ತುಂಬಿತು. ಮಕ್ಕಳಿಗೂ ಕಾಫಿ ತಂದುಕೊಟ್ಟು ತಾನೂ ಕೂತಳು. ಆಗಲೇ ದೇವಿಕಾ ಅಪ್ಪನಿಗೆ ಅದೂ ಇದೂ ಅಂತ ಮೊಬೈಲಿನಲ್ಲಿ ಏನನ್ನೋ ತೋರುತ್ತಾ ನಗುತ್ತಿದ್ದಳು. ಅಪ್ಪನೂ ಅವಳೊಂದಿಗೆ ಸೇರಿ ತಾನೂ ನಗುತ್ತಿದ್ದರು. ದೀಪುವಿಗೆ ಮಾತ್ರ ಏನೆಂದು ಅರ್ಥವಾಗದೆ ಒಮ್ಮೆ ದೇವಿಕಾಳನ್ನು ಗುರಾಯಿಸಿದ. ನಾಲಿಗೆಯನ್ನು ಪಕ್ಕಕ್ಕೆ ತಿರುಗಿಸಿ ಕೀಟಲೆ ಮಾಡಿದ ದೇವಿಕಾ ಅಣ್ಣ ಹೊಡೆಯಲು ಬಂದಾಗ ಹೋಗಿ ಅಮ್ಮನ ಹಿಂದೆ ಅವಿತಳು. ಏನೋ ದೀಪು ಅದು ಇನ್ನೂ ಹುಡುಗಾಟ ಬಾರೋ ಎನ್ನುತ್ತಾ ಅಮ್ಮ ಮಗನ ತಲೆಗೆ ಬೆರಳಿಟ್ಟು ಕೂದಲು ನೇವರಿಸಿದರು. ಅಮ್ಮಾ ಏನಾದ್ರೂ ಸ್ಪೆಷಲ್ ಮಾಡಮ್ಮ ಈವತ್ತು ಎನ್ನುತ್ತಾ ಅಣ್ಣ ತಂಗಿ ಇಬ್ಬರೂ ಅಮ್ಮನನ್ನು ತಬ್ಬಿಕೊಳ್ಳುತ್ತಾ ದುಂಬಾಲು ಬಿದ್ದರು. ಶಕುಂತಲೆಗೆ ಮೈ ರೋಮಾಂಚನವಾಯಿತು. ಇದಕ್ಕಿಂತ ಸುಖ ಮತ್ತೇನಿದೆ ಅನ್ನಿಸಿ ಎರಡೂ ಮಕ್ಕಳನ್ನು ಹಾಗೇ ಮತ್ತಷ್ಟು ಅವುಚಿಕೊಂಡಳು.

●●●

ಒಂದು ವಿದಾಯ

ಹೇಳಿದ ಟೈಮಿಗಿಂತ ಐದು ನಿಮಿಷ ಮೊದಲೇ ಬಸ್ಸ್ಟ್ಯಾಂಡಿನಲ್ಲಿ ಸ್ಕೂಟಿ ನಿಲ್ಲಿಸಿಕೊಂಡು ಇವನು ಇಳಿಯುವುದನ್ನೇ ಎದುರು ನೋಡುತ್ತಿದ್ದ ಸುಮಳ ಮುಖದಲ್ಲಿ ಯಾವುದೇ ಆಶ್ಚರ್ಯವಾಗಲೀ ಕುತೂಹಲವಾಗಲೀ ಇರಲಿಲ್ಲ. ಹಾಗೆ ನೋಡಿದರೆ ಅದೇ ಹರಳೆಣ್ಣೆ ಕುಡಿದವರ ಹಾಗೆ ಮುಖ ಊದಿಸಿಕೊಂಡು ಯಾರಾದರೂ ಗಮನಿಸುತ್ತಿದ್ದಾರೆಂಬ ಅದೇ ಮಾಮೂಲಿ ಗಾಬರಿಯಿಂದ ಸಪ್ಪೆಯಾಗಿತ್ತು ಅವನ ಮುಖ. ಇಳಿಯುವಾಗ ಅತ್ತಿಂದಿತ್ತ ಇತ್ತಿಂದತ್ತ ಒಮ್ಮೆ ನೋಡಿ ಹೆಗಲ ಮೇಲಿದ್ದ ಬ್ಯಾಗಿನ ಬೆಲ್ಟ್ ಸರಿಮಾಡಿಕೊಂಡು ತಲೆಗೂದಲನ್ನು ಹಿಂದೆ ತಳ್ಳಿ ಎರಡೂ ಅಂಗೈಗಳಿಂದ ಮುಖ ಸವರಿಕೊಂಡು ಇಳಿಯುತ್ತಿದ್ದ ಮುತ್ತುವನ್ನು ನೋಡಿ ನಗಬೇಕೆನಿಸಿದರೂ ಸುಮ ನಗಲಿಲ್ಲ. ದೂರದಿಂದಲೇ ಪೇಲವ ನಗೆ ನಕ್ಕು ಇವಳಿದ್ದ ಕಡೆ ಬಂದ ಮುತ್ತುವಿಗೆ "ಥೂ... ಯಾವಾಗ್ಲೋ ಪುಣ್ಯಾತ್ಮ ನೀನು ಬದಲಾಗೋದು... ಈ ಜನ್ಮದಲ್ಲಿ ಆಗಲ್ಲ ಬಿಡು... ಮುಂದಿನ ಜನ್ಮ ಅನ್ನೋದೇನಾದ್ರೂ ಇದ್ರೆ... ಬದಲಾಗ್ತಿಯೇನೋ? ಬಾ... ಬಾ... ಗಾಡಿ ಹತ್ತು" ಎನ್ನುತ್ತಾ ಸ್ಕೂಟಿ ಸ್ಟಾರ್ಟು ಮಾಡಿದಳು. ನಿಂದು ಇದ್ದಿದ್ದೇ... ಮಾಮೂಲು... ನಡಿ ನಡಿ ಎಂದು ಹೆಗಲ ಮೇಲಿದ್ದ ಬ್ಯಾಗನ್ನು ಮಧ್ಯ ಇಟ್ಟು ಕುಳಿತ ಮುತ್ತು... ಪರವಾಗಿಲ್ವೆ... ಸಾಹೇಬ್ರು ಮಾತಾಡ್ತ ಅವರೆ... ಎನ್ನುತ್ತಾ ಮೆದುವಾಗಿ ಹಿಂದೆ ಕುಳಿತ ಅವನ ತೊಡೆಗೊಂದು ಏಟು ಕೊಟ್ಟು ಗಾಡಿ ಮೂವ್ ಮಾಡಿದಳು.

ಗಾಳಿಗೆ ಅವಳ ಕೂದಲು ಹಾರಾಡುತ್ತಾ ಇವನ ಮುಖಕ್ಕೆ ತಾಕಿದಾಗ ಅದೇ ಕ್ಲಿನಿಕ್ ಪ್ಲಸ್ಸು ಶಾಂಪಿನ ಹಿತವಾದ ವಾಸನೆ ಹರಡಿತು. ಗಾಳಿ ನಿಲ್ಲದೆ ಸದಾ ಹಾರಾಡುತ್ತಾ ಇವನ ಮುಖಕ್ಕೆ ರಾಚುತ್ತಿದ್ದ ಅವಳ ಸಿಂಥೆಟಿಕ್ ದುಪ್ಪಟ ಮುಖದ ಮೇಲೆ ನವಿರುನವಿರಾಗಿ ಕಚಗುಳಿ ಇಡುತ್ತಿದ್ದರೂ ಅದನ್ನು ತೋರ್ಪಡಿಸಿಕೊಳ್ಳದೆ

ದುಪ್ಪಟವನ್ನು ಅವಳ ಕಡೆಗೆ ತಳ್ಳುತ್ತಿದ್ದ... ಹೇ... ಗೂಬೆ ಯಾಕೋ ಇವತ್ತು ಮಾಮೂಲಿ ಥರ ಇಲ್ಲ... ಏನಾಯ್ತು... ಎಂದರೆ ಹ್ಯಾಪನಂತೆ ಏನಿಲ್ಲ ಎಂದ. ಯಾಕೋ ಮೊದಲಿನಂತಿಲ್ಲ ಎನ್ನಿಸಿತವಳಿಗೆ. ಸರಿ... ಎಲ್ಲಿಗೆ ಹೋಗೋಣ ಹೇಳು ಎಂದಳು. ಗೊತ್ತಿಲ್ಲ ನೀನೇ ಹೇಳು ಅಂದ. ಯಾಕೋ ಏನಾಯ್ತು ನಿನಗೆ... ಗಾಡಿಯಲ್ಲಿ ಕೂತ ತಕ್ಷಣ ಇಂಥಾ ಜಾಗಕ್ಕೆ ನಡಿ ಅಂತೇಳಿ ಹಾಡು ಗುನುಗುತ್ತಿದ್ದವನು ಗೊತ್ತಿಲ್ಲ ಅಂತಿದ್ದೀಯಲ್ಲ... ಸರಿಯೋಯ್ತು ಕತೆ... ಬೆಟ್ಟಕ್ಕೆ ಹೋಗೋಣ್ವಾ ಎಂದಳು. ಹೂಂ... ಅಂದ.

ಬೇಗ ಗಾಡಿ ಓಡಿಸಿದರೆ ಬೆಟ್ಟ ಸಿಕ್ಕಿ ಬಿಡುತ್ತದೆಂದು ನಿಧಾನವಾಗಿ ಸ್ಕೂಟಿ ಓಡಿಸತೊಡಗಿದಳು. ತಣ್ಣಗೆ ಗಾಳಿ ಬೀಸತೊಡಗಿ ಹಾಯೆನಿಸಿತು. ಈ ಗೂಬೆ ಸುಮ್ನೆ ಕೂತಿದ್ದಾನಲ್ಲ, ತಬ್ಕೋಬಾರದೇ... ಅನ್ನಿಸಿತು. ಅವನೋ ಬಾಡಿ ಪ್ರೆಸೆಂಟ್ ಮೈಂಡ್ ಆಬ್ಸೆಂಟ್ ಅನ್ನೋ ತರ ಕೂತಿದ್ದ... ನೀನೊಬ್ಬ ಮೂಡಿ ಫೆಲೋ ಕಣೋ... ಯಾವಾಗ್ಲೂ ಏನೇನೋ ಯೋಚ್ನೆ ಮಾಡ್ಕೊಂಡು ಕೂತಿರ್ತಿಯಾ... ಎಂಜಾಯ್ ಮಾಡೋಕೆ ಬರಲ್ಲ ನಿಂಗೆ... ಇದು ಯಾವಾಗಲೂ ಅವಳು ಅವನಿಗೆ ಹೇಳುತ್ತಿದ್ದ ಡೈಲಾಗ್. ಏನೋ ಕೇಳಿಸಿದಂತಾಗಿ ಏನಂದೆ ಹೇಳು ಎನ್ನುತ್ತಾ ಅವನು ಕಿವಿ ಇವಳತ್ತ ತಿರುಗಿಸಿದರೆ... ಕರ್ಮಕಾಂಡ ಕಣಪ್ಪಾ... ಹೋಗಿ ಹೋಗಿ ನಿನ್ ಸಹವಾಸ ಮಾಡಿದ್ನಲ್ಲ ಅಂತ ಅವನ ಮೇಲಿನ ಕೋಪವನ್ನು ಆ್ಯಕ್ಸಿಲೇಟರಿನ ಮೇಲೆ ತೀರಿಸಿಕೊಂಡಳು.

ಗಾಡಿ ಜೋರಾಗಿ ಓಡುತ್ತಿದ್ದಂತೆ ಅವಳ ಕೂದಲಿನ ಘಮ ಮತ್ತು ಬರಿಸುವಂತಿತ್ತು. ಈ ಸಲ ಅವನಿಗೆ ಅದರಿಂದ ತಪ್ಪಿಸಿಕೊಳ್ಳಲು ಮನಸಾಗಲಿಲ್ಲ ಮುಖವನ್ನು ಹಾರಾಡುವ ಕೂದಲ ದಿಕ್ಕಿಗೆ ಆನಿಸಿ ಸುವಾಸನೆ ಹೀರಿದ. ಅವಳ ಬೆನ್ನಿಗೊರಗಿ ನಿದ್ದೆ ಮಾಡಬೇಕೆನಿಸಿತು. ಏನಾದರೂ ಅಂದುಕೊಂಡರೆ... ಬೇಡ... ಈಗಿರುವುದೇ ಸರಿ ಎಂದು ಸುಮ್ಮನೆ ಕೂತ. ಸ್ವಲ್ಪ ದೂರ ಹೋದರೆ ಸಾಕು ಬೆನ್ನಿಗೆ ಮುಖ ಹುದುಗಿಸುತ್ತಿದ್ದ ಇವನು ಹಾಗೇ ಕೂತಿದ್ದಾನಲ್ಲ ಏನಾಗಿದೆ ಇವನಿಗೆ ಈವತ್ತು ಎಂದು ಅವನಿಗೆ ತಾಕುವಂತೆ ಸುಮ ಸ್ವಲ್ಪ ಹಿಂದೆ ಸರಿದಳು... ಅಯ್ಯೋ... ಅವನು ತಪ್ಪು ತಿಳಿದುಕೊಂಡರೆ ನನ್ನ ಬಗ್ಗೆ... ಅವಳೂ ತನ್ನ ಪಾಡಿಗೆ ತಾನು ಗಾಡಿ ಓಡಿಸತೊಡಗಿದಳು. ಅವನಿಗೆ ತಾಗುವಂತೆ ಹಿಂದೆ ಕುಳಿತಿದ್ದರಿಂದ ಅವಳು ಹಾಕಿದ್ದ ಲಕ್ಸ್ ಸೋಪಿನ ಘಮಲು ಮೂಗಿಗೆ ತಾಕಿ... ತಡೆಯಲಾರದೆನಿಸಿ... ಏನಾದರೂ ಅಂದುಕೊಳ್ಳಲಿ ತಬ್ಬಿಕೊಳ್ಳುವಾ ಎನ್ನಿಸಿತಾದರೂ ಮತ್ತೆ ಏನೆಂದುಕೊಳ್ಳುವಳೋ ಎಂದು ಸುಮ್ಮನಾದ. ಬೆಟ್ಟ ಬಂತು. ದೇವಸ್ಥಾನಕ್ಕೆ ಹೋಗೋಣವಾ ಎಂದ. ಈ ಸಲ ಆಶ್ಚರ್ಯದಿಂದ ಅವನ ಮುಖ ನೋಡಿದಳು. ಇಷ್ಟು ಸಲ ನಾನು ಎಷ್ಟು

ಗೋಗರೆದರೂ... ಯಾವ್ ದೇವರು... ಯಾವ್ ದಿಂಡಿರು... ನೀನ್ ಹೋಗಿ ಕೈಮುಗಿದುಕೊಂಡು ಬಾ... ನಾನು ಇಲ್ಲೇ ದೇವಿಯರ ದರ್ಶನ ಮಾಡುತ್ತೇನೆ... ಎಂದು ಈಚೆ ನಿಲ್ಲುತ್ತಿದ್ದವನು ತಾನಾಗಿಯೇ ದೇವಸ್ಥಾನಕ್ಕೆ ಕರೆದದ್ದು ನೋಡಿ ಪರವಾಗಿಲ್ಲ ಸ್ವಲ್ಪ ಬದಲಾಗಿದ್ದಾನೆ ಎನ್ನಿಸಿ ಎಲ್ಲಾ ಆ ದೇವಿ ಮಹಿಮೆ... ತೆಂಗಿನಕಾಯಿ ಬೇಕೋ ಬೇಡವೋ ಅವನನ್ನು ಅಣಕಿಸುತ್ತಾ ಕೇಳಿದಳು ಅವನೇ ಪರ್ಸು ತೆಗೆದು ಅಲ್ಲೇ ಕೂತಿದ್ದ ಅಜ್ಜಿ ಬಳಿ ಒಂದು ಪೂಜಾ ಸಾಮಾಗ್ರಿ ಬುಟ್ಟಿಯನ್ನು ತೆಗೆದು ಅವಳ ಕೈಗೆ ನೀಡಿದ. ಅಬ್ಬಾ! ಜನ್ಮ ಸಾರ್ಥಕ ಅನ್ನಿಸಿತವಳಿಗೆ... ಇಷ್ಟು ದಿನ ತಾನು ಪೂಜೆ ಮಾಡಿಸಬೇಕು ಎಂದು ಬುಟ್ಟಿ ತೆಗೆಯಲು ಹೋದರೆ... ಅದೆಲ್ಲಾ ವೇಸ್ಟು... ಅದರ ಬದಲು ವರಾಂಡದಲಿ ಕೂತಿರುವ ಭಿಕ್ಷುಕರಿಗೆ ದುಡ್ಡು ಹಾಕಿದರೆ ಎಷ್ಟೋ ಪುಣ್ಯ ಬರುತ್ತದೆ ಎಂದು ಒಂದು ದಿನಕ್ಕಾದರೂ ತೆಂಗಿನಕಾಯಿಗೆ ದುಡ್ಡು ಕೊಟ್ಟಿರಲಿಲ್ಲ. ಒಳಗೊಳಗೆ ಅವನ ಈ ಗುಣ ಅವಳಿಗೆ ಇಷ್ಟವಾಗಿತ್ತಾದರೂ ಅವನೆದುರು ತೋರ್ಪಡಿಸಿಕೊಳ್ಳುತ್ತಿರಲಿಲ್ಲ.

ಇಬ್ಬರೂ ದೇವಸ್ಥಾನದ ಒಳ ಹೋಗಿ ಪೂಜೆ ಮಾಡಿಸಿಕೊಂಡು ಹಿಂಭಾಗದಲ್ಲಿರುವ ಚಪ್ಪಡಿ ಕಲ್ಲಿನ ಮೇಲೆ ಕುಳಿತರು. ಅವನು ಅವಳ ಪಕ್ಕ ತನ್ನ ಬ್ಯಾಗನಿಟ್ಟು ಕೂತ... ಹೇ ಕಿತ್ತೆಸೆಯೋ ಅದನ್ನ.. ಅವಳೇ ಬ್ಯಾಗನ್ನು ಅತ್ತ ತಳ್ಳಿ ಪಕ್ಕ ಕೂತುಕೋ ಎಂದಳು. ಅವಳು ಬದಲಾಗಿಲ್ಲ ಎನ್ನಿಸಿತು. ತಾನೇ ಅತ್ತಿತ್ತ ನೋಡುತ್ತಾ ನಿದಾನವಾಗಿ ಹತ್ತಿರ ಸರಿದು ಕುಳಿತ. ಪ್ಲಾಸ್ಟಿಕ್ ಕವರಿನಲ್ಲಿದ್ದ ತೆಂಗಿನಕಾಯಿ ಚಿಪ್ಪು ಕೊಟ್ಟು. ಕಾಯಿ ಚಚ್ಚು ಎಂದಳು. ಚಚ್ಚಿ ಕೊಟ್ಟ. ತಿನ್ನುತ್ತಾ ಅವನ ಕಡೆ ತಿರುಗಿದ ಅವಳು ಮುಖ ದಿಟ್ಟಿಸುತ್ತಾ ಹುಬ್ಬು ಹಾರಿಸಿದಳು... ಅವಳ ಕಣ್ಣಲ್ಲಿ ಕಣ್ಣಿಟ್ಟು ನೋಡಲು ಧೈರ್ಯವಾಗದ ಅವನು ಕಣ್ಣ ನೋಟ ಬೇರೆಡೆಗೆ ಹರಿಸಿದ.

ನೀನೊಂಥರಾ ವಿಚಿತ್ರ ಪ್ರಾಣಿ ಕಣೋ... ಅರ್ಥ ಮಾಡಿಕೊಳ್ಳೋಕೆ ಆಗಲ್ಲ ಎನ್ನುತ್ತಾ ಕಲ್ಲಿನ ಅಂಚಿನ ಮೇಲೆ ಇಟ್ಟಿದ್ದ ಅವನ ಕೈ ಮೇಲೆ ತನ್ನ ಕೈ ಇರಿಸಿದಳು. ಕರೆಂಟು ಶಾಕು ಹೊಡೆದಂತೆ ಕೈ ಎತ್ತಿದ ಅವನ ಕೈಯನ್ನು... ಕೊಡೋ... ಏನೂ ಮಾಡಿಲ್ಲ ಪಾಪ... ಯಾವಾಗ್ಲೂ ಹೀಗೆ ಇದ್ದೆ ನೋಡು... ಎಂದು ಕಿಚಾಯಿಸಿ ಅವನ ಕೈ ಬೆರಳುಗಳೊಂದಿಗೆ ತನ್ ಕೈ ಬೆರಳು ಸೇರಿಸಿ ಹಿಡಿದುಕೊಂಡಳು. ಅವನಿಗೂ ಅದು ಹಿತವಾದಂತೆನ್ನಿಸಿ ಸುಮ್ಮನೆ ಅವಳನ್ನೇ ನೋಡುತ್ತಾ ಕೂತ. ಗಂಡು ಬೀರಿ ಹೆಣ್ಣು... ಸ್ವಲ್ಪನೂ ನಾಚಿಕೆ ಇಲ್ಲ ಇವಳಿಗೆ ಅನ್ನಿಸಿತಾದರೂ ಕೈಯನ್ನು ಬಿಡಿಸಿಕೊಳ್ಳುವ ಮನಸ್ಸಾಗಲಿಲ್ಲ. ಅವಳೇ ಮತ್ತೆ ಮಾತಿಗೆಳೆದು... ಏನ್... ಸಮಾಚಾರ ಎಂದು ಕಣ್ಣು ಹೊಡೆದು ಕೇಳಿದಳು. ಎಲಾ ಇವಳಾ... ಯಾರು ಏನು ಅಂದುಕೋತಾರೆ ಅಂತ ಭಯಾನೆ ಇಲ್ಲವಲ್ಲ... ಏನೂ ಇಲ್ಲ... ಎಂದ. ಏನೂ

ಇಲ್ವಾ... ಮತ್ತೆ ಕಣ್ಣು ಹೊಡೆದಳು... ಹೇ ಹೋಗೇ ಲೂಸು ಎಂದ. ಈಗ ನೋಡು ದಾರಿಗೆ ಬಂದೆ ಎಂದು ಹಾಗೇ ಕೈ ಅದುಮಿದಳು. ಮತ್ತಷ್ಟು ಪುಳಕವೆನ್ನಿಸಿ ಹಿತ ಅನುಭವಿಸಿದ. ಏನಾದರೂ ತಿನ್ನೋಣವಾ ಹೊಟ್ಟೆ ಹಸಿಯುತ್ತೆ... ಅಂದ ಸುಮಳ ಮುಖವನ್ನೆ ಮುತ್ತು ದಿಟ್ಟಿಸುತ್ತಾ... ಏನು ನನ್ನ ಕಿಚಾಯಿಸುತ್ತಿದ್ದೀಯಾ ಅಂದ. ಯಾವಾಗಾದ್ರು ಎಲ್ಲಿಗಾದ್ರು ಹೋದಾಗ ತಾನೇ ಮೊದಲು ಬೆಳಿಗ್ಗೆ ತಿಂಡಿ ತಿಂದಿಲ್ಲ... ಹೊಟ್ಟೆ ಹಸಿಯುತ್ತೆ ಎಂದು ಇವನೇ ಮೊದಲು ಹೋಟೆಲಿಗೆ ಕರೆದುಕೊಂಡು ಹೋಗುತ್ತಿದ್ದ. ಅವಳಿಗೆ ತಿನ್ನಲು ಇಷ್ಟವಿಲ್ಲದಿದ್ದರೂ ಅವನ ಸಂಕಟಕ್ಕೆ ಅಯ್ಯೋ ಪಾಪ ಎನ್ನಿಸಿ ತಾನೂ ಏನಾದರೂ ತಿನ್ನುತ್ತಿದ್ದಳು. ಈವತ್ತು ಅವಳೆ ಏನಾದರೂ ತಿನ್ನುವ ಅಂದಿದ್ದು ತನ್ನನ್ನು ಕಿಚಾಯಿಸಲೇ ಇರಬೇಕೆಂದುಕೊಂಡ. ಅವಳೇ ಅವನ ಕೈಹಿಡಿದು ಹೋಟೆಲಿನತ್ತ ಹೋದಳು. ಏನು ತಿಂತಿಯಾ ಹೇಳು ಅಂದಳು. ಇಲ್ಲ ನೀನೇ ಹೇಳು ಅಂದ. ಈಗ ಹೇಳ್ತಿಯಾ ಇಲ್ವೋ... ಅಂದಳು... ಇವನೇ ಮಸಾಲೆ ದೋಸೆ ಹೇಳಿದ. ಪ್ರತಿ ಸಾರಿಯೂ ಹೀಗೆ ನೀನು ಹೇಳು... ನೀನು ಹೇಳು ಎಂದು ಕೊನೆಗೆ ಏನಾದರೊಂದು ಇವನೇ ಹೇಳಿಬಿಡುತ್ತಿದ್ದ. ಸಪ್ಲೆಯರ್ ತಂದಿಟ್ಟ ದೋಸೆಯನ್ನು ತನ್ನತ್ತ ಎಳೆದುಕೊಂಡ ಮುತ್ತು ತನ್ನ ಪಾಡಿಗೆ ತಾನು ತಿನ್ನುವುದರಲ್ಲಿ ಮಗ್ನನಾದರೆ ಅವಳು ಅವನೆಡೆಗೆ ಪ್ರೀತಿ ತುಂಬಿದ ನೋಟ ನೋಡುತ್ತಾ ನಿಧಾನವಾಗಿ ಎಳೆ ಬಿಡಿಸಿಕೊಂಡು ಬಾಯಿಗೆ ಹಾಕತೊಡಗಿದಳು. ಅವಸರವಸರವಾಗಿ ತಿನ್ನುತ್ತಿದ್ದ ಅವನಿಗೆ ಈಗಲಾದರೂ ಗಾಬರಿ ಪಡಬೇಡ ನಿದಾನಕ್ಕೆ ತಿನ್ನೋ ಮಾರಾಯ... ಯಾರೂ ನಮ್ಮನ್ನ ನೋಡುವುದಿಲ್ಲ ಎಂದಳು. ತನ್ನ ಆತುರಕ್ಕೆ ತಾನೇ ನಾಚಿಕೆಪಟ್ಟುಕೊಳ್ಳುತ್ತಾ ಹಾಗಲ್ಲ ಕಣೆ... ಎಂದು ಮತ್ತೆ ಮಗ್ನನಾದ. ಈ ಜನ್ಮದಲ್ಲಿ ನೀನು ಬದಲಾಗಲ್ಲ ಬಿಡು... ಕಾಡುಮನುಷ್ಯ ಎನ್ನುತ್ತಾ ದೋಸೆ ಮುಗಿದಿದ್ದ ಅವನ ತಟ್ಟೆಗೆ ತನ್ನ ಅರ್ಧ ದೋಸೆ ಎತ್ತಿ ಹಾಕಿದಳು. ಮರು ಮಾತಾಡದೆ ಅದನ್ನೂ ತಿಂದು ಖಾಲಿ ಮಾಡಿದ.

ಯಾವಾಗಲೂ ಅಷ್ಟೇ ಏನೇ ತೆಗೆದುಕೊಂಡರೂ ಇವಳು ಸಾಕು ಅಂತ ಅವನಿಗೇ ಕೊಟ್ಟುಬಿಡುತ್ತಿದ್ದಳು... ಅದು ಅವನಿಗೂ ಗೊತ್ತಿತ್ತು. ಹಾಗಾಗಿ ಅವನು ಏನೂ ಮಾತಾಡುತ್ತಿರಲಿಲ್ಲ. ಒಂದು ಚೂರು ಬದಲಾಗಿಲ್ಲ ಇವಳು, ಅದೇ ಬುದ್ಧಿ... ಸ್ವಲ್ಪ ಚೇಂಜ್ ಆಗೇ ಅಂದ. ಹೂ ಈಗ ನೋಟು ನಾನು, ಚೇಂಜ್ ಆಗ್ತೀನಿ ಬಾ... ಅವಳೇ ತನ್ನ ವ್ಯಾನಿಟಿ ಬ್ಯಾಗಿನಿಂದ ದುಡ್ಡು ಕೊಟ್ಟಳು. ಅವಳೆದುರು ವಾದ ಮಾಡಲಾಗುವುದಿಲ್ಲವೆಂದು ಗೊತ್ತಿದ್ದರಿಂದ ಅವಳಿಗೇ ಬಿಲ್ ಕೊಡಲು ಬಿಟ್ಟುಕೊಟ್ಟ. ಮತ್ತೆ ಇನ್ನೇನು ವಿಶೇಷತೆ... ಏನೂ... ಇಲ್ಲ... ನೀನೇ ಹೇಳ್ಬೇಕು... ಅಂದ. ಹೋಗೋಣವಾ ಅಂದಳು... ಅವಳ ಮುಖವನ್ನೇ ದೈನ್ಯತೆಯಿಂದ

ನೋಡಿದ... ಮತ್ತೆ ಅವನನ್ನು ತಿವಿದು ಹೋಗೋಣವಾ ಎಂದಳು... ನಿನ್ನಿಷ್ಟ ಎಂದ. ಸರಿ ಬಿಡು ಇನ್ನು ಸ್ವಲ್ಪ ಹೊತ್ತಾಗಲಿ ಎಂದು ಇಬ್ಬರೂ ಅಂಗಡಿ ಬೀದಿಗಳಲ್ಲಿ ಆಟದ ಸಾಮಾನುಗಳನ್ನು ನೋಡುತ್ತಾ ಹರಟುತ್ತಾ ಮುಂದೆ ಸಾಗತೊಡಗಿದರು. ಮುಸ್ಸಂಜೆ ಸುತ್ತಲೂ ಕತ್ತಲಾವರಿಸುತ್ತಿತ್ತು. ಟೈಮಾಯ್ತು ಮನೇಲಿ ಕಾಯುತ್ತಿದ್ದಾರೆ... ಹೋಗೋಣವಾ ಎಂದಳು. ಸರಿ ಎಂದ. ತಗೋ ಗಾಡಿ ಓಡಿಸ್ಕೋ... ಕೀ ಕೊಟ್ಟಳು. ಕೀ ತೆಗೆದುಕೊಂಡಿದ್ದವನು ಏನೋ ಯೋಚನೆ ಮಾಡಿ ಇಲ್ಲಾ ನೀನೇ ಓಡಿಸು ನಾನು ಹಿಂದೆ ಕೂತ್ಕೋತೇನೆ ಎಂದು ಬ್ಯಾಗು ಹೆಗಲಿಗೇರಿಸಿಕೊಂಡ. ಅವಳು ಗಾಡಿ ಸ್ಟಾರ್ಟ್ ಮಾಡಿದಳು. ಬೀದಿ ದೀಪಗಳು ಹೊತ್ತಿಕೊಂಡವು. ವಾಹನಗಳು ಕಡಿಮೆಯಾಗಿ ಆಗೊಂದು ಈಗೊಂದು ಓಡಾಡುತ್ತಿದ್ದವು. ಬೆಟ್ಟದ ಮೇಲೆ ಚಳಿಗಾಳಿ ಬೀಸುತ್ತಿತ್ತು. ಸ್ವಲ್ಪ ಹಿಂದೆ ಸರಿದಳು... ಅವನು ಅವಳ ಮೈತಾಗಿಯೂ ತಾಗದಂತೆ ಕೂತ. ಅವಳನ್ನು ಒಮ್ಮೆ ಗಟ್ಟಿಯಾಗಿ ತಬ್ಬಿಕೊಳ್ಳಬೇಕೆನಿಸಿತು... ಏನಾದರೂ... ಅಂದುಬಿಟ್ಟರೆ... ಮರ್ಯಾದೆ ಪ್ರಶ್ನೆ... ಸುಮ್ಮನಾದ... ಏನಾಗಿದೆ ಈವತ್ತು ಈ ಗೂಬೆಗೆ... ಕತ್ತಲಾಗುತ್ತಿದ್ದಂತೇ ನಿಧಾನಕ್ಕೆ ಗಾಡಿ ಓಡಿಸು ಅಂತ ಬೆನ್ನಿಗೆ ಮುಖ ಒತ್ತಿ... ತಬ್ಬುತ್ತಾ ಕೂರುತ್ತಿದ್ದವನು... ಸುಮ್ಮನೆ ಕೂತಿದ್ದಾನಲ್ಲ... ತಬ್ಬಿಕೊಂಡಾದರೂ ಕೂರಬಾರದೆ... ಮನಸೊಳಗೆ ಅಂದುಕೊಂಡಳು. ಅವಳ ಬೆನ್ನಿನ ಘಮಲು, ಕೂದಲಿನ ವಾಸನೆ ಅವನನ್ನು ಹುಚ್ಚು ಹಿಡಿಸುತ್ತಿತ್ತು. ಹಾಗೇ ಅವಳಿಗರಿವಿಲ್ಲದೇ ಅವಳ ದುಪ್ಪಟವನ್ನು ಮುಖಕ್ಕೆ ಸವರಿಕೊಂಡ... ನವಿರಾದ ಸ್ಪರ್ಶ ಹಾಯೆನಿಸಿತು. ಅದು ಅವಳಿಗೆ ಗೊತ್ತಾಗಿ... ಗೊತ್ತಾಗದಂತೆ ನಟಿಸಿ ದುಪ್ಪಟವನ್ನು ಮತ್ತಷ್ಟು ಫ್ರೀಯಾಗಿ ಬಿಟ್ಟಳು. ಅವನ ಸ್ಥಿತಿ ಕಂಡು ಅವಳಿಗೆ ಅಯ್ಯೋ... ಪಾಪ ಎನ್ನಿಸಿತು. ಆದರೆ ಹೇಗೆ ಹೇಳುವುದು ಅವನಿಗೆ ಒಮ್ಮೆ ತಬ್ಬಿಕೋ... ಅಂತ. ಮನಸ್ಸಿಗೆ ಕಷ್ಟವಾಗ ಹತ್ತಿತು. ಅಯ್ಯೋ... ತಬ್ಬಿಕೊಂಡರೆ ಏನು ತಪ್ಪು! ನಾವೇನೂ ಪಾಪ ಮಾಡುತ್ತಿಲ್ಲವಲ್ಲ ಅಥವಾ ಹೊಸದಲ್ಲ!... ಅನ್ನಿಸಿತಾದರೂ ಯಾಕೋ ಅವನಿಗೆ ಹೇಳುವ ಧೈರ್ಯವಾಗಲಿಲ್ಲ. ಅವಳಿಗೆ ಹೇಳದೆ ಕೇಳದೆ ಅವಳ ಬೆನ್ನಿಗೆ ಮುಖ ಹುದುಗಿಸಿ ಸೊಂಟಕ್ಕೆ ಕೈ ಆತುಕೊಂಡು ಕೂರುತ್ತಿದ್ದ ಅವನಿಗೆ ಅವಳ ಬೆನ್ನ ಮುಟ್ಟಲು ಹಿಂಜರಿಕೆಯಾಗತೊಡಗಿತು. ಇದೇ ಮೊದಲ ಬಾರಿಗೆ... ಇವಳು ನನಗೆ ಸಂಬಂಧಿಸಿದವಳಲ್ಲ. ಬೇರೆ ಯಾರೋ... ಅನ್ನಿಸಿ ಮನಸು ಭಾರವಾಗತೊಡಗಿತು. ಅವಳಿಗೂ ಅಷ್ಟೆ... ಇವನು ನನ್ನ ಹುಡುಗನಲ್ಲ... ಬೇರೆ ಯಾರೋ... ನನಗೆ ಸಂಬಂಧಿಸಿದವನಲ್ಲ... ಬೇಜಾರಾಗತೊಡಗಿತು.

ಸಿಟಿ ಹತ್ತಿರವಾಗುತ್ತಿದ್ದಂತೆ ಇಬ್ಬರ ಮನಸ್ಸಿನಲ್ಲೂ ದುಗುಡ ಹೆಚ್ಚಾಗತೊಡಗಿತು... ನೀರವ ಮೌನ... ಇಬ್ಬರೂ ಮಾತಾಡುತ್ತಿಲ್ಲ. ಗಾಡಿ ಮಾತ್ರ ರೊಯ್ಯನೆ ಸದ್ದು

ಮಾಡುತ್ತಾ ಹೋಗುತ್ತಿತ್ತು. ಸಿಟಿ ಬಸ್‌ಸ್ಟ್ಯಾಂಡ್ ಬಂದೇ ಬಿಟ್ಟಿತು. ಗದ್ಗದಿತ ಕಂಠದಿಂದ ಮತ್ತೆ ಯಾವಾಗ ಸಿಗುತ್ತಿಯಾ ಸುಮಾ ಎಂದ. ನೋಡ್ಬೇಕು ಯಾವಾಗ ಟೈಮ್ ಆಗುತ್ತೋ? ಮೊದಲಾದರೆ ಅವನು ಕೇಳಿದ ತಕ್ಷಣ ನಾಳೇನೇ ಬಾ... ಸಿಕ್ತೀನಿ ಅನ್ನುತ್ತಿದ್ದವಳಿಗೆ... ಈ ಮಾತು ಹೇಳಲು ನೋವಾಯಿತು. ನಾಲ್ಕನೇ ಪ್ಲಾಟುಫಾರಮ್ಮಿನಲ್ಲಿ ಇಳಿದ ಅವನಿಗೆ ನೀನು ಯಾವ ಬಸ್ಸಿಗೆ ಹೋಗ್ತಿಯಾ ಅಂದಳು. ಕೊನೇ ಬಸ್ ಎಂದಿದ್ದಕ್ಕೆ... ಬೇಡ ಟೈಮಿಲ್ಲ... ಈಗ ಬರೋ ಬಸ್ಸಿಗೆ ಹೊರಟು ಬಿಡು ಎಂದು ಅವನ ಕೈ ಹಿಡಿದುಕೊಂಡಳು. ಪಾನಿಪುರಿ, ಗೋಬಿ ತಿನ್ನಿಸಿ... ಅಲ್ಲಲ್ಲಿ ಅಡ್ಡಾಡಿಸಿ ಅವನಿಗಿಷ್ಟವಾದ ಪುಸ್ತಕ ಕೊಡಿಸಿ ಎಂಟೂವರೆ ಕೊನೇ ಬಸ್‌ಗೆ ಕಳುಹಿಸುತ್ತಿದ್ದವಳು ಏಳು ಗಂಟೆಗೇ ಟೈಮಾಯ್ತು ಹೊರಡು ಎಂದದ್ದು ಕೇಳಿ ಅವನಿಗೆ ಏನು ಮಾತಾಡಬೇಕೋ ತಿಳಿಯದಾಯಿತು. ತಾನಾದರೆ ಎಷ್ಟು ಹೊತ್ತಿಗಾದರೂ ಹೋಗಬಹುದು, ಗಂಡಸು... ಅವಳು ಪಾಪ ಹೆಣ್ಣು... ಬೇರೆಯವರ ಅಧೀನದಲ್ಲೇ ಬದುಕಬೇಕಾದವಳು...

ಇಷ್ಟು ಹೊತ್ತಾದರೂ ನನಗೋಸ್ಕರ ಬಂದಿದ್ದಾಳಲ್ಲ... ಕಣ್ಣಲ್ಲಿ ನೀರು ಬಂತು... ಅವನ ಕಣ್ಣಲ್ಲಿ ನೀರಾಡಿದ್ದು ಕಂಡು ಇವಳ ಕಣ್ಣಲ್ಲೂ ನೀರು ಜಿನುಗಿತು... ನೀನೊಬ್ಬ ಗಟ್ಟಿ ನಿರ್ಧಾರ ತಗೊಂಡಿದ್ರೆ... ಈವತ್ತು ನಮ್ ಬಾಳು ಹೀಗಾಗುತ್ತಿರಲಿಲ್ಲ... ಅವಳ ಮಾತಿಗೆ ಅವನು ಮುಖ ಹಿಡಿದೆತ್ತಿ ಮೆಲ್ಲಗೆ ಕಪಾಳಕ್ಕೆ ಏಟುಕೊಟ್ಟು... ನೋಡು... ಈಗ್ಲೂ ಹೇಡಿ ತರಹ ತಲೆ ತಗ್ಗಿಸ್ತೀಯಾ... ಇದೇ ಬೇಡ ಅನ್ನೋದು, ಧೈರ್ಯವಾಗಿರು... ಅಂತ ಹೇಳಿ ಬಲವಾಗಿ ಅವನ ಕೈ ಅದುಮಿದವಳೇ ತನ್ನ ಬೆರಳಲ್ಲಿದ್ದ ಉಂಗುರ ತೆಗೆದು ಅವನ ಬೆರಳಿಗೆ ಹಾಕಿ... ಸರಿ ಕಣೋ... ಹೊರಡ್ತೀನಿ ನಿನ್ನ ಹೆಂಡತೀನ ಕರ್ಕೊಂಡು ಬಿಡುವಾದಾಗ ಒಮ್ಮೆ ಮನೆಗೆ ಬಾ... ಎಂದು ಅವನ ಕೈಗೊಂದು ಹೂ ಮುತ್ತನಿಟ್ಟು ಗಾಡಿ ಸ್ಟಾರ್ಟ್ ಮಾಡಿದಳು... ನೀನೂ ಅಷ್ಟೇ... ಯಜಮಾನರನ್ನು ಕರ್ಕೊಂಡು ಮನೆಗೆ ಬಾ... ಮರೀಬ್ಯಾಡ ಎಂದ. ಅವನೆಡೆಗೆ ತಿರುಗಿದ ಅವಳ ಕಣ್ಣಲ್ಲಿ ನೀರು. ಆ್ಯಕ್ಸಿಲೇಟರ್ ಜೋರಾಗಿ ಕೊಡುತ್ತಾ ಹೋದಳು. ಅವಳು ಮರೆಯಾಗುವವರೆಗೂ ನೋಡುತ್ತಿದ್ದು ಅವಳ ಉಂಗುರದ ಮೇಲೆ ಮುತ್ತು ನೀಡಿ ಕಣ್ಣೊರೆಸಿಕೊಂಡ ಮುತ್ತು.

●●●

ಛಂದ ಪುಸ್ತಕ ಬಹುಮಾನ

ಪುಟ್ಟ ಪಾದದ ಗುರುತು – ಸುನಂದಾ ಪ್ರಕಾಶ ಕಡಮೆ – ₹ 120
ಈ ಕತೆಗಳ ಸಹವಾಸವೇ ಸಾಕು – ಅಲಕ ತೀರ್ಥಹಳ್ಳಿ – ₹ 60
ಹಟ್ಟಿಯೆಂಬ ಭೂಮಿಯ ತುಣುಕು – ಲೋಕೇಶ ಅಗಸನಕಟ್ಟೆ – ₹ 180
ಗೋಡೆಗೆ ಬರೆದ ನವಿಲು – ಸಂದೀಪ ನಾಯಕ – ₹ 60
ಮೊದಲ ಮಳೆಯ ಮಣ್ಣು – ಕಣಾದ ರಾಘವ – ₹ 140
ಆಟಿಕೆ – ಬಸವಣ್ಣೆಪ್ಪಾ ಕಂಬಾರ – ₹ 100
ಮಾಯಾಕೋಲಾಹಲ – ಮೌನೇಶ ಬಡಿಗೇರ – ₹ 140
ಕೇಪಿನ ಡಬ್ಬಿ – ಪದ್ಮನಾಭ ಭಟ್, ಶೇವ್ಕಾರ – ₹ 150
ಮನಸು ಅಭಿಸಾರಿಕೆ – ಶಾಂತಿ ಕೆ ಅಪ್ಪಣ್ಣ – ₹ 230
ದೇವರು ಕಚ್ಚಿದ ಸೇಬು – ದಯಾನಂದ – ₹ 140
ಧೂಪದ ಮಕ್ಕಳು – ಸ್ವಾಮಿ ಪೊನ್ನಾಚಿ – ₹ 120
ಡುಮಿಂಗ – ಶಶಿ ತರೀಕೆರೆ – ₹ 130
ಬಯಲರಸಿ ಹೊರಟವಳು – ಛಾಯಾ ಭಟ್ – ₹ 120
ಮಾಕೋನ ಏಕಾಂತ – ಕಾವ್ಯಾ ಕಡಮೆ – ₹ 130

ಕಥಾಸಂಕಲನ

ಶಕುಂತಳಾ – ಗುರುಪ್ರಸಾದ್ ಕಾಗಿನೆಲೆ – ₹ 80
ಜುಮುರು ಮಳೆ – ಸುಮಂಗಲಾ – ₹ 160
ಶಾಲಭಂಜಿಕೆ – ಡಾ. ಕೆ. ಎನ್. ಗಣೇಶಯ್ಯ – ₹ 130 (6ನೆಯ ಮುದ್ರಣ)
ಕಾರಂತಜ್ಜನಿಗೊಂದು ಪತ್ರ – ಸಚ್ಚಿದಾನಂದ ಹೆಗಡೆ – ₹ 150
ಹಕೂನ ಮಟಾಟ – ನಾಗರಾಜ ವಸ್ತಾರೆ – ₹ 80
ಕಾಲಿಟ್ಟಲ್ಲಿ ಕಾಲುದಾರಿ – ಸುಮಂಗಲಾ – ₹ 80
ಹುಲಿರಾಯ – ಕೀರ್ತಿರಾಜ್ – ₹ 80
ನಿರವಯವ – ನಾಗರಾಜ ವಸ್ತಾರೆ – ₹ 125
ಹನ್ನೊಂದನೇ ಅಡ್ಡರಸ್ತೆ – ಸುಮಂಗಲಾ – ₹ 170
ಗಾಳಿಗೆ ಮೆತ್ತಿದ ಬಣ್ಣ – ಕರ್ಕಿ ಕೃಷ್ಣಮೂರ್ತಿ – ₹ 120
ಕನ್ನಡಿ ಹರಳು – ಪದ್ಮನಾಭ ಭಟ್, ಶೇವ್ಕಾರ – ₹ 130
ಒಂದು ಚಿಟಿಕೆ ಮಣ್ಣು – ಲಕ್ಷ್ಮಣ ಬಾದಾಮಿ – ₹ 130
ಬಂಡಲ್ ಕತೆಗಳು – ಎಸ್ ಸುರೇಂದ್ರನಾಥ್ – ₹ 160
ದೇವರ ರಜಾ – ಗುರುಪ್ರಸಾದ್ ಕಾಗಿನೆಲೆ – ₹ 150
ಕಟ್ಟು ಕತೆಗಳು – ಎಸ್ ಸುರೇಂದ್ರನಾಥ್ – ₹ 210
ಮಡಿಲು (ನೀಳ್ಗತೆ) – ನಾಗರಾಜ ವಸ್ತಾರೆ – ₹ 15
ತಿರಾಮಿಸು – ಶಶಿ ತರೀಕೆರೆ – ₹ 210

ಪ್ರಬಂಧ

ಪೂರ್ವ ಪಶ್ಚಿಮ – ಎಂ. ಆರ್. ದತ್ತಾತ್ರಿ – ₹ 80
ರಾಗಿಮುದ್ದೆ – ರಘುನಾಥ ಚ. ಹ. – ₹ 120
ಕುಟ್ಟವಲಕ್ಕಿ / ಗೊಜ್ಜವಲಕ್ಕಿ – ಪ್ರಶಾಂತ ಆಡೂರ – ₹ 140 / ₹ 140
ಕಿಲಿಮಂಜಾರೋ – ಪ್ರಶಾಂತ್ ಬೀಚಿ – ₹ 80
ಮಿಸಳ್ ಭಾಜಿ – ಭಾರತಿ ಬಿ ವಿ – ₹ 190
ನೀ ಮಾಯೆಯೊಳಗೋ... – ವಿಕ್ರಮ ಹತ್ವಾರ – ₹ 120
ಸಾವೆಂಬ ಲಹರಿ – ಗುರುಪ್ರಸಾದ ಕಾಗಿನೆಲೆ – ₹ 140
ವೈದ್ಯ, ಮತ್ತೊಬ್ಬ – ಗುರುಪ್ರಸಾದ ಕಾಗಿನೆಲೆ – ₹ 120
ಅಪ್ಪನ ರ್‍ಯಾಲೀಸ್ ಸೈಕಲ್ – ದರ್ಶನ್ ಜಯಣ್ಣ – ₹ 110

ಅನುವಾದ

ದಿ ಚಾಯ್ಸ್ – ಈಡಿತ್ ಎವಾ ಎಗರ್ (ಜಯಶ್ರೀ ಭಟ್) – ₹ 280
ದೇಹವೇ ದೇಶ – ಗರಿಮಾ ಶ್ರೀವಾಸ್ತವ (ವಿಕ್ರಮ ವಿಸಾಜಿ) – ₹ 250
ಪರ್ಸೆಪೊಲಿಸ್– ಮಾರ್ಜಾನ್ ಸತ್ರಪಿ (ಪ್ರೀತಿ ನಾಗರಾಜ) – ₹ 395
ಗಾಳಿ ಪಳಗಿಸಿದ ಬಾಲಕ – ವಿಲಿಯಂ ಕಾಂಕ್ವಾಂಬಾ (ಕರುಣಾ ಬಿ ಎಸ್) – ₹ 180
ಅಮೋಸ್ ಫಾರ್ಚೂನ್ – ಎಲಿಝಬೆತ್ ಯೇಟ್ಸ್ (ಜಯಶ್ರೀ ಭಟ್) – ₹ 100
ನವ ಜೀವಗಳು – ವಿಲಿಯಂ ಡಾಲ್ರಿಂಪಲ್ (ನವೀನ ಗಂಗೋತ್ರಿ) – ₹ 250
ಮೈಕೆಲ್ ಕೆ – ಜೆ.ಎಂ. ಕುಟ್‌ಸೀ (ಸುನಿಲ್ ರಾವ್) – ₹ 170
ಲೇರಿಯೊಂಕ – ಹೆನ್ರಿ ಆರ್. ಓಲೆ ಕುಲೆಟ್ (ಪ್ರಶಾಂತ ಬೀಚಿ) – ₹ 140
ಅರೆಶತಮಾನದ ಮೌನ – ಯಾನ್ ರಫ್–ಓ'ಹರ್ನ್ (ಅರುಣ್) – ₹ 190
ಪರ್ವತದಲ್ಲಿ ಪವಾಡ – ನ್ಯಾಂಡೊ ಪರಾಡೊ (ಸಂಯುಕ್ತಾ ಪುಲಿಗಲ್) – ₹ 340
ಚಂದಿರ ಬೇಕೆಂದವನು – ಮಿಮಿ ಬೇರ್ಡ್ (ಪ್ರಜ್ಞಾ ಶಾಸ್ತ್ರಿ) – ₹ 180
ಬಂಡೂಲ – ವಿಕಿ ಕಾನ್‌ಸ್ಟಂಟೇನ್ ಕ್ರುಕ್ (ರಾಜ್ಯಶ್ರೀ ಕುಳಮರ್ವ) – ₹ 425
ರೆಬೆಲ್ ಸುಲ್ತಾನರು – ಮನು ಎಸ್ ಪಿಳ್ಳೈ (ಸಂಯುಕ್ತಾ ಪುಲಿಗಲ್) – ₹ 420
ಫಾಲೋಯಿಂಗ್ ಫಿಶ್ – ಸಮಂತ್ ಸುಬ್ರಮಣಿಯನ್ (ಸಹನಾ ಹೆಗಡೆ) – ₹ 280
ಜಗವ ಚುಂಬಿಸು – ಸುಬ್ರೊತೋ ಬಾಗ್ಚಿ (ವಂದನಾ ಪಿ ಸಿ) – ₹ 190
ಪರ್ದಾ ಅಂಡ್ ಪಾಲಿಗಮಿ – ಇಕ್ಬಾಲುನ್ನಿಸಾ ಹುಸೇನ್ (ದಾದಾಪೀರ್) – ₹ 380
ವಾಡಿವಾಸಲ್ – ಚಿ. ಸು. ಚೆಲ್ಲಪ್ಪ (ಸತ್ಯಕಿ) – ₹ 70
ನಾಲ್ಕನೇ ಎಕರೆ – ಶ್ರೀರಮಣ (ಅಜಯ್ ವರ್ಮಾ ಅಲ್ಲೂರಿ) – ₹ 100
ಮಾವೋನ ಕೊನೆಯ ನರ್ತಕ – ಲೀ ಕ್ವಿನ್‌ಶಿಂಗ್ (ಜಯಶ್ರೀ ಭಟ್) – ₹ 340

ಕೋಬಾಲ್ಟ್ ಬ್ಲೂ – ಸಚಿನ್ ಕುಂಡಲ್‌ಕರ್ (ಸಪ್ನಾ ಕಟ್ಟಿ) – ₹ 150

ವಸುಧೇಂದ್ರ

ಮನೀಷೆ – ಕತೆಗಳು – ₹ 120 (8ನೆಯ ಮುದ್ರಣ)

ಯುಗಾದಿ – ಕತೆಗಳು – ₹ 190 (9ನೆಯ ಮುದ್ರಣ)

ಚೇಳು – ಕತೆಗಳು – ₹ 120 (8ನೆಯ ಮುದ್ರಣ)

ಹಂಪಿ ಎಕ್ಸ್‌ಪ್ರೆಸ್ – ಕತೆಗಳು – ₹ 195 (9ನೆಯ ಮುದ್ರಣ)

ಮೋಹನಸ್ವಾಮಿ – ಕತೆಗಳು – ₹ 270 (7ನೆಯ ಮುದ್ರಣ)

ವಿಷಮ ಭಿನ್ನರಾಶಿ – ಕತೆಗಳು – ₹ 280 (4ನೆಯ ಮುದ್ರಣ)

ಕೋತಿಗಳು – ಪ್ರಬಂಧ – ₹ 120 (8ನೆಯ ಮುದ್ರಣ)

ನಮ್ಮಮ್ಮ ಅಂದ್ರೆ ನಂಗಿಷ್ಟ – ಪ್ರಬಂಧ – ₹ 75 (25ನೆಯ ಮುದ್ರಣ)

ರಕ್ಷಕ ಅನಾಥ – ಪ್ರಬಂಧ – ₹ 110 (5ನೆಯ ಮುದ್ರಣ)

ವರ್ಣಮಯ – ಪ್ರಬಂಧ – ₹ 200 (5ನೆಯ ಮುದ್ರಣ)

ಐದು ಪೈಸೆ ವರದಕ್ಷಿಣೆ – ಪ್ರಬಂಧ – ₹ 280 (5ನೆಯ ಮುದ್ರಣ)

ಹರಿಚಿತ್ತ ಸತ್ಯ – ಕಾದಂಬರಿ – ₹ 200 (6ನೆಯ ಮುದ್ರಣ)

ತೇಜೋ–ತುಂಗಭದ್ರಾ – ಕಾದಂಬರಿ – ₹ 450 (13ನೆಯ ಮುದ್ರಣ)

ಮಿಥುನ – ಶ್ರೀರಮಣರ ಕತೆಗಳು – ₹ 120 (8ನೆಯ ಮುದ್ರಣ)

ಎವರೆಸ್ಟ್ – ಜಾನ್ ಕ್ರಾಕೌರ್ – ₹ 420 (4ನೆಯ ಮುದ್ರಣ)

ಕಾದಂಬರಿ

ಎನ್ನ ಭವದ ಕೇಡು – ಎಸ್ ಸುರೇಂದ್ರನಾಥ್ – ₹ 75

ನ್ಯಾಸ – ಹರೀಶ ಹಾಗಲವಾಡಿ – ₹ 250

ಗುಣ – ಗುರುಪ್ರಸಾದ್ ಕಾಗಿನೆಲೆ – ₹ 150

ದ್ವೀಪವ ಬಯಸಿ – ಎಂ. ಆರ್. ದತ್ತಾತ್ರಿ – ₹ 320

ತಾರಾಬಾಯಿಯ ಪತ್ರ – ದತ್ತಾತ್ರಿ ಎಂ ಆರ್ – ₹ 160

ಅಗೆದಷ್ಟೂ ನಕ್ಷತ್ರ – ಸುಮಂಗಲಾ – ₹ 230

ಪ್ರಿಯೇ ಚಾರುಶೀಲೆ – ನಾಗರಾಜ ವಸ್ತಾರೆ – ₹ 295

ಋಷ್ಯಶೃಂಗ – ಹರೀಶ ಹಾಗಲವಾಡಿ – ₹ 125

ಅಂತು – ಪ್ರಕಾಶ ನಾಯಕ್ – ₹ 200

ಚುಕ್ಕಿ ಬೆಳಕಿನ ಜಾಡು – ಕರ್ಕಿ ಕೃಷ್ಣಮೂರ್ತಿ – ₹ 200

ಬರೀ ಎರಡು ರೆಕ್ಕೆ – ಸುನಂದಾ ಪ್ರಕಾಶ ಕಡಮೆ – ₹ 220

ದೀಪವಿರದ ದಾರಿಯಲ್ಲಿ – ಸುಶಾಂತ್ ಕೋಟ್ಯಾನ್ – ₹ 160

ದಾರಿ – ಕುಸುಮಾ ಆಯರಹಳ್ಳಿ – ₹ 395

ಬರೀ ಎರಡು ರೆಕ್ಕೆ – ಸುನಂದಾ ಪ್ರಕಾಶ ಕಡಮೆ – ₹ 260

ಕವಿತೆ

ಮದ್ಯಸಾರ – ಅಪಾರ – ₹ 60

ಪೂರ್ಣನ ಗರಿಗಳು – ಪೂರ್ಣಪ್ರಜ್ಞ – ₹ 30

ಹಲೋ ಹಲೋ ಚಂದಮಾಮ – ರಾಧೇಶ ತೋಳ್ಪಾಡಿ – ₹ 50

* ನಮ್ಮ ಪ್ರಕಟಣೆಯ ಎಲ್ಲ ಪುಸ್ತಕಗಳ ಪ್ರತಿಗಳೂ ಲಭ್ಯ
* ಪುಸ್ತಕದ ಪ್ರತಿಗಾಗಿ ವಾಟ್ಸಾಪ್ ಮಾಡಿ 98444 22782

ಓದಿ ಓದಿ ಮರುಳಾಗಿ!

ಛಂದ ಪುಸ್ತಕ ಬಹುಮಾನ

ಹೊಸ ಕತೆಗಾರರನ್ನು ಗುರುತಿಸುವ ಸಲುವಾಗಿ ನಮ್ಮ ಪ್ರಕಾಶನ ಸಂಸ್ಥೆಯು ಕಳೆದ ಹದಿಮೂರು ವರ್ಷಗಳಿಂದ ಕತೆಗಳ ಹಸ್ತಪ್ರತಿ ಸ್ಪರ್ಧೆಯನ್ನು ನಡೆಸುತ್ತಾ ಬಂದಿದೆ. ಈವರೆಗೆ ಒಂದೂ ಕಥಾಸಂಕಲನವನ್ನು ಪ್ರಕಟಿಸದವರು ಈ ಸ್ಪರ್ಧೆಯಲ್ಲಿ ಭಾಗವಹಿಸಬಹುದು. ಇತರ ಪ್ರಕಾರಗಳಲ್ಲಿ ಒಂದೆರಡು ಪುಸ್ತಕಗಳನ್ನು ಪ್ರಕಟ ಮಾಡಿದವರೂ ಇದರಲ್ಲಿ ಭಾಗವಹಿಸುವ ಅವಕಾಶವಿರುತ್ತದೆ. ಮೊದಲ ಸುತ್ತಿನ ಆಯ್ಕೆಯನ್ನು ಪ್ರಕಾಶನದ ಸದಸ್ಯರು ಮಾಡಿ, ಕೊನೆಯ ಆಯ್ಕೆಗಾಗಿ ಸುಮಾರು ಹತ್ತು ಹಸ್ತಪ್ರತಿಗಳನ್ನು ನಾಡಿನ ಹಿರಿಯ ಸಾಹಿತಿಗಳಿಗೆ ಒಪ್ಪಿಸುತ್ತಾರೆ. ಆಯ್ಕೆಯಾದ ಹಸ್ತಪ್ರತಿಯನ್ನು ಪುಸ್ತಕ ರೂಪದಲ್ಲಿ ಪ್ರಕಟಿಸಿ, ಪ್ರಶಸ್ತಿ ಪತ್ರ, ಫಲಕ ಹಾಗೂ ಮೂವತ್ತು ಸಾವಿರ ರೂಪಾಯಿ ಬಹುಮಾನವನ್ನು ನೀಡಲಾಗುತ್ತದೆ. ಈವರೆಗೂ ಈ ಪ್ರಶಸ್ತಿಯಲ್ಲಿ ಬಹುಮಾನ ಪಡೆದವರ ವಿವರಗಳ ಪಟ್ಟಿಯನ್ನು ಮುಂದಿನ ಪುಟದಲ್ಲಿ ನೀಡಿದ್ದೇವೆ.

ಇವರಲ್ಲಿ ಮೌನೇಶ ಬಡಿಗೇರ, ಶಾಂತಿ ಕೆ ಅಪ್ಪಣ್ಣ, ಪದ್ಮನಾಭ ಭಟ್ ಶೇವ್ಕಾರ ಮತ್ತು ಸ್ವಾಮಿ ಪೊನ್ನಾಚಿ ಅವರಿಗೆ ಕೇಂದ್ರ ಸಾಹಿತ್ಯ ಅಕಾಡೆಮಿಯ ಯುವ ಪುರಸ್ಕಾರ ದೊರೆತಿದೆ. ವಿನಯಾ, ಶಾಂತಿ ಕೆ ಅಪ್ಪಣ್ಣ ಮತ್ತು ಪದ್ಮನಾಭ ಭಟ್ ಶೇವ್ಕಾರರ ಪುಸ್ತಕಗಳಿಗೆ ಕರ್ನಾಟಕ ಸಾಹಿತ್ಯ ಅಕಾಡೆಮಿಯ ಪುಸ್ತಕ ಬಹುಮಾನ ಅಥವಾ ದತ್ತಿ ಬಹುಮಾನಗಳು ಸಂದಿವೆ. ಇನ್ನೂ ಹಲವಾರು ನಾಡಿನ ಪ್ರಮುಖ ಪ್ರಶಸ್ತಿ ಮತ್ತು ಬಹುಮಾನಗಳೂ ಈ ಕೃತಿಗಳಿಗೆ ಲಭ್ಯವಾಗಿವೆ.

ನೀವು ಈ ಸ್ಪರ್ಧೆಯಲ್ಲಿ ಭಾಗವಹಿಸಬೇಕೆ? ಹಾಗಿದ್ದರೆ ನಮ್ಮ ಮುಂದಿನ ವರ್ಷದ ಸ್ಪರ್ಧೆಯ ಆಹ್ವಾನವನ್ನು ಖ್ಯಾತ ಕನ್ನಡ ನಿಯತಕಾಲಿಕಗಳಲ್ಲಿ ಅಥವಾ ಸಾಮಾಜಿಕ ಜಾಲತಾಣಗಳಲ್ಲಿ ನಿರೀಕ್ಷಿಸಿರಿ. ಹೆಚ್ಚಿನ ವಿವರಗಳಿಗೆ 98444 22782 ಗೆ ಸಂದೇಶ ಕಳುಹಿಸಿರಿ.

ಛಂದ ಪುಸ್ತಕ ಬಹುಮಾನ ಪಡೆದ ಕೃತಿಗಳು

ಕತೆಗಾರರು	ಕಥಾಸಂಕಲನ	ತೀರ್ಪುಗಾರರು
ಸುನಂದಾ ಪ್ರಕಾಶ ಕಡಮೆ	ಪುಟ್ಟ ಪಾದದ ಗುರುತು	ಅಶೋಕ ಹೆಗಡೆ/ ಸುಮಂಗಲಾ
ಅಲಕ ತೀರ್ಥಹಳ್ಳಿ	ಈ ಕತೆಗಳ ಸಹವಾಸವೇ ಸಾಕು	ಕೇಶವ ಮಳಗಿ/ ಸುಮಂಗಲಾ
ಲೋಕೇಶ ಅಗಸನಕಟ್ಟೆ	ಹಟ್ಟಿಯೆಂಬ ಭೂಮಿಯ ತುಣುಕು	ಬೊಳುವಾರು ಮಹಮದ್ ಕುಂಞ
ವಿನಯಾ	ಊರ ಒಳಗಣ ಬಯಲು	ನೇಮಿಚಂದ್ರ
ಸಂದೀಪ ನಾಯಕ	ಗೋಡೆಗೆ ಬರೆದ ನವಿಲು	ಅಮರೇಶ ನುಗಡೋಣಿ
ಕಣಾದ ರಾಘವ	ಮೊದಲ ಮಳೆಯ ಮಣ್ಣು	ಕೆ. ಸತ್ಯನಾರಾಯಣ
ಬಸವಣ್ಣೆಪ್ಪಾ ಕಂಬಾರ	ಆಟಿಕೆ	ಕುಂ. ವೀರಭದ್ರಪ್ಪ
ಮೌನೇಶ ಬಡಿಗೇರ	ಮಾಯಾಕೋಲಾಹಲ	ಓ.ಎಲ್. ನಾಗಭೂಷಣಸ್ವಾಮಿ
ಪದ್ಮನಾಭ ಭಟ್ ಶೇವ್ಕಾರ	ಕೇಪಿನ ಡಬ್ಬಿ	ಎಂ. ಎಸ್. ಆಶಾದೇವಿ
ಶಾಂತಿ ಕೆ ಅಪ್ಪಣ್ಣ	ಮನಸು ಅಭಿಸಾರಿಕೆ	ಎಚ್.ಎಸ್. ರಾಘವೇಂದ್ರ ರಾವ್
ದಯಾನಂದ	ದೇವರು ಕಚ್ಚಿದ ಸೇಬು	ನಾ. ಡಿಸೋಜಾ
ಸ್ವಾಮಿ ಪೊನ್ನಾಚಿ	ಧೂಪದ ಮಕ್ಕಳು	ಎಂ. ಎಸ್. ಶ್ರೀರಾಮ್
ಶಶಿ ತರೀಕೆರೆ	ಡುಮಿಂಗ	ಲಲಿತಾ ಸಿದ್ಧಬಸವಯ್ಯ
ಛಾಯಾ ಭಟ್	ಬಯಲರಸಿ ಹೊರಟವಳು	ತಾರಿಣಿ ಶುಭದಾಯಿನಿ
ಕಾವ್ಯಾ ಕಡಮೆ	ಮಾಕೋನ ಏಕಾಂತ	ಟಿ.ಪಿ. ಅಶೋಕ